'या अत्यंत प्रेरणादायी गोष्टी आपल्याला शिकवितात की छोट्या छोट्या गोष्टींच्या बाबतीतही आपण अगदी कृतज्ञ असायला हवे. याच छोट्या गोष्टींमधून मोठी ध्येये साध्य होतात. इतर कशापेक्षाही सर्वांत महत्त्वाचे म्हणजे गिफ्टेड मधल्या या स्त्री आणि पुरुषांची वृत्ती दाखवून देते, की खरोखरीच दिव्यगुणी असणे म्हणजे काय ते.'

— **नसिरुद्दीन शहा,** अभिनेता

'आपल्याच कोषातून आपले उत्थान करणाऱ्या या जीवनगाथा, त्यांचा कष्टप्रद प्रवास आपला आपल्या छोट्या छोट्या समस्यांकडे पाहण्याचा दृष्टिकोन बदलून टाकतो. प्रत्येक जीवन, आशेचे कारण.'

— **अरुण शौरी,** पत्रकार, लेखक, राजकारणी

'अपंगत्वासोबत असामान्य जीवन जगणाऱ्या लोकांच्या गोष्टी क्वचितच लिहिल्या जातात. हे पुस्तक म्हणजे त्यांच्या जगाचा कवडसा आहे, ज्यामध्ये ते असामान्य धैर्य, दृढनिश्चय आणि जीवनाच्या सळसळत्या उत्साहानं जगत असतात. त्यांच्या गोष्टी वाचताना आपल्याला उमजतं की वर्तमानात राहणं, आपण कोण आहोत हे जाणून आपणच आपला संपूर्णपणे स्वीकार करणं, या गोष्टींनी केवळ आपलंच नाही, तर आपल्या सभोवतालच्या लोकांचंदेखील आयुष्य बदलतं. अत्यंत प्रभावी, हेलावून टाकणारे आणि प्रेरणादायक... सर्वांनी वाचावे असे पुस्तक.'

— **नंदिता दास**

'मर्मभेदक, उत्स्फूर्त, त्याचबरोबर हृदयस्पर्शीसुद्धा, गिफ्टेड हे पुस्तक अनेक कारणांकरिता सर्वांनी वाचावे असे आहे. प्रत्येक गोष्टीमधून अत्यंत प्रतिकूल अन् कडव्या आव्हानात्मक परिस्थितीमध्ये मानवाच्या अंगभूत सत्त्वाचे सामर्थ्य दिसून येते. गिफ्टेडमधील गोष्टी आपल्याला आत्मपरीक्षण करण्यास, आपल्याकडे असलेल्या दैवी आशीर्वादांकडे सजगपणे पाहण्यास, तसेच आपल्या सीमा विस्तारण्यास आणि या पुस्तकातील तारे-तारका जसे समाजऋण फेडताहेत तसे आपण काही करू शकतो का, असा विचार करण्यास उद्युक्त करतात.'

— **किरण बेदी,** पहिली महिला पोलीस अधिकारी, नवज्योती इंडिया फाउंडेशनच्या संस्थापक

'अखेर आपल्याकडे दिव्यांग व्यक्तींच्या गोष्टी मुख्य प्रवाहात आल्यात! त्यांचे प्रथमपुरुषी निवेदन आपणाला केवळ प्रेरक आहे इतकेच नाही, तर त्यातून त्यांची अत्यंत कठीण आणि आव्हानात्मक जगामध्ये यशस्वी होण्याकरिता आवश्यक असणारी हिंमत आणि दृढनिश्चयदेखील दिसून येतो. अशा प्रकारे विभिन्न मर्मभेदक वैयक्तिक कथा गोळा करून आपल्यासमोर वाचनीय पुस्तक ठेवल्याबद्दल लेखकांचेदेखील विशेष कौतुक करायला हवे. हा संग्रह दिव्यांग तसेच दिव्यांग नसलेल्यांकरितादेखील आहे; अन् याच्या वाचनाने अनेक अभिवृत्तीय अवरोध कमी होण्यास मदत होऊ शकते. येथे ज्या व्यक्तींबद्दल लिहिले आहे, त्या खरोखरीच आदर्श असून, त्यांचे यश साजरे करत असतानादेखील त्यांच्या जीवनातील चढ-उतारातून आपणास त्यांच्या अंतरंगाचे यथार्थ दर्शन होते. सर्वसामान्यपणे दिव्यांग व्यक्तीच्या यशोगाथा केवळ दिव्यांग व्यक्तीच्या वर्तुळापर्यंत मर्यादित राहतात; परंतु हे पुस्तक वैश्विक पातळीवर आवाहन करते.'

— **पूनम नटराजन,** अध्यक्ष, राष्ट्रीय संस्था सामाजिक न्याय आणि सक्षमीकरण मंत्रालय, भारत सरकार

'हा विस्मयकारक कथासंग्रह नेतृत्वाची पुनः नव्याने व्याख्या करतो आणि दृढनिश्चयाचे सामर्थ्य दाखवून देतो. गिफ्टेड काय शक्य आहे याबाबतचा तुमचा दृष्टिकोन बदलून टाकेल.'

– **बिल मॅकडेरेमॉट,** मुख्य कार्यकारी अधिकारी, एसएपी एजी

'हृदयस्पर्शी, प्रेरणादायक आणि आशेने पुरेपूर भरलेले. गिफ्टेड हे पुस्तक आपल्यापैकी प्रत्येकानेच वाचले पाहिजे, जेणे करून आपल्याला समजेल अन् आपणास संपूर्णपणे उमजेल, की बहुधा कोणतीही ओळख नसणाऱ्या, तसेच आपल्या या जगात समाविष्ट असलेल्या कितीतरी महान, असामान्य व्यक्ती या पृथ्वीतलावर आपल्यासोबत वास्तव्य करून आहेत. त्यांच्या गोष्टी वाचल्या, की समजेल की आपण सर्व समान आहोत; फक्त ते काही वैशिष्टपूर्ण पद्धतीने जन्माला आले आहेत, इतकेच. मी यापुढे कधीही दिव्यांग व्यक्तींकडे दया भावनेने, औत्सुक्याने पाहणार नाही. त्याऐवजी मी त्यांच्याकडे पाहताना त्या शरीरामध्ये आणि मनामध्ये विद्वत्तेचा, तसेच दृढनिश्चयाचा खजिनाच वास करतो आहे, असेच समजेन.'

– **क्रिस गोपालकृष्णन,** सहसंस्थापक, इन्फोसिस लिमिटेड

'हे पुस्तक दिव्यांगाचा वास्तविक प्रवास आणि इतिहास शब्दांकित करणारे अगदी महत्त्वाचा मैलाचा दगड आहे, पारंपरिक, वैचारिक सीमारेषा आणि मनोवृत्ती यामुळे एका मर्यादित जगणे नाकारून ते कशा प्रकारे चिकाटी, दृढनिश्चय आणि सकारात्मकतेने जगताहेत हे सर्वांसमोर येते. या गोष्टींमधून लेखक केवळ भीतीच नाही, तर दिव्यांग व्यक्तीच्या आशा, स्वप्ने आणि महत्त्वाकांक्षा, तसेच त्यांच्या कामाचा आपल्या जगावर झालेला परिणामही दाखवून देत आहेत.'

– **शाहीन मिस्त्री,** संस्थापक आणि मुख्य कार्यकारी अधिकारी,
टीच फॉर इंडिया

'अगदी प्रेरणादायक गोष्टी... अन् आपलं आपल्यालाच नवल वाटायला लागतं, की या पुस्तकातील लोकांमध्ये दिसून येणारा प्रामाणिकपणा आपण केव्हा अन् कधी गमावून बसलो. ते खरोखरीच ईश्वरदत्त प्रतिभावंत (दिव्यगुणी) आहेत.'

— **बॉम्बे जयश्री रामनाथ,** शास्त्रीय गायिका आणि संगीतकार

आपण बहुधा आपल्या परिघाच्या अगदी वर, उच्च ठिकाणी कुठेतरी प्रेरणास्रोत शोधत असतो; पण वास्तवात प्रेरणास्रोत तर आपल्या अवतीभवतीच आढळून येतात. या पुस्तकाच्या पानांमधून ज्या अनुकरणीय व्यक्तित्वांबद्दल सांगितले आहे, ते पुन्हा एकदा हे सत्य अगदी व्यवस्थितपणे अधोरेखित करतात आणि त्यांच्या कथा वाचल्यावर तुमच्या बहाणेबाजीकरिता वावच राहणार नाही; केवळ आश्चर्य आणि कार्य करण्यास उद्युक्त व्हाल. हे पुस्तक सर्व प्रकारच्या प्रतिकूल परिस्थितीला नाकारून सातत्यानं दुर्दम्य इच्छाशक्तीचा प्रत्यय देणाऱ्यांना केवळ सलाम करत नाही, तर दिव्यगुणी व्यक्तींच्या मागे खंबीर आणि शांतपणे उभे राहून त्यांच्यातील उत्तम समोर आणणाऱ्यांच्या सामर्थ्यासही आदरांजली वाहते.'

— **लक्ष्मी प्रातुरे,** अभिरक्षक, INKtalks.com

'या पुस्तकात रेखांकित करण्यात आलेली १५ व्यक्तित्वे म्हणजे २१ व्या शतकातील किमयागार (अलकेमिस्ट) आहेत. त्यांनी अगदी चातुर्याने त्यांच्या जीवनातील प्रतिकूलतेचे रूपांतर वैयक्तिक आणि सामाजिक वाढीकरिता केले आहे. हे प्रेरणादायी पुस्तक म्हणजे मानवी मनाच्या आनंदी वृत्तीवरचे काव्यच आहे जणू.'

— **नवी राड्जोऊ,** 'जुगाड इनोव्हेशन' व 'फ्रॉम स्मार्ट टू वाइज' या पुस्तकांचे सहलेखक

'GIFTED' या इंग्रजी पुस्तकाचा अनुवाद

दिव्यगुणी

विशेष कर्तृत्व दाखवणाऱ्या दिव्यांग व्यक्तींच्या प्रेरक कथा

सुधा मेनन

आणि

व्ही. आर. फिरोज

अनुवाद

सुमिता बोरसे

मेहता पब्लिशिंग हाऊस

Please contact us at **Mehta Publishing House,** Pune.
✆ +91 020-24476924 / 24460313 / Mob. No. 9545000513
Email : production@mehtapublishinghouse.com
Website : www.mehtapublishinghouse.com

- *या पुस्तकातील लेखकाची मते, घटना, वर्णने ही त्या लेखकाची असून त्याच्याशी प्रकाशक सहमत असतीलच असे नाही.*

GIFTED by **SUDHA MENON AND V. R. FEROSE**

Translated into Marathi Language by Sumita Borse

दिव्यगुणी / अनुवादित अनुभवकथन

अनुवाद : सुमिता बोरसे
Email : author@mehtapublishinghouse.com

मराठी अनुवादाचे व प्रकाशनाचे हक्क : मेहता पब्लिशिंग हाऊस, पुणे.

प्रकाशक : सुनील अनिल मेहता, मेहता पब्लिशिंग हाऊस,
१९४१, सदाशिव पेठ, माडीवाले कॉलनी, पुणे – ४११०३०.

मुद्रक : ट्रिनिटी ॲकॅडमी फॉर कॉर्पोरेट ट्रेनिंग लिमिटेड,
नऱ्हे इंडस्ट्रिअल एरिया, झील कॉलेज रोड, नऱ्हे, पुणे – ४१.

मुखपृष्ठ : चंद्रमोहन कुलकर्णी

प्रथमावृत्ती : ऑगस्ट, २०१९

किंमत : ₹ २९५

P Book ISBN 9789353172459
E Book ISBN 9789353172381
E Books available on : amazonkindle Apple Books Google Play Books

---

ज्यांचं अनोखत्व जगाला समजलंच नाही
वा साजरंही करता आलं नाही अशा सर्व लोकांसाठी,
जे समतेच्या अभावातील या जगात मोठे होत आहेत.

प्रस्तावना

उन्हाळ्याच्या दिवसांत, दुपारच्या सुस्तावलेल्या हवेला भेदत, पम्मी! पम्मी! ही तारस्वरातील हाक ज्या घरात आम्ही वाढलो, त्या घराच्या उंच कुंपणापलीकडून आली की, एका क्षणात सारं घर खडबडून जाग व्हायचं. ही गोष्ट १९७० च्या दशकातली आहे. मी आणि माझी भावंडं धावत जाऊन दार उघडायचो आणि आमच्या विशेष पाहुण्याचं स्वागत करायचो. आमच्या आईला दुपारच्या वामकुक्षीतून उठवू शकणारी, ती एकमेव व्यक्ती होती.

आमचा हा विशेष पाहुणा व्हरांड्यात फतकल मारून बसायचा आणि तिने वाढलेलं अगदी चाटूनपुसून मनापासून खायचा. भाताचा डोंगर आणि त्यावर सांबार; त्यातही त्याचा आग्रह असा की, भाताच्या डोंगरात त्याने बनवलेल्या विहिरीतच आईने सांबार ओतलं पाहिजे, सोबत आमच्या घरातल्या जेवणाचा अविभाज्य भाग म्हणजे पापड आणि लोणचं असायचं. प्रत्येक घास चवीने खाणारा आणि त्याला जेवण किती आवडलं, हे दाखवून देणाऱ्या या मुलाला जेवू घालण्याइतका आनंद तिला इतर कशातही नव्हता; परंतु त्याला जेवताना पाहणं काही सुखावह दृश्य नसायचं. सांबार ओरपता ओरपता त्याच्या सर्वांगावर सांडायचं, त्याच्या शर्टाच्या पुढच्या बाजूला लाल-पिवळे डाग असायचे, तरीही आम्ही भावंडं तो जेवत असताना त्याच्याभोवती बसून त्याच्याकडे बघत राहायचो; त्याला कारणही तसंच होतं. त्याच्याकडे अमिताभ बच्चन, हेमामालिनी आणि त्याच बरोबर परिसरातील भुता-खेतांच्या म्हणजे रात्रीच्या वेळी निर्जन रस्त्यावर कारण नसताना बाहेर पडलेल्यांना भुतं कशी घाबरवतात, याबद्दलच्या सुरस किश्श्यांचा खजिनाच असायचा. जेवणं झालं की, तो पोटावरून हात फिरवायचा आणि ढेकर देऊन अम्माच्या जेवणाची पावती द्यायचा, हात धुवायचा, त्याच्या शर्टाचा समोरचा भाग

स्वच्छ करायचा आणि लवकरच परत येईन असं वचन देऊन निघून जायचा.

मला त्याचं नाव आठवत नसलं तरी त्याची उंच, किडकिडीत शरीरयष्टी, काळ्याकुरळ्या केसांचा झुपका आणि विश्वासाने भरलेले हरणासारखे घारे डोळे, त्याच्या रूपाने अवाक व्हायला व्हायचं. त्या वेळी मी जेमतेम आठ वर्षांची असेन; पण जेव्हा जेव्हा मी त्याला त्याच्या व्हरांड्यात त्याला छळणाऱ्यापासून कोणतेही संरक्षण नसलेल्या असहाय अवस्थेत पाहायचे आणि आम्ही राहत असलेल्या छोट्याशा शहरात त्याला छळणाऱ्यांची संख्या खूप होती, तेव्हा तेव्हा माझं हृदय त्याच्याकरता द्रवायचं; मला खूप वाईट वाटायचं. मला आजही आठवतं, मुलं त्याच्याशी फारच क्रूरपणे वागायची आणि त्याला छळण्याच्या नवनवीन तऱ्हा शोधून काढायची. कधीकधी तो शांत झोपलेला असताना ते हळूच जाऊन त्याच्या पायाला रिकाम्या पत्र्याच्या डब्याला बांधलेली दोरी बांधायचे, नंतर त्यांच्यापैकी एकजण जाऊन मोठ्याने त्याच्या कानात ओरडायचा, तो घाबरून उठायचा आणि पळत सुटायचा अन् त्याबरोबर पत्र्याचा डबाही वाजायचा, मुलं त्याच्यामागे पळायची आणि काल्पनिक भीतीने तो आणखी धावत सुटायचा. समजा, दिवाळीची वेळ असेल तर डब्यात फटाकेही असायचे आणि तो उठल्याबरोबर ते फटाके पेटवायचे.

आज आता इतक्या दशकांनंतरही मला तो मुलगा आठवतो. त्याच बरोबर थोडं अपराधीही वाटतंय कारण इतर मुलं त्याला छळायची अन् तो पळत सुटायचा तेव्हा आणि त्याच्या फाटलेल्या खाकी हॉफपँटला कुणीतरी लाल रिबन बांधलेली असायची अन् तो बेफिकीरपणे रस्त्यातून फिरायचा तेव्हा ती रिबन त्याच्यामागे मस्त उडायची, ते पाहून मीपण हसले होते.

ते सर्व त्याला 'येडा' म्हणायचे; पण आज मागे वळून बघताना त्याच्यात वेड्यासारखं काहीच नव्हतं हे जाणवतं. तो माझ्या आईशी फारच सभ्य व नम्रपणे वागायचा. त्याला ती आवडायची. क्वचित तो भरबाजारात तिला 'पम्मी, पम्मी' अशा हाका मारून खजिल करायचा. 'पम्मी' हे नाव त्यानेच तिला दिलं होतं. तो नेहमीच आनंदी असायचा आणि माझ्या माहितीप्रमाणे तरी तो कधीही कुणालाही त्रास होईल असं वागला नव्हता. कदाचित तो गतीमंद असेल किंवा त्याचा बुद्ध्यंक आपल्या सर्वांइतका नसेल; पण आज मला जाणवतंय की, तो वेडा नक्कीच नव्हता.

'गिफ्टेड' लिहीत असतानाच्या पूर्ण प्रक्रियेत मला तो वारंवार आठवत होता अन् मला जाणवलं की, तो चुकीच्या काळात जन्माला आला होता. आता जर का त्याचा जन्म झाला असता तर त्याचं आयुष्य किती वेगळं असतं, या जाणिवेने फार वाईट वाटतं. आज आयफोन आणि इतर तंत्रज्ञानाच्या मदतीने अपंग लोक समाधानी आयुष्य जगू शकत आहेत. ज्यांना डोळ्यांनी पाहता येत नाही त्यांच्याकरता

त्यांचे ई-मेल आणि पुस्तकं वाचून दाखवणारी सॉफ्टवेअर उपलब्ध आहेत; ऐकू न शकणारेदेखील मेसेजच्या मदतीने एकटे कुठेही हिंडूफिरू शकतात. वैद्यकीय तंत्रज्ञान इतकं पुढारलेलं आहे की, आजच्या डॉक्टरांना अशा लोकांच्या मनात, शरीरात वा मेंदूत नेमका काय बिघाड आहे, हेही समजून घेता येतं. त्या काळी अशा कोणत्याही सुविधा उपलब्ध नव्हत्या, काहीही नव्हतं. या पुस्तकातील अद्‌भुत लोकांपैकी एकेका व्यक्तीला भेटून त्यांची आगळीवेगळी कहाणी ऐकताना, प्रत्येक वेळी माझ्या मनात या मुलाचा विचार येत होता, त्यानं कसं त्याचं आयुष्य केवळ रस्त्यावरून भटकण्यात, सहृदय लोकांच्या दयेवर घालवलं कारण त्याच्या आयुष्याने त्याला कधी संधीच दिली नाही. गिफ्टेड पुस्तकातील सर्व महिला आणि पुरुषांना त्यांच्या घरच्या, सभोवतालच्या लोकांकडून बिनशर्त, नि:स्वार्थ प्रेम व आधार मिळाला. त्यांच्या कुटुंबीयांचा त्यांच्यावर विश्वास होता आणि त्यांनी सकारात्मक संदेश देऊन त्यांचा आत्मविश्वासदेखील वाढवला. माझ्या लहानपणीच्या त्या मुलाला त्याच्या घरच्यांनी त्यांच्या घरातूनच नव्हे तर त्यांच्या जीवनातूनदेखील हद्दपार करून टाकलं होतं. त्याला फक्त एक फाटलेलं ब्लँकेट दिलं होतं. ते अंथरून घराबाहेरील ओट्यावर तो झोपायचा आणि 'येडा' म्हणून जगण्याखेरीज त्याच्याकडे काहीही पर्याय नव्हता.

मी किशोरवयीन असताना माझं कुटुंब मुंबईच्या उपनगरातून दुसरीकडे राहायला गेलं; त्यामुळे मोठा झाल्यावर त्या माणसाचं काय झालं ते मला माहीत नाही. त्याला त्याची आनंदीवृत्ती तशीच ठेवता आली की आयुष्य आणि त्यातील अडचणींनी त्याला गूढ जगात पाठवून दिलं. जेव्हा जीवनातील अडी-अडचणींचा सामना करणं कठीण होतं तेव्हा ही अशी माणसं गूढ, गडद अंधाऱ्या जगात हरवून जातात, तो तिथं तर गेला नसेल ना? मला त्याच्याबद्दल काही कळलं असतं तर तेवढंच बरं वाटलं असतं. कधीकधी आई आणि मी या मुलाच्या आठवणी काढत बसतो. तेव्हा केवळ या मुलाच्या असण्याने आमचं आयुष्य कसं उजळल्यासारखं व्हायचं.

हे पुस्तक त्या मुलाच्या आठवणींना समर्पित आहे. त्याचबरोबर हे पुस्तक या आशेनेही लिहिलंय की, ते वाचल्यावर आपल्यापैकी प्रत्येकालाच आपण विपुल सुंदरता असलेल्या या जगात जन्माला आलो, आपल्यापैकी प्रत्येकाकडेच सर्वोत्तम गुणवत्ता, बुद्ध्यांक किंवा यशस्वी लोकांकडे असतात त्या गोष्टी असतील असं नाही. मात्र, प्रत्येकालाच काही ना काही वरदान प्राप्त झालेलं आहे याची जाणीव व्हायला हवी.

गिफ्टेड लिहीत असताना मी ज्या लोकांना भेटले त्यांनी मला शिकवलं की, जरी तुम्हाला दिसत नसलं तरीही हे जग इंद्रधनुच्या सप्तरंगात पाहणं शक्य आहे.

जरी तुम्हाला पाय नसले तरीही धावणं, आनंदाने उड्या मारणं आणि जग जिंकणं शक्य आहे. रूढार्थाने जरी तुम्ही चालू शकत नसलात तरीही जंगलात भटकंती करणं आणि वाघांच्या सोबत फेरफटका मारत चालणं शक्य आहे. प्रत्यक्षात हात नसतानाही शक्यतांचा भला मोठा कॅनव्हास रंगवणं शक्य आहे. वास्तवात तुम्ही बोलू किंवा ऐकू शकत नसलात तरी हृदयातून तुम्ही बोलू आणि ऐकू शकता. जरी तुम्ही व्हीलचेअरवर बांधले गेले असाल तरीदेखील इतरांना तुम्ही जीवनदान देऊ शकता आणि इतरांना भलेही वाटो– हे जगणं म्हणजे काय जगणं आहे– तरीही तुम्ही स्वत:च्या स्वप्नातील जीवन जगू शकणंही शक्य आहे.

– सुधा मेनन

मी ज्या ज्या माणसांना भेटलो आहे, त्यांपैकी सर्वांत शूर सिद्धार्थ आहे असं किरण बेदी पहिल्या 'इंडिया इन्क्लूजन समिटमध्ये (आयआयएस २०१२)' सिद्धार्थचे भाषण ऐकल्यानंतर म्हणाल्या होत्या. सिद्धार्थ या तरुणाला लहानपणी 'प्रमस्तिष्कघात या आजाराने ग्रासलं होतं; परंतु त्याने मोठ्या जिद्दीने त्यातून आलेल्या अपंगत्वावर मात करून स्वत:साठी एक प्रशंसनीय, कौतुकास्पद जीवनाची आखणी केली. अगदी पहिल्यांदा जेव्हा मी आयआयएसबद्दल श्री. अरुण शौरी यांच्याशी अनौपचारिक चर्चा करत होतो तेव्हा या उपक्रमाचा सामाजिक स्तरावर इतका प्रभाव पडेल आणि अविश्वसनीय कर्तृत्वाच्या इतक्या लोकांशी व्यक्तिगत पातळीवर भेट होईल असं मला स्वप्नातसुद्धा वाटलं नव्हतं. गेल्या काही वर्षांमध्ये या शिखर परिषदेचं आयोजन करण्यासाठी जी छोटी छोटी पावलं टाकत होतो त्यादरम्यान मी अशा अनेक सिद्धार्थंना भेटलोय, त्यांतील प्रत्येकाचीच कहाणी अदम्य साहस अन् दुर्दम्य इच्छाशक्तीने भरलेली होती आणि प्रत्येकाचीच कहाणी जगासमोर आणण्याची तीव्र इच्छा मनात उत्पन्न होत होती, जेणे करून जगाने त्यांच्या अदम्य साहसाची दखल घ्यावी, त्यांना विसरू नये. त्यातील बऱ्याचजणांनी आयआयएसमध्ये भाषण केलंय किंवा सादरीकरण केलंय; प्रसारमाध्यमांनी त्यांची तात्पुरती दखल घेतली अन् काही दिवसांमध्येच ते परत विस्मृतीच्या धुक्यात हरवून गेले. त्यांच्यासाठी हे पुस्तक लिहिणं आवश्यकच होतं.

औद्योगिक जगात जवळजवळ पंधरा वर्षे घालवल्यानंतर आता मी नेतृत्व आणि चांगला नेता होण्यासाठी लागणारी गुणवत्ता अभ्यासतोय. मी ज्यांना ज्यांना भेटलो त्यातील बहुसंख्य नेते त्यांच्या आयुष्यातील 'विशिष्ट' क्षणांमुळे नेते बनलेत. उदाहरणार्थ एखाद्या प्रेरणादायी व्यक्तित्वाची भेट, अपघातात सापडल्याने, दु:खद

क्षणांचा अनुभव आल्याने किंवा कुटुंबातील अगदी जवळच्या सदस्याबाबत घडलेल्या दु:खद घटनेमुळे किंवा केवळ काही शारीरिकदृष्ट्या आव्हानात्मक स्थितीमध्ये जन्मल्याने किंवा एकमेव क्षणांचा (घटनेचा) साक्षीदार बनल्याने ते नेते झालेत. आश्चर्याची गोष्ट म्हणजे गिफ्टेड पुस्तकातील या पंधराजणांकडे नेत्यांमध्ये असलेले हेच गुण आढळलेत. माझ्यासाठी आणि आपल्या प्रत्येकासाठीच त्यांच्या कहाण्या प्रेरणादायक आहेत. असे लोक ज्यांनी पायाशिवाय उंच उड्या मारल्या, डोळ्यांशिवाय पाहिलं, न बोलता शिकवलं, स्वत: हालचाल करता येत नसली तरी इतरांना शिकवलं, अन् सर्वांत महत्त्वाचं म्हणजे हे सर्व करताना कोणत्याही प्रकारची परतफेडीची आशा केली नाही, सभोवताली केवळ निर्मल आनंदाचाच प्रसार केला.

जीवनात काहीतरी भयंकर अथवा दु:खद घडलं की, त्यावर दोन प्रकारचे प्रतिसाद असतात; काही लोक अशा अनुभवाने पिचून जातात तर बाकीच्यांसाठी हा फक्त आणखी एक अनुभव असतो. 'गिफ्टेड'मधील सर्व असामान्य नायक मात्र दुसऱ्या प्रकारची माणसं आहेत. माल्कोल्म ग्लॅडवेल नावाचे लेखक त्यांच्या डेव्हिड वर्सेस गोलियथ या पुस्तकात म्हणतात, 'सर्व अडी-अडचणी काही नकारात्मकच असतात असं नाही, तर काही हव्याहव्याशाही असतात!'

जर साहस आणि अशक्य कोटीतील अडचणींवर मात करण्याची क्षमता म्हणजेच नेतृत्व असेल तर या सर्वांच्या कहाण्या उत्तम नेतृत्वाची सर्वोत्तम शिकवण ठरतील.

जर माझी प्रिय मैत्रीण सुधा मेनन नसती तर हे पुस्तकदेखील माझ्या अनेक अमूर्त कल्पनांपैकी एक राहिलं असतं, कधीच मूर्त स्वरूपात आलं नसतं. मी जेव्हा तिला या पुस्तकाची संकल्पना सांगितली, या सर्व विशेष नायकांच्या कहाण्या केवळ माझ्या औद्योगिक कारकिर्दीतून वेळ मिळत नसल्याने कागदावर उतरवणं जमत नाही असं सांगितलं, तेव्हा ती आनंदाने या प्रकल्पात सहभागी झाली. या नायकांना प्रत्यक्ष भेटून, मुलाखती घेण्यासाठी तिनं अथक प्रवास केला आणि आमच्या या पुस्तकाच्या कामाला सुरुवात केली. पुस्तक लेखनात १ टक्के प्रेरणा आणि ९९ टक्के मेहनत असं असेल तर सुधाने या पुस्तकाचं ९९ टक्के काम पार पाडलंय! हे पुस्तक म्हणजे आमच्या दोघांचा दोन वर्षांचा एकत्रित प्रवास आहे अन् मी निश्चितच असं म्हणू शकतो की, नेतृत्वाबद्दलच्या किंवा महाविद्यालयातील व्यवस्थापन शिकवणाऱ्या कोणत्याही पुस्तकापेक्षा जास्त शिक्षण आम्हाला या पुस्तकातील नायकांकडून मिळालंय.

या प्रकल्पाच्या अगदी सुरुवातीपासूनच आम्हाला काही गोष्टी अगदी स्पष्टपणे माहीत होत्या, जसं की, हे पुस्तक काही आमच्याबद्दल म्हणजेच लेखकांबद्दल नाही तर या पुस्तकातील नायकांबद्दल आहे.

इंडिया इन्क्लूजन समिट (आयआयएस) २०१३

परिषद सुरू होण्याच्या अगदी एक आठवडा आधी माझा कार्यकारी सहकारी श्रीधर मला म्हणाला, 'फिरोज, यापुढे मला हे जमणार नाही.' श्रीधर म्हणजे आयआयएसचा आधारस्तंभ, जो खूप वर्षांपासून माझ्या सोबत काम करतोय; ज्याच्याकडे दुर्दम्य इच्छाशक्ती आणि प्रचंड ऊर्जा आहे. मला जाणीव होती की, संपूर्ण टीमला सातत्याने सलग तासन्तास काम करावं लागतंय; त्यातच परिषदेसंदर्भातील सर्व कामं त्यांच्या रोजच्या नियमित कामानंतर थांबून करावी लागत होती. खरं म्हणजे हे फारच कठीण होतं. काही क्षण मीदेखील विचार करत राहिलो की, मी असं काही खूप मोठं काम खांद्यावर घेतलंय का जे मला हाताळताही येत नाही? आयआयएससाठी साधारण वर्षभर आधीपासून तयारी सुरू करावी लागते. परिषद प्रत्यक्ष सुरू होण्यापूर्वी कर्मचाऱ्यांचा आणि स्वयंसेवकांचा जथा महिनोन्महिने राबत असतो, खपत असतो. रोज ते जास्तीचा वेळ थांबून काम करतातच; परंतु त्यांच्या हक्काचे सुट्टीचे दिवस शनिवार, रविवारीसुद्धा काम सिद्धीस नेण्यासाठी झटत असतात. तसं तर परिषदेच्या आधी काही आठवड्यांपासून माझा मलाच प्रश्न पडला होता की, एवढे सगळे लोक या कामासाठी इतका वेळ द्यायला कसे काय तयार होतात?

आयआयएस २०१३ ची सांगता झाल्यानंतर कित्येक तासांनी कोअर टीमची (मुख्य कार्यकारी संघ) श्रमपरिहारासाठी आणि काय अगदी बरोबर झालं, काय गडबडलं याच्या चर्चेसाठी कार्यक्रमाची आढावा बैठक झाली. मी बैठकीला जातानाच मनाची तयारी करून गेलो होतो की, आता सर्व सोहळा पार पाडताना, काम करत असताना, त्यांची कशी दमछाक झाली, पुन्हा आयत्या वेळी काय काय अडचणी आल्या यांच्या तक्रारींचा पाढाच माझ्यासमोर वाचला जाईल; पण झालं भलतंच! त्याऐवजी पुढील आयआयएसच्या योजनांविषयी बोलायला सुरुवात करून त्यांनी मला आश्चर्यचकित केलं. जवळजवळ सगळेच आयआयएस २०१४ साठी काम करण्यास उत्सुक होते. हे सर्व लोक भावनिकदृष्ट्या इतके प्रभावित झाले होते की, कार्यक्रम सुरळीत पार पाडण्याकरता त्यांना शेवटच्या क्षणापर्यंत करावी लागणारी धडपड, दमछाक, मध्येच अचानक उद्भवणाऱ्या, निराश करणाऱ्या अडचणी सारं काही विसरले होते. श्रीधरने तर जाहीर करून टाकलं, मी कुठे आहे, काय करतोय त्यानं काहीही फरक पडत नाही. आयआयएसच्या आयोजनासाठी मी जीवनभर कटिबद्ध राहीन! जगात परिवर्तन घडवून आणू शकणारा हा कार्यक्रम यशस्वी करण्याकरता टीमचं योगदान निर्विवाद होतं आणि त्यामुळेच त्यांना स्फुरण चढलं होतं. तेच त्यांचं यश होतं.

आयआयएस २०१३ च्या अविस्मरणीय क्षणांपैकी एक म्हणजे राजन बंधूंचा कार्यक्रम. डोळ्यांनी अधू असणाऱ्या या बंधूंना संगीताची दैवी देणगीच प्राप्त आहे. जेव्हा त्यांच्या गाण्याने सारे प्रेक्षक मंत्रमुग्ध झाले होते, तेव्हा मला मात्र त्यांची आई, स्नेहलता दिसत होती. कार्यक्रमादरम्यान खंबीरपणे आपल्या मुलांच्या पाठीशी उभी असलेली कृतकृत्य आई! योग्य वेळी त्यांना मदत करून कार्यक्रम उत्तम व्हावा म्हणून प्रयत्नशील असलेली आई! त्यानंतर मी स्नेहलताबाईंना बऱ्याचदा भेटलो आणि त्यांच्या सकारात्मक वृत्तीने मला प्रभावित केलं. मी त्यांना कायम हसतमुखच पाहिलंय. या पुस्तकातील बऱ्याच गोष्टी अनाम नायकांच्या, विशेषत: ज्यांना त्यांच्या पाल्यांच्या अपंगत्वाचा शक्यतो सर्वांत जास्त त्रास सहन करावा लागला अशा पालकांच्या आहेत. हे पुस्तक म्हणजे अपंग व्यक्तींच्या पालकांना दिलेली मानवंदनासुद्धा आहे. माझा त्या सर्वांना मानाचा मुजरा!

जेव्हा मी वीरेन्द्रसिंग ('गुंगा पहिलवान' नावाच्या डॉक्युमेंटरीमध्ये मूकबधिर पहिलवानाची कहाणी असून ऑलिम्पिकमध्ये सहभागी होण्याकरता त्याला कराव्या लागणाऱ्या लढ्याची गोष्ट आहे) या माणसाला भेटलो. त्याच्याकडे त्याला हिशेबही ठेवता येत नाही इतकी जास्त पदकं असूनही तो इतका साधा आहे की, त्याच्या साधेपणाने मला प्रभावित केलं (वीरेन्द्रसिंग यांच्या म्हणण्यानुसार त्यांच्याकडे ८६ आंतरराष्ट्रीय तर अगणित राष्ट्रीय पदकं आहेत) त्यांनी मला २००५ व २०१३ च्या मूकबधिर ऑलिम्पिकमध्ये मिळवलेली सुवर्णपदकं दाखवली, त्यांनी ती एका कागदाच्या कपट्यात गुंडाळून ठेवली होती! त्यांची केवळ एकच इच्छा आहे की, २०१६ मध्ये रिओ येथे होणाऱ्या ऑलिम्पिकमध्ये त्यांना भारताचं प्रतिनिधीत्व करायला मिळावं. आयआयएस म्हणजे अशा अनाम नायकांना त्यांच्या कहाण्या लोकांसमोर मांडण्याचं व्यासपीठ आहे; त्याच बरोबर अशांना त्यांची स्वप्नं साकार होऊ शकतात हे सांगणारं आशास्थान आहे.

माझी वैयक्तिक कहाणी

मी आणि १०३ डिग्री तापानं फणफणारा माझा मुलगा; तासाभरापासून तो न थांबता रडतोय, दिलासा फक्त इतकाच होता की, त्याला ताप आलाय, हे आम्हाला समजल्याने आम्ही काहीतरी हालचाल करू शकत होतो.

अशी ही केवळ एकच घटना आहे. इतरवेळी तो रडत असतो अन् आम्हाला तो का रडतोय याची काहीच कल्पना नसते. पोट दु:खतंय की दात? भूक लागलीय की तहान? किंवा मी टेबलावर ज्या पद्धतीने पुस्तक ठेवलंय तेच त्याला आवडलं नाही? जेव्हा तुमच्या लेकराला त्याला नेमकं काय होतंय किंवा त्याला नेमकं काय हवंय, हे बोलून सांगता येत नाही त्या वेळी निव्वळ अंदाज बांधण्यापलीकडे तुम्ही

काहीही करू शकत नाही. बहुधा मला आणि माझी पत्नी दिपालीला त्याला शांत करण्यासाठी बरेच वेगवेगळे पर्याय करून पाहावे लागतात.

मुलासोबत जास्त वेळ राहता यावं म्हणून मी नुकतीच माझी सकाळी ९ ची फ्लाइट रद्द केली. आताशा तर मी रद्द करता येतील अशीच तिकिटं घेतो. जीवनातील निश्चिततेवर विश्वास ठेवणं कधीच बंद करून टाकलंय. माझा मुलगा विवान आता पाच वर्षांचा झालाय आणि त्याला ऑटिझम स्पेक्ट्रमचा (स्वमग्न मुलं) त्रास आहे.

दिपाली तर म्हणते, ज्या दिवशी मला विवान 'मम्मी' अशी हाक मारेल तो दिवस मी साजरा करेन. आम्ही जीवनातील अशा छोट्या छोट्या आनंदाकडे पाहतो!

ऑटिझमवर उपलब्ध असलेली व शक्य तेवढी पुस्तके मी वाचली आहेत. डॉ. टेंपल ग्रँडीन, प्रो. सिमॉन बॅरोन कोहेन, दिवंगत डॉ. रिटा पेशावारिया आणि थोर्किल सोन्रे यांना भेटण्यासाठी मी जगभर प्रवास केला आहे, हे सर्व ऑटिझम क्षेत्रातील मान्यवर आहेत. मी या सर्वांकडून खूप काही शिकलो पण माझ्या मुलाने एक शब्दही न उच्चारता मला बरंच काही शिकवलंय!

हे पुस्तक त्याच्यासाठी आणि त्याच्यासारख्याच असंख्य विशेष मुलांसाठी आहे!

– व्ही. आर. फिरोज

अनुक्रमणिका

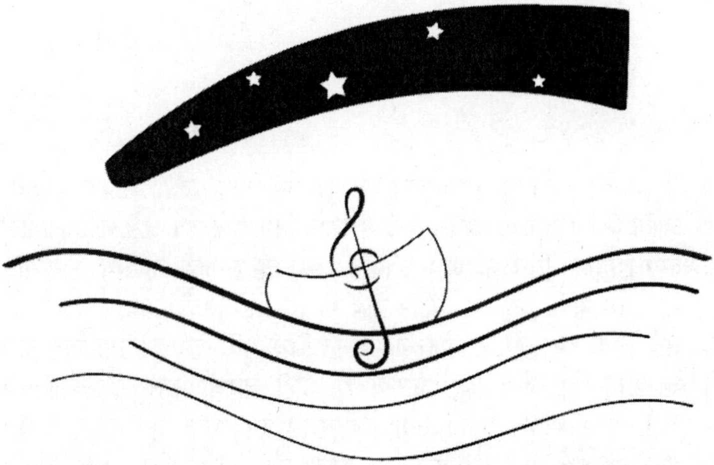

आयेषा चौधरी

आयेषाने आपल्या जीवनप्रवासाचं वर्णन जीवननौकेतलं गाणं या वाक्प्रचारानं केलं आहे. चित्र तिच्या शब्दांना साकार रूप देत आहे. उंचावरून वाहणाऱ्या या नौकेला गिळंकृत करण्यासाठी लाटा मोठ्या उठताहेत आणि आयेषा (नौकेची कप्तान), तिला संगीताच्या शब्दातून दर्शवलं आहे. नौकेचं बाकदार वळण स्त्रीचं व्यक्तित्व दर्शवत असून, म्हणीचा अन्वयार्थ सांगत आहे आणि हे सारं काही चांदण्यांनी फुललेल्या आकाशाखाली होत आहे. प्राचीन काळापासून या चांदण्याच तर दर्यावर्दींना मार्गदर्शन करत आल्या आहेत. त्याचबरोबर या चांदण्या म्हणजे काळोख्या कालावधीतले आनंदाचे आणि आत्मानुभूतीचे क्षणदेखील आहेत.

पूर्ण क्षमतेने भरलेल्या सभागृहात एक किशोरवयीन मुलगी भाषण करतेय आणि ज्यांनी समाजात स्वत:चं असं स्थान निर्माण केलंय असे चाळिशीतील प्रेक्षक मंत्रमुग्ध होऊन तिचं भाषण ऐकताहेत, असं दृश्य काही रोजच्या आयुष्यात नेहमी दिसून येत नाही. याहूनही दुर्मीळ बाब म्हणजे तिने तिचं भाषण संपवल्यावर सर्वच्या सर्व प्रेक्षक उभे राहून टाळ्यांच्या गजरात तिचं अभिनंदन करतात; परंतु यात सर्वांत महत्त्वाची गोष्ट हीच की, आयेषा ही काही चारचौघींसारखी सर्वसामान्य मुलगी नाही. तिचं भाषण पुण्यातल्या टेड-एक्स समारंभात सुरू होतं. तिच्या नंतरचा वक्ता मी होते अन् तसं पाहिलं तर माझा विषय आध्यात्मिक गुरू, जीवन मार्गदर्शक आणि तत्त्वज्ञ यासंदर्भातला होता : 'वर्तमानात जगा आणि आनंदी राहा'.

तिचं 'टेड-एक्स'मधलं १८ मिनिटांचं भाषण डोळ्यांत अंजन घालणारं होतंच; पण भाषण देणाऱ्या या किशोरीच्या सोबतीला ऑक्सिजन सिलिंडर असून त्याच्या मदतीनेच ती भाषण देऊ शकतेय, या वास्तवाने जास्तच भारावल्यासारखं झालं होतं. मागच्या काही वर्षांपासून पोर्टेबल ऑक्सिजन सिलिंडर आयेषाचा जोडीदारच आहे. तिच्या फुफ्फुसामध्ये फुफ्फुस तंतुभवन (पल्मनरी फायब्रॉसिस) नावाचा आजार वाढीस लागल्याने तिची फुफ्फुसे त्यांच्या क्षमतेच्या केवळ २० टक्के इतकंच काम करू शकतात; त्यामुळेच श्वास घेण्यासाठी तिला या ऑक्सिजन सिलिंडरवरच अवलंबून राहावं लागतं.

थोडक्यात सांगायचं तर या किशोरवयीन मुलीला प्रत्येक श्वासागणीक झगडावं लागत होतं.

त्या दिवशी जेव्हा तिने तिचं आशेने, साहसाने ओतप्रोत भरलेलं आणि एक दिवस सर्व काही ठीक होईल या उमेदीने भरलेलं भाषण संपवलं तेव्हा डोळ्यांत पाणी आलं नाही अशी एकही व्यक्ती सभागृहात नसेल.

कधीकधी मी माझ्या आयुष्यातल्या मागच्या तीन वर्षांकडे वळून बघते, ज्या प्रकारचं आयुष्य मी जगतेय, ते खरोखरच जगतेय यावर माझा विश्वासच बसत नाही. मी इतकी बुजरी मुलगी होते की, शाळेत मला जर सर्वांसमोर एखादं भाषण वगैरे द्यायचं असेल तर आदल्या दिवशी मी रडूनरडून सगळं घर डोक्यावर घ्यायची. माझ्या अशा वागण्यामुळे घरातले सर्वच वैतागायचे. मला वाटायचं की, वर्गात माझ्याकडे कुणी पाहू नये किंवा मला वर्गासमोर बोलावं लागू नये. मी या सर्वांपासून फार दूर राहायचे; परंतु आजचं माझं आयुष्य त्याच्या अगदी विरुद्ध आहे. 'टेड-एक्स'सारख्या प्रतिष्ठित कार्यक्रमामध्ये मला बोलवलंय आणि माझ्या आयुष्यातल्या माझ्या आनंदाच्या शोधाबद्दलचं माझं बोलणं ऐकण्याकरता लोक चक्क त्यांचा बहुमोल वेळ काढून आले आहेत, हे तर अगदी अविश्वसनीय आहे. मला वाटतं, आपल्यापैकी प्रत्येकालाच जीवन जगताना संघर्ष करावा लागतो, हेच यामागचं कारण असू शकेल.

फक्त ज्याचे त्याचे प्रश्न वेगळे असतात, म्हणूनच आपण वेगवेगळे असतो; परंतु आपल्या समस्यांचं स्वरूप आणि तीव्रता, विस्तार कितीही असला तरी आपल्याला दुःख बाजूला सारून आनंदी जीवन जगायचं असतं. मला वाटतं, माझ्या भाषणातून त्यांना त्यांचा दुर्लभ आनंद शोधण्यास मदत होते. या सर्व समस्या असूनही जर मला तो दुर्लभ आनंद मिळू शकतो तर त्यांनासुद्धा त्यांच्या समस्यांसोबतच आनंद मिळवता येईल अशी आशा वाटते.

मी फक्त १७ वर्षांची असले तरीसुद्धा माझ्या वयाच्या इतरांपेक्षा मी आयुष्यात जास्त समस्या आणि अडचणी पाहिल्या आहेत. आता मला त्याबाबत काहीही आठवत नसलं तरी माझे आई-बाबा मला सांगतात की, माझा जन्म झाला तेव्हा माझ्यात प्रतिकारक्षमताच नव्हती आणि त्यामुळेच डॉक्टरांचं असं म्हणणं होतं की, मी एका वर्षापेक्षा जास्त जगूच शकणार नाही; पण माझ्या पालकांनी हार मानली नाही. ते ब्रिटनमध्ये राहायला गेले आणि तिथं मी जेमतेम सहा महिन्यांची असताना

माझ्यावर बोन मॅरो ट्रान्सप्लान्टची शस्त्रक्रिया करण्यात आली. ही शस्त्रक्रिया यशस्वी झाल्यावर त्यांच्या आनंदाला सीमा राहिली नाही; पण पुढच्याच वळणावर आणखी एक नवं आव्हान त्यांची वाट पाहत होतं, याची त्यांना सुतराम कल्पना नव्हती. माझी परिस्थिती फारच नाजूक होती अन् याचाच अर्थ मला पहिली पाच वर्षे घरात, जंतुसंसर्गापासून लांब एकांतात ठेवावं लागणार होतं. बंद जागेत लगेच जंतुसंसर्ग होतो म्हणून मित्रमंडळी तसेच इतर कुणीही मला भेटू शकणार नव्हतं.

तसेच माझ्या पालकांना काय कल्पना होती की, या ट्रान्सप्लान्टचे परिणाम किशोरवयात फुप्फुस तंतुभवनाच्या (पल्मनरी फायब्रॉसिसच्या) रूपात डोकं वर काढतील अन् माझी फुप्फुसं त्यांच्या एकूण क्षमतेच्या केवळ २० टक्के इतकंच काम करू शकतील.

सुदैवाने मला माझ्या आयुष्यातील त्या पहिल्या पाच वर्षांविषयी विशेष काही आठवत नाही. मला तर फक्त इतकंच आठवतंय की, मी एक खूप गमतीजमती करणारी छोटीशी आनंदी मुलगी होते. मला तब्येतीचा इतर काही त्रास होऊ नये यासाठी खबरदारी म्हणून मला स्टिरॉइडवर ठेवलं होतं; परंतु आईसोबत बागेत खेळणं, तसेच काही मित्र बनवल्याचं मला आठवतंय. अगदी सर्वसामान्य मुलांप्रमाणेच, माझ्या तिसऱ्या वाढदिवसाच्या दिवशी घातलेला हिरवा ड्रेस आठवतोय आणि आतापर्यंतच्या आयुष्यातील माझी पहिली मैत्रीण आठवतेय. तेव्हा मी खूप खूश होते कारण स्वादिष्ट चॉकलेट केकसोबत वाढदिवस साजरा करायला माझ्यासोबत तीसुद्धा होती.

माझी सुरुवातीची वर्षे आम्ही ब्रिटन आणि हॉलंडमध्ये घालवली, त्यादरम्यान काही आजारपणं सोडली तर एकंदर माझं आयुष्य मजेत गेलं. जसजशी माझी तब्येत सुधारत होती, मी बागेत सायकल चालवायला सुरुवात केली, काही नवीन मैत्रिणीसुद्धा केल्या. नंतर तीन वर्षे आम्ही एकाच वर्गात होतो. आमच्यात बरीच जवळीक निर्माण झाली. आम्ही समुद्रकिनारी पिकनिकला जायचो. हॉलंडमध्ये तर मी नाट्यशाळेत जायचे. नंतर आम्ही आमच्या घरच्यांसाठी आणि मित्रपरिवारासाठी नाटकं केली. तेव्हा मी एकदम बिनधास्त वागायची, सर्वांपुढे माझी कलाकौशल्यं दाखवायला मला जराही भीती वाटत नव्हती.

मी बारा-तेरा वर्षांची असताना आम्ही परत नवी दिल्ली म्हणजेच भारतात आलो आणि तो काळ माझ्यासाठी फार कठीण गेला, इथल्या माध्यमिक शाळेत मला फार त्रास सहन करावा लागला.

किशोरवयातील त्या काळात मला फक्त माझीच सोबत होती कारण माझ्या वर्गातील मुला-मुलींनी मला कधीच स्वीकारलं नाही; अर्थात त्या बुजऱ्या आणि स्वत:तच मग्न असलेल्या स्थितीपासून आता मी खूपच दूर आलेय. तिथे मी

कायमच बाहेरची होते, दुसऱ्या देशातून आलेली. ते सर्व अगदी सहजच करू शकणाऱ्या कित्येक गोष्टी करू न शकणारी; जसं की, मला त्यांच्यासारखं धावता यायचं नाही इतकंच नाही तर मी भरभर चालूही शकत नव्हते, ठरावीक गोष्टी खाऊ शकत नव्हते आणि त्यांच्याप्रमाणे नियमितपणे शाळेत हजर राहू शकत नव्हते. या सर्व गोष्टींमुळे ते सतत माझ्यावर शेरेबाजी करायचे किंवा टोमणे मारायचे. परिणामी, मी स्वत:तच रमायला लागले.

एकदा शाळेतर्फे आम्हाला हृषिकेशला सहलीला नेलं होतं. माझी तब्येत अशीच ठीक नसायची. तिथल्या डोंगराळ प्रदेशातील गारव्याने मला सर्दी-खोकला झाला. रात्री मला खोकल्याची जोरदार उबळ आली आणि काही केल्या थांबत नव्हती, मी अक्षरश: हैराण झाले होते अन् मध्यरात्री माझ्यामुळे झोप उडाली म्हणून माझ्या खोलीतील इतर मुली चिडल्या. त्यांपैकी एकीने तर मला एक तर गप्प राहा नाहीतर बाहेर जा असं सांगितलं. मला बरं वाटत नव्हतं आणि मी घरापासून लांब होते; मला काहीच सुचत नव्हतं आणि त्यात त्यांच्या या कोरडेपणाने मी फारच दु:खी झाले. धावत माझ्या नर्सकडे गेले. माझी एकंदर शारीरिक अवस्था पाहता माझ्यासोबत एक नर्स असावी असं शाळेने सांगितलं होतं. मला नेहमीच माझ्या नर्ससोबत प्रवास करावा लागायचा. त्या रात्री ती माझ्यासोबत होती म्हणून बरं झालं. तेव्हा तिच्या कुशीत शिरून मी ओकसाबोकशी रडताना तिने दाखवलेला दयाळूपणा आणि समजूतदारपणासाठी मी तिची ऋणी राहीन.

माध्यमिक शाळेतले ते दिवस माझ्यासाठी नक्कीच फार भयंकर होते; परंतु याच दिवसांत माझा व्यक्ती म्हणून विकास होऊन मी अधिक खंबीर झाले. याच दरम्यान मला जाणीव झाली की, इतरांनी कसं वागायचं किंवा काय करायचं हे काही आपल्या हातात नसतं आणि म्हणूनच त्याचा परिणाम आपल्या मनावर होऊ द्यायचा नाही. तेव्हा मी खरोखरच फारच हळवी झाले होते आणि एकाच वेळी बऱ्याच दिव्यांतून जात होते, म्हणूनच मी त्या सर्व गोष्टींमुळे हरले; परंतु त्यानंतर मात्र मी बाहेरच्या गोष्टींनी प्रभावित होणारी व्यक्ती राहिले नाही.

मी पंधरा वर्षांची असताना माझी तब्येत फारच बिघडली होती. एकंदर जीवनातले ते दिवस फारच वाईट होते. त्याच दरम्यान एक दिवस अचानक असं काहीतरी घडलं आणि माझं जीवनच बदलून गेलं. माझे वडील माझ्याजवळ आले आणि त्यांनी सांगितले की, त्यांना 'माझी प्रेरणा' या विषयावर व्याख्यान देण्याचं निमंत्रण मिळालंय. माझी जगण्यासाठी चाललेली धडपड आणि मी जीवनाबाबत हार मानण्यास दिलेला नकार यामुळे माझ्या वडिलांना त्यांच्या कामाच्या ठिकाणी म्हणजे टॅको बेल ॲन्ड केएफसीमध्ये मूकबधिर मुलांना नोकरी देण्याची प्रेरणा मिळाली होती. त्यांना वाटत होतं की, माझ्याबद्दल व माझ्यामुळे त्यांना कशी प्रेरणा मिळते

याबद्दल बोलणं अगदी सहज जमेल; पण जेव्हा त्यांनी माझ्या जीवनप्रवासाबद्दल लिहायला सुरुवात केली तेव्हा त्यांना जाणवलं की, त्यांना सारखं भरून येतंय आणि या विषयावर बोलणं तर त्यांना अजिबात जमणार नाही. त्यांनी त्यांच्या या अडचणीविषयी संयोजकांना सांगितलं; त्यांना माझ्या परिस्थितीबद्दल कळलं तेव्हा त्यांनी सुचवलं की, मी जर माझी कहाणी सांगितली तर ते फार चांगलं होईल. माझा एकंदर बुजरा स्वभाव पाहता माझ्या वडिलांना खात्री नव्हती. मात्र, 'मी करेन' असं म्हणून मी त्यांच्यासह स्वत:लासुद्धा आश्चर्यचकित करून टाकलं. त्या वेळी माझ्या तब्येतीमुळे मला शाळेतही विशेष काही करता येत नव्हतं, तसेच मला काही खास मित्र-मैत्रिणीही नव्हत्या म्हणून स्वत:ला गुंतवून ठेवण्यासाठी मला काहीतरी हवंच होतं. मला स्वत:लाच आव्हान देण्याची गरज वाटत होती. त्याचबरोबर घरी राहणं भाग असल्याने, घरी राहून करता येईल असं काहीतरी हवं होतं, म्हणजे आपण फक्त घरी राहून वेळ वाया घालवतोय असं होणार नाही.

आज मागे वळून पाहताना वाटतं की, ती माझ्या आयुष्यात घडलेली सर्वोत्तम गोष्ट ठरली. अशा प्रकारच्या समारंभांमधून नेमकं काय व कसं होतं, काय अपेक्षा करावी याची मला सुतराम कल्पना नव्हती. पुढचे काही आठवडे मी अशाच प्रकारचे कार्यक्रम कसे होतात, संकल्पना काय असते आणि घोषवाक्य, सुविचार जमवायला तसेच माझ्या आयुष्यातील चित्र जमवण्याची कामे केली. हा कार्यक्रम प्रेरणा आणि चालना देण्यासंदर्भातला असल्यामुळे माझं जीवन जगताना मला कराव्या लागणाऱ्या सघंर्षाने मला शिकवलेल्या पाच गोष्टी मी श्रोत्यांसमोर ठेवण्याचं ठरवून टाकलं. मी त्याला नाव दिलं जीवननौकेतलं गाणं. माझ्या मते याचा अर्थ असा की, जरी तुमची जीवननौका भरसमुद्रात संकटात सापडली असेल तरी आनंद साजरा करण्यासाठी तुम्ही काहीतरी कारण निश्चित शोधू शकता. त्या वेळी या एका गोष्टीने माझं जीवन आमूलाग्र बदलून जाईल आणि माझ्या जीवनाचा पुढचा प्रवास कसा असावा याबद्दल मला अंतर्मुख होऊन विचार करायला लागेल, याची मला जरादेखील कल्पना नव्हती.

या नवीन प्रकल्पासाठी माझ्या आयुष्यातला एक संपूर्ण महिना खर्ची पडला. मी आरशासमोर, गाडीत बसून आणि झोपायला जाण्यापूर्वी माझ्या भाषणाचा सराव करायचे. मी भाषणाच्या सरावाचे व्हिडिओ बनवले आणि ते करतानाही मला मजा आली.

मात्र, व्यासपीठावर उभं राहायचं आणि तीनशे श्रोत्यांसमोर भाषण करायचं म्हटल्यावर मला धडकीच भरली. मी फार बेचैन झाले होते. मला वाटतं होतं की, जरी माझ्याकडे माझ्या भाषणातील मुद्द्यांची कार्डं होती तरीही मी काहीतरी गडबड करेन. अखेर कोणतीही गडबड न होता माझं भाषण पार पडलं आणि भाषण

संपल्यावर जेव्हा सर्व श्रोत्यांनी उभं राहून अभिनंदन केलं तेव्हा तर माझा ऊर अभिमानाने भरून आला. अचानक मला अजून अशाच प्रकारची भाषणं करावी असं वाटू लागलं. कदाचित वर्षानुवर्षे विजनवासात घालवल्यामुळे असेल किंवा सातत्याने मला नाकारलं जातं होतं म्हणून असेल, मला लोकांसोबत राहायचं होतं आणि अशा कार्यक्रमांमधून त्यांच्याशी संवाद साधण्यासाठी, त्यांच्याशी जुळवून घेण्याचा हा अगदी योग्य मार्ग वाटला; त्यामुळेच संयोजकांनी त्यांच्या जयपूरला होणाऱ्या पुढच्या कार्यक्रमामध्ये याच विषयावर बोलण्याचं निमंत्रण दिलं तेव्हा मला खूप आनंद झाला.

मला नेहमीच एक प्रश्न विचारला जातो की, दैनंदिन जीवनात इतक्या अडचणींचा सामना करत असूनही माझा दृष्टिकोन इतका सकारात्मक कसा असू शकतो आणि मला इतकं बळ कुठून मिळतं. मी सांगते की, मी ज्या पद्धतीने जीवन जगते त्यामागे खूप सूक्ष्म विचार आहे आणि हा जाणीवपूर्वक घेतलेला निर्णय आहे.

गेल्या काही वर्षांत बऱ्याचदा माझी तब्येत अगदीच बिघडली. मला रुग्णालयातल्या खाटेवर सर्वांगाला नळ्या आणि सुया लावलेल्या अवस्थेत पडून राहावं लागायचं. बऱ्याचदा मला महिनोन्‌महिने घरात बंदिस्त राहावं लागत होतं. परिस्थिती इतकी खराब असायची की, आपणहून उठून बसता यायचं नाही की साधी कूससुद्धा बदलता यायची नाही. माझ्या या अशा आजारपणातच मी जाईन अशी चिंता वाटायची. मी रात्र रात्र जागून माझ्याच मृत्यूचा प्रसंग कसा असेल ते रंगवत बसायचे किंवा कल्पना करत बसायचे अन् अचानक एक दिवस साक्षात्कार झाला की, मृत्यू तर वैश्विक सत्य आहे. आपण सर्वजण एक ना एक दिवस मरणार आहोत; फरक फक्त इतकाच की, काहीजण आधी मरणार तर काही उशिरा मरणार. हे जर का असंच असेल तर स्वतःच स्वतःची कीव करत बसण्यापेक्षा, राहिलेले दिवस आनंदात घालवण्याचा प्रयत्न केला पाहिजे.

आपण आनंदी राहण्याच्या पर्यायाची निवड करू शकतो. ती एक वृत्ती आहे, जी आपण अंगी बाणवू शकतो. एक दिवस मी ठरवलं की, माझ्या आजाराला आणि दुःखाला माझ्यावर मात करू देण्यापेक्षा मी रोजच्या जगण्यात आनंद शोधेन. मला फुफ्फुस तंतुभवन (पल्मनरी फायब्रॉसिस) असेल तर असू दे. मात्र, तो माझ्यासाठी आनंदी असेल. (पल्मनरी फायब्रॉसिस हा एक असा आजार आहे ज्यामध्ये फुफ्फुसांवर व्रण तयार होतात आणि त्यांची क्षमता कमीकमी होत जाते.)

एकदा मी आनंदी राहण्याचा निश्चय केल्याबरोबर मला जीवनातील प्रत्येक छोट्या छोट्या गोष्टींत आनंद गवसला. मला आधीपासूनच चित्र काढायला आवडायचं आणि आज मी मला प्रेरणा देणाऱ्या गोष्टींची चित्रं काढण्यात, रंगवण्यात दंग

असते. माझे दोन कुत्रे लॅब्रेडॉर वंशाचा कोब आणि पग वंशाचा रोलो, त्यांची माझ्यावरील निरंतर निष्ठा आणि त्यांच्या गमतीजमती हे सर्व माझ्यासाठी आनंदाचा ठेवाच आहेत. मी काढलेल्या चित्रांपैकी काही उत्तम चित्रं त्यांचीच आहेत– माझ्यासोबत पलंगावर लोळतानाचे, कोपऱ्यामध्ये अंगाचं मुटकुळं करून पडलेले असतानाचे, एकमेकांसोबत खेळतानाचे. अगदी छोट्यातल्या छोट्या गोष्टीत कुत्रे आनंद शोधतात. फेरफटका मारण्याने, थोडासा खाऊ खाऊन उत्साहित होतात आणि त्यांच्या पोटाला गुदगुल्या केल्या तर ते अगदी स्वर्गीय सुखाचा आनंद घेतात. मनुष्यप्राणी त्यांच्याकडून खूप काही शिकू शकतो. –

मागील अनेक वर्षांमध्ये मी माझ्या दु:खाचं संधीत रूपांतर करण्याचा प्रयत्न केला आहे. मला इतरांप्रमाणे शाळेत जाता येत नाही की माझ्या आवडीच्या विषयांचा अभ्यासही करता येत नाही. याबद्दल कुरकुर करत बसण्यापेक्षा मी मला आवडणाऱ्या, माझ्या मनाला भुरळ घालणाऱ्या गोष्टी करण्यात वेळ घालवला. अगदी मॉडेलिंग क्षेत्रातही काम करण्याचा प्रयत्न केला. मला प्रत्यक्षात कधीही न भेटलेले लोक माझे फोटो पाहतील, माझं कौतुक करतील या कल्पनेमुळे मी भारावून गेले होते. माझ्या मॉडेलिंगच्या या वेडामुळे मला अगदी साग्रसंगीत फोटोशूट करण्याची संधी मिळाली आणि त्यादरम्यान मी पूर्णवेळ माझ्या व्हीलचेअरमध्ये बसून होते. ते तर अगदीच उत्साहवर्धक होतं.

मागील वर्षी दिल्लीच्या थंडीपासून आणि तिथल्या प्रदूषणाचा त्रास होऊ नये म्हणून मला मुंबईत हलवलं तेव्हा माझी शाळा चुकेल म्हणून मी खूपच खट्टू झाले होते. मग मला जाणवलं की, वास्तवात माझ्यासमोर दुसरा काही पर्यायच नाही कारण काही महिन्यांपूर्वी माझी तब्येत खूपच बिघडली होती; त्यामुळे मुंबईच्या उबदार वातावरणात हलवलं नसतं तर माझी तब्येत जास्तच खराब झाली असती. मुंबईत आल्यावर मला माझ्या मोजक्या मित्रांची आठवण यायला लागली. तरीही मी ठरवलं की, माझ्या कलेच्या क्लासनंतरच्या वेळेचा उपयोग मी मेकअप शिकण्यासाठी करून घ्यायचा. मी कल्पना केली होती अगदी तसेच ते उत्साहित करणारं होतं. मेकअपच्या ब्रशच्या व रंगाच्या काही कुशल फटकाऱ्यांनी काय काय साध्य होतं, हे पाहून मला नेहमीच खूप आश्चर्य वाटायचं. मेकअप शिकण्याच्या प्रक्रियेचा भाग म्हणून मी केवळ वैयक्तिक मेकअप कसा करायचा हेच शिकले नाही तर नाटकाच्या रंगमंचासाठी तसेच चित्रपटासाठी कसा मेकअप करतात तेही शिकले. एकदा थेट एका फॅशन शोच्या बॅकस्टेजला जाऊन रंगमचावर 'ग्रीस' नाटक करण्याच्या वेळी कसा मेकअप केला याचा प्रत्यक्ष अनुभवही घेतला.

मी आणखी एक मजेदार गोष्टदेखील केली, ती आठवण मी माझ्या हृदयाच्या एका कोपऱ्यात जपून ठेवलीय. ती म्हणजे लंडनमधील एका संध्याकाळी भावासोबत

पाहिलेला ब्रॉडवे शो! दिवसभर फुफ्फुस प्रतिरोपणासंदर्भातील कंटाळवाण्या अन् दुःखदायक चाचण्या आणि अथक चर्चेनंतरची भावासोबत घालवलेली ती संध्याकाळ मी कायम हृदयाच्या कोपऱ्यात जतन करून ठेवलीय. माझ्या आईसोबत लंडनच्या फॅशनेबल ऑक्सफर्ड रस्त्यावरून चालत, दुकानांमध्ये डोकावत, दुकानांच्या खिडक्यांत ठेवलेल्या वस्तूंकडे आ वासून पाहत तसेच रस्त्यावरचं जंकफूड खात शॉपिंग करणाऱ्या दोन मैत्रिणींप्रमाणे आम्ही कशा खिदळत होतो, तेही मला आठवतंय. लंडनमध्ये दवाखान्यात सतत फेऱ्या मारून थकल्यावर ताजंतवानं होण्यासाठी आम्ही सर्व सुट्यांकरता मॉरिशसला जायचं ठरवलं.

तिथं खूप मजा आली. अर्थात मला जे करायचं होतं ते स्नॉर्केल मला करता आलं नाही तरी मजा आली. मला चांगलीच कल्पना होती की, माझ्या फुफ्फुसांची अवस्था पाहिली तर स्वप्नातदेखील मी ते करू शकत नाही, तरी माझं मन काही मानेना. अखेर माझ्या मनाच्या हट्टाने मी आणि माझ्या घरच्यांनी मला कमीतकमी त्रास होईल याची खबरदारी घेऊन ही समस्या सोडवायचं ठरवलं. मी स्नॉर्केलिंगचा ड्रेस घातला आणि एका क्षणाकरता माझं डोकं पाण्याखाली घातलं आणि काय सांगू त्या एका निमिषात त्या स्फटिकासारख्या लकाकणाऱ्या स्वच्छ पाण्यात मी कितीतरी रंगीबेरंगी मासे पोहताना पाहिले. तो एक क्षण माझ्यासाठी सर्वस्व आहे.

कधीकधी वाटतं की, जीवनात आलेल्या या संकटांनी अन् त्यासोबतच्या संघर्षाने मला वेगळीच व्यक्ती बनवलं. मी जेव्हा १२ वर्षांची होते तेव्हा माझ्या तब्येतीने अगदीच वाईट वळण घेतलं. मी फारच नाजूक झाले आणि वजन फारच कमी झालं, कारण मला भूकच लागत नव्हती; त्यामुळे मी कसंतरी थोडसं पोटात ढकलायचे. अखेर डॉक्टरांना शस्त्रक्रिया करून माझ्या पोटात अन्न घालण्याची नळी बसवावी लागली होती, म्हणजे माझं कुपोषण तरी होणार नाही. मला वाटतं, या शस्त्रक्रियेने माझ्या लहानपणापासूनच्या सर्व शस्त्रक्रियांची आठवण ताजी केली. दुखायला लागल्यावर मी खूप किंचाळायचे आणि त्याचा परिणाम खूपच मजेशीर असायचा, कारण तेव्हा लगेच आईला माझ्याजवळ पाठवायचे आणि आम्ही दोघी दवाखान्यातच 'ग्रेज ॲनाटॉमी' पाहायचो. आम्ही एकमेकींना विनोद सांगायचो आणि आमच्या हसण्या-खिदळण्याने संपूर्ण पलंगच हादरायचा. खरंतर ते दुःखद होतं; पण मला तेवढीच गंमत वाटायची.

या आजारपणाच्या काळात काही वेळा खास करून, मागील दोन वर्षात दोनदा असं झालं की, मला महिनोन्महिने अंथरुणाला खिळून राहावं लागलं आणि मला माझी कूसदेखील बदलता येत नव्हती. त्या वेळी मी फारच गोंधळले होते आणि हा दुर्मीळ आजार मलाच का झाला आहे, याच उत्तर शोधत होते. आईकडे मी सतत तक्रार करायचे, रडायचे आणि हे माझ्याच वाट्याला का आलं म्हणून गोंधळही

घालायचे; हे किती अन्यायकारक आहे याबद्दल तिच्याशी बोलायचे; परंतु या सर्व दिव्यांमधून जात असतानासुद्धा ती खंबीर असलेली मला दिसली आणि त्यातूनच मला प्रेरणा मिळाली.

मी मलाच सांगितलं की, सदासर्वकाळ खंबीर राहणं कठीण असलं तरी मला फक्त प्रयत्न करायचाय. आपल्या हातात तेवढंच असतं. आताशा जेव्हा जेव्हा मी माझीच कीव करण्याचा अध्याय सुरू करायला लागते तेव्हा तेव्हा मी प्रयत्नपूर्वक माझ्या परिस्थितीच्या पलीकडे पाहण्याचा प्रयत्न करते. उदाहरणार्थ, मी जेव्हा बेघर लोकांना बघते तेव्हा मला एक चांगलं घर, चांगलं प्रेमळ कुटुंब, माझे कुत्रे आणि माझ्याभोवती प्रेम करणारी माणसं आहेत म्हणून मी स्वत:ला भाग्यवान समजते. माझ्यापेक्षाही कमनशिबी असलेल्यांच्या परिस्थितीकडे पाहते आणि माझ्याकडे जे आहे त्याबद्दल ऋणी राहण्यासाठी या गोष्टी चांगल्या स्मरणदायी ठरतात.

विविध कार्यक्रमांमधली माझी भाषणे माझ्यासाठी आनंदाचा स्रोत आहेत त्याचप्रमाणे माझे कुत्रेही! केवळ त्यांच्या सोबत खेळायचं आणि माझं लक्ष वेधून घेण्याकरता ते जे काही वेडे चाळे करतात ते पाहणं तर फारच गमतीशीर असतं. मी मजेशीर व्हिडिओ पाहते, ज्या ज्या गोष्टींमुळे माझ्या चेहऱ्यावर हसू टिकून राहील त्या सर्व गोष्टी मी करते. कधीकधी ज्यांच्याशी खूप दिवसांपासून बोलले नाही त्यांच्याशी बोलूनही मला आनंद होतो. काहीही झालं तरी मी माझ्या आजारपणाला माझ्यातला चांगुलपणा संपवू देणार नाही.

कारण माझ्या आयुष्यातील पहिल्या पाच वर्षांतला बराचसा काळ मी इतर सर्वांपासून दूर, अलिप्त होते. माझ्या वयाच्या इतर मुलांसोबत मी राहू शकले नाही आणि त्यामुळे मला अवघडल्यासारखं व्हायचं अन् मी बुजरी झाले. त्याचा परिणाम असा की, मला नेहमी अगदी मोजक्याच मित्र-मैत्रिणी होत्या, आता मात्र मला खूप मित्र-मैत्रिणी आहेत. काही शाळेतील, काही भावाचे मित्रमंडळ आणि यामुळे मला बरं वाटतं. बरेचसे जगाच्या इतर भागांतून आहेत, जरी त्या सर्वांना प्रत्यक्ष भेटता येत नाही म्हणून मला वाईट वाटत असलं तरी इंटरनेटमुळे आम्ही काही वेळ एकत्र येऊ शकतो.

आता माझं कलेतलं पदविका शिक्षण पूर्ण होत आलंय तेव्हा मी आणखी काय करू शकते अशा गोष्टींची स्वप्न पाहतेय. मला नेहमीच लंडनमधील बोर्नमाउथ कला विद्यापीठात जायची इच्छा होती. विशेष लोकांच्या गरजांनुसार ते अभ्यासक्रम तयार करतात आणि अपंग व्यक्तींकरता त्यांच्याकडे खरोखरच फार छान सोईसुविधा आहेत, म्हणूनच मला वाटतं की, शिकण्यासाठी ते एक उत्तम ठिकाण आहे.

मला प्रवास करायला खूप आवडतो पण माझ्या आजाराची सर्वांत वाईट गोष्ट कोणती असेल तर ती ही की, मला जास्त प्रवास करता येत नाही. मला अमेरिकेला

जावंसं वाटतंय तर स्पेनला जाणं माझं स्वप्नं आहे. तिथे जाऊन त्या त्या देशांतील प्रसिद्ध सौंदर्यस्थळांचा मला आस्वाद घ्यावासा वाटतोय; पण बहुधा ही स्वप्नं कधीच पूर्ण होणार नाहीत कारण अधिक उंचीवर ऑक्सिजनचा पुरवठा फारच कमी होतो आणि विमानात मला ऑक्सिजनची सुविधा आवश्यकच आहे.

रोजच्या जगण्यातील काही गोष्टी फारच त्रासदायक आहेत, जसं की रोज सकाळी आणि संध्याकाळी खोकल्याची उबळ येणं. इतका खोकला येतो की, श्वाससुद्धा घेता येत नाही. अन् याबाबत औषधे घेणं आणि ऑक्सिजन मशिनची मदत घेण्यापलीकडे इतर काहीच करता येत नाही. मला कायम या मशिनसोबतच झोपावं लागतं.

कायम मशिन किंवा कुणातरी व्यक्तीला सोबत ठेवावं लागत असण्याचा कधीकधी मला वैताग येतो. लोक माझ्याकडे टकामका बघतात आणि माझी कीव करतात. एका किशोरवयीन मुलीला हे सर्व असह्य आहे. मला इतरांसारखं एकट्याने बाहेर जाणं, प्रवास करणं आणि सर्वसामान्यपणे श्वास घेणं यांसारख्या अनेक साध्या गोष्टी करता येत नाहीत, याचा मला प्रचंड राग येतो. या दृष्टीने पाहिलं तर मला सतरा वर्षीय मुलीचं जीवन जगता येत नाही.

परंतु मी रोजच्या रोज स्वत:ला बजावते की, प्रत्येक क्षण जीवन जगणे हीच गोष्ट सर्वांत महत्त्वाची आहे. बऱ्याचदा मी स्वत:ला सांगते की, एखादा क्षण रडण्यात किंवा माझ्या वाट्याला आलेल्या जीवनाला नावं ठेवण्यात घालवणं हेदेखील तो क्षण वाया घालवण्यासारखंच आहे कारण तो क्षण मला परत कधीच मिळणार नाही.

अर्थातच या गोष्टी करण्यापेक्षा बोलणंच अधिक सोपं असल्याचं जाणवतं कारण आजारातील गुंतागुंतीच्या बाबी फारच शक्तिशाली असतात. कधीकधी मला वाटतं, या अडचणी मला गिळून टाकतील. तरीही मी सातत्याने माझ्या आजारपणापेक्षा मोठं होण्याचा प्रयत्न करते.

माझ्या आई-वडिलांसोबत माझे संबंध खूपच छान आहेत आणि त्यासाठी मी माझ्या कुंडलीतील ग्रहांना आशीर्वाद देते. आमचे संबंध सर्वसाधारण पालकांचे अन् पाल्याचे असतात तसे नाहीत. ते तर माझ्या मित्रांप्रमाणेच आहेत, कारण माझा बराचसा वेळ मी त्यांच्यासोबतच घालवते. जराही न घाबरता मी त्यांच्याशी मनमोकळेपणे बोलू शकते. काही बोलले तर खरडपट्टीच काढली जाईल अशी भीती मला वाटत नाही. त्यांच्या संगतीत मला मजा येते आणि मी त्यांच्याकडून खूप काही शिकते; यात सर्वांत महत्त्वाचं म्हणजे नातेसंबंध कसे मजबूत आणि दृढ करावेत हेसुद्धा आहे. माझी आई नेहमी सांगते, सर्वसामान्यत: असं दिसून येतं की, आजारी मुलांमुळे आई-वडिलांच्या नात्यावर ताण पडतो अन् त्याचं पर्यवसान

घटस्फोटात होतं; परंतु माझ्या आजारपणातून जाताना त्यांचे संबंध अधिक सुदृढ झाले आणि ते एकमेकांचे अधिक चांगले सहचर बनले. माझ्या ट्रान्सप्लान्टनंतर मला आणि आईला तीन वर्षे ब्रिटनमध्येच राहावं लागलं आणि वडिलांना भारतात; कारण माझ्या भावाची शाळा होती. बाबा त्यांच्या कामातही फारच व्यग्र असायचे; त्यामुळे तीन वर्षे आम्ही विभक्त कुटुंबाप्रमाणे होतो, परंतु त्या दूर राहण्यामुळे आम्ही मनाने अधिक दूर जाण्याऐवजी एकमेकांच्या अधिक जवळ आलो.

माझे आई-वडील माझे सर्वोत्तम शिक्षकसुद्धा आहेत. मी माझ्या आई आणि बाबांकडून सामर्थ्य घेतलं. मी क्षमा करण्यास, विसरण्यास आणि एकनिष्ठ राहण्यास शिकले. माझ्या मित्र-मैत्रिणींनी मला फसवलं आणि माझ्या पाठीमागून काहीबाही बोलले या गोष्टीमुळे जेव्हा मी हताश झाले होते तेव्हा ते मला सांगायचे, क्षमा कर आणि विसरून जा. त्यांनी त्यांच्या मित्रांसोबत तसंच वागून मला उदाहरण घालून दिलं. यामुळे तुम्ही अधिक चांगली व्यक्ती बनता. नातेसंबंध टिकवण्याबाबत मी त्यांच्याकडूनच शिकले. तसेच आपण स्वत:ला इतरांच्या ठिकाणी ठेवून पाहायचं म्हणजे आपल्याला त्यांची परिस्थिती समजते, हेही शिकले. ते अशा पद्धतीने लोकांशी वागतात की, प्रत्येकालाच आपण कुणीतरी खास आहोत असं वाटतं. माझ्या सभोवती इतकं प्रेमळ वातावरण आहे की, आनंदी राहण्याचा आणि इतरांना आनंदी करण्याचा प्रयत्न करणे ही माझी जबाबदारीच आहे.

आता माझा चमत्कारांवर विश्वास आहे आणि सर्वसामान्य जीवन जगण्याचं स्वप्न पाहण्याची माझी हिंमत होतेय. कदाचित माझा फायब्रॉसिस नाहीसा होईल आणि मी स्वप्न पाहिलेल्या सर्व गोष्टी जसं की, नोकरी करणं आणि स्वत:चा संसार करणं– सारं सारं काही मला करता येईल. तोपर्यंत परमेश्वराने दिलेल्या या जीवनरूपी सुंदर भेटीतून अधिकाधिक मिळवण्यासाठी मी कटिबद्ध आहे. ज्याप्रमाणे लेखक हॅन्स क्रिस्टन ॲन्डरसन एकदा म्हणालेच आहेत की, जगण्याचा मनमुराद आनंद घ्या, मरण्यासाठी पुष्कळ वेळ आहे.

टीप : अशी ही दुर्दम्य इच्छाशक्ती असलेली मुलगी तिच्या आजारपणाशी झुंजत असतानाच दिनांक २४ जानेवारी २०१५ रोजी अनंतात विलीन झाली.

◆

अंकित जिंदाल

अंकित जिंदालला पांढऱ्याशुभ्र आलेखाच्या स्वरूपात दाखवलंय, काळ्याकुट्ट पार्श्वभूमीवर पांढरा गडद आलेख अगदी उठून दिसतोय. अंकितचं स्वरूप दाखवणारं आलेखाचं चिन्ह अंकितला अनेक प्रकारे लागू होतंय. उद्योग जगतात आणि व्यवस्थापन क्षेत्राचा आलेख हे सर्वसाधारण रूपक असून, तोही याच व्यवसायात आहे. त्याचबरोबर आलेखातील मुख्य बिंदू अंकितच्या जीवनप्रवासातले प्रमुख चढ-उतार दाखवत असले तरीही चढत्या क्रमाने जाणारा आलेख त्याने खेचून आणलेलं यश दाखवतोय. काळीकुट्ट पार्श्वभूमी त्याचं भौतिक अपंगत्व दाखवत असली तरी त्यावरचा धवलरंगाचा आलेख, शारीरिक अपंगत्वावर मात करण्याचा त्याचा दृढनिश्चय दाखवून देतोय.

जेव्हा अंकित इतर तेरा वर्षांच्या मुलांप्रमाणेच गमतीजमती करणारा मुलगा होता तेव्हा शाळेतल्या नेहमी होणाऱ्या वैद्यकीय तपासणीत त्याला नेत्रतज्ज्ञांकडे पाठवलं आणि त्याचं जगच कोसळलं. त्याला रेटिन्टिस पिग्मेन्टोसा (दृष्टिपटलातील रंगाच्या ऱ्हासामुळे होणारा आनुवंशिक आजार) हा डोळ्यांचा दुर्मीळ आजार झाला असल्याचं नि:संदिग्ध निदान डॉक्टरांनी केलं. याचा परिणाम म्हणून हळूहळू त्याची दृष्टी कमकुवत होत जाऊन त्याला दिसणं बंद होणार होतं. तसं पाहिलं तर दृष्टी अधू असलेल्यांच्या जगाबद्दल अंकित काही पूर्ण अनभिज्ञ नव्हता. गुणसूत्रांमुळे होणारा हा आनुवंशिक आजार त्याला त्याच्या आईच्या बाजूने मिळाला होता. त्याचे आजोबा, चार मावश्या अन् मामा साऱ्यांनाच हा आजार झालेला होता. हा आजार झपाट्याने पसरतो आणि निदान झाल्यानंतर बारा वर्षांच्या आत त्याचा परिणाम दिसतो. अंकितने त्याची ९० टक्के दृष्टी गमावली आहे. सदा आनंदी राहणाऱ्या अंकितला, मित्रांसमवेत क्रिकेट खेळणाऱ्या अंकितला लवकरच त्याचे धडे वाचायला मोठ्या टाइपातील पुस्तकाची गरज भासायला लागली, नंतर तर त्याने भिंग वापरायला सुरुवात केली आणि जेव्हा त्याला मोठ्या नंबरचा चश्मा वापरूनसुद्धा वर्तमानपत्रातील मथळे वाचता यायचंदेखील बंद झालं तेव्हापासून त्याने वाचनाचा नादच सोडला.

'वयाच्या तेराव्या वर्षी जेव्हा बरीचशी मुलं भविष्याची स्वप्नं पाहतात, त्यानुसार योजना आखतात; मला मात्र मी लवकरच आंधळा होणार, या सत्याचा सामना करावा लागला आणि बाकीचं आयुष्य अंधारात; माझ्या छोट्या, छोट्या गरजांसाठी इतरांवर विसंबून राहायला लागेल याबाबत विचार करावा लागला. सत्य कितीही भीतिदायक असलं तरी चिंता करत बसणं आणि हार मानणं हा काही पर्याय नव्हता. माझ्या डोळ्यांच्या आजाराचं निदान ऐकलं आणि माझे पालक तर खचलेच; पण मी माझ्या मामाला, मावश्यांना अधू दृष्टीसहित सर्वसामान्य आयुष्य जगताना पाहिलं होतं. मीसुद्धा निश्चय केला की, मला हवं तसं आयुष्य मी जगेन आणि माझ्या अधू

दृष्टीमुळे आयुष्यात मागे राहणार नाही. मी ठरवलं की, जीवनाच्या खेळात हार मानायची नाही. परंतु आत कुठंतरी खोलवर मला जाणवत होतं की, फक्त परिस्थितीचा स्वीकार करून चालणार नाही. मला माहीत होतं की, मला एकाग्रपणे लक्ष केंद्रित केलं पाहिजे. जीवन जगणं हाच एक लढा झाल्यामुळे मला कायमच सकारात्मक भूमिकेतच राहायला लागेल.

'आज मला बरं वाटतंय. मी हार मानली नाही ते चांगलंच झालं, नाही तर गेल्या काही वर्षांत ज्या आनंददायक, उत्तेजक, साहसी गोष्टी मी केल्या त्या मला कधीच करता आल्या नसत्या.' गेल्या वर्षी या अठ्ठावीस वर्षीय तरुणाने आयटी क्षेत्रातील विप्रोसारख्या आघाडीच्या कंपनीच्या आवारातील कॉफी शॉपमध्ये बसून मला हे सांगितलं. त्याने त्याची दृष्टी गमावल्यापासूनच्या पंधरा वर्षांची कहाणी, ज्या अनुभवांनी त्याला घडवलं आणि हे सर्व ऐकताना मला त्याचं म्हणणं अगदी पटत गेलं.

लहान असताना मी जेव्हा माझ्या मित्रांबरोबर मुंबईतल्या आमच्या घराबाहेर क्रिकेट खेळायचो तेव्हा बऱ्याचदा मी शॉट मारण्यासाठी उचललेली बॅट बॉलला लागायचीच नाही. ही एक गोष्ट आणि माझी डोळे मिचकवण्याची सवय, या दोन्ही गोष्टी तेव्हा आमच्या मित्रमंडळीत चेष्टेचा विषय बनल्या होत्या; पण एक दिवस या चेष्टेने गंभीर रूप धारण केलं. जेव्हा लागोपाठ घेतलेल्या डॉक्टरांच्या भेटीने मलासुद्धा माझ्या आईचे वडील म्हणजेच माझे आजोबा, माझ्या मावश्या अन् मामा यांना ज्या आनुवंशिक आजाराने आंधळं केलं तोच झालाय असं सांगितलं. आता बाकीचं आयुष्य अंधारात घालवायला लागेल आणि इतरांवर अवलंबून राहायला लागेल, सुरुवातीला या सत्याचा स्वीकार करणं मला फार अवघड गेलं. नंतर मात्र हळूहळू टप्प्याटप्प्याने मी ते पूर्णपणे स्वीकारलं. मी कमीकमी होत असलेल्या दृष्टीसोबत जुळवून घ्यायला सुरुवात केली. सुरुवातीला मोठ्या टाइपामधील वाचन, नंतर भिंग वापरणं, मोठ्या नंबरचा चश्मा आणि नंतर तर माझी आई सरला जिंदाल माझ्यासाठी वाचायला लागली. माझ्या अभ्यासात साहाय्यक बनली. मी माझ्या वर्गातील हुशार विद्यार्थ्यांपैकी एक होतो आणि दृष्टी अधू झाली असली तरी मला माझं ते स्थान गमवायचं नव्हतं! मी दहावीत असताना पहिल्यांदा भिंग वापरायला लागलो पण पदवीला येईपर्यंत माझं स्वत: पुस्तक वाचणं थांबलं. वयाच्या १९-२० व्या वर्षी पूर्णपणे दुसऱ्यावर विसंबलो. अशा परिस्थितीत शैक्षणिक सत्र करणं अजिबात सोपं नव्हतं; पण माझं तर आधीच ठरलं होतं की, हार मानायचीच नाही.

पदवीचं शिक्षण घेत असताना वर्गात जरा जास्तच लक्ष केंद्रित करून मी अभ्यासाचा मेळ घातला. प्रात्यक्षिकांमधून शिकण्यावर माझा जास्त विश्वास आहे, म्हणूनच मी साऱ्या स्पर्धांमधून भाग घ्यायचो. माझे बरेच मित्र जास्तीतजास्त वेळ फक्त पुस्तकांसोबत घालवायचे, मी तसं केलं नाही. मी व्यापार व्यवस्थापन (बिझनेस मॅनेजमेंट) या विषयात बेंगळुरुमधील सुराणा महाविद्यालयातून पदवी घेतली. तिथे सर्व शाखांकरता विविध स्पर्धांचं आयोजन केलं जायचं. उदाहरणार्थ

'बिझनेस प्लॅन' (उद्योग आराखडा) यामध्ये आर्थिक मॉडेल (प्रतिकृती) तयार करून विविध टप्प्यांवर त्याचं परीक्षण करण्याचा समावेश असायचा. अशा प्रकारच्या स्पर्धांमध्ये भाग घेताना मला खूप काही शिकायला मिळालं.

गुंतागुंतीच्या आर्थिक बाबी माझ्या आईला विशेष कळत नसल्या तरीसुद्धा ती माझ्यासोबत बसून मला मदत करायची, तिच्या धैर्याची मोजदाद करणं कठीण आहे. विशेषत: माझ्या पाठोपाठ काही वर्षांनंतर माझ्या लहान भावालादेखील हाच आजार झाल्याचं निष्पन्न झालं आणि त्याचीही दृष्टी वेगाने कमीकमी होऊ लागली तेव्हा ती एक सर्वसामान्य गृहिणी होती; पण तिच्या दोन मुलांच्या आयुष्याला आकार देण्यासाठी तिने एकदम असाधारण भूमिका निभावली. बाहेरून अन्य कोणतीही मदत घेण्याऐवजी आम्ही दोघंही आमच्या अभ्यासासाठी तिच्यावरच अवलंबून होतो. विशेषत: नव्यानेच अंधकारमय झालेल्या आमच्या जगात तीच आमची पथदर्शक होती. सुदैवाने पदवी अभ्यासक्रमाच्या दुसऱ्या वर्षाला असेपर्यंत माझी दृष्टी टिकली आणि म्हणूनच मी परीक्षेत माझे पेपर लिहू शकलो. त्या वेळी मला कल्पना नव्हती की, माझं पुढचं शिक्षण पूर्ण करण्यासाठी मला उत्तरपत्रिका लेखनिकाचा शोध घेण्याचं आव्हानात्मक आणि निराशाजनक काम करावं लागेल.

मी माझी दहावीची परीक्षा दिल्याबरोबर आमच्या भल्यामोठ्या परिवारातले नातलग आडूनआडून सुचवू लागले की, वडील राजीव जिंदाल यांच्या मालकीच्या कापड व्यवसायातच मी काम सुरू करावं. त्यांचा उद्देश चांगलाच होता आणि एका आंधळ्या मुलाने बाहेर कुठेतरी धडपडण्यापेक्षा घरच्या व्यवसायाच्या सुरक्षित वातावरणातच राहणं बरं; पण माझ्या डोक्यात वेगळाच विचार होता आणि माझ्या योजना वेगळ्या होत्या. माझ्या वडिलांनी मला व माझ्या भावाला स्पष्टच सांगितलं होतं की, आम्ही दोघंही आम्हाला हवं तेवढं शिकू शकतो.

सन २००२ मध्ये आम्ही बेंगळुरुला राहायला गेलो. माझ्या वडिलांना धंद्यात तोटा झाला आणि आमची आर्थिक स्थिती ढासळली. मी बिझनेस मॅनेजमेंटच्या पदवी अभ्यासक्रमासाठी प्रवेश घेतला आणि ते व्यवस्थित पूर्ण केलं. कदाचित व्यापाराची पार्श्वभूमी असलेल्या घरात जन्म घेतल्यामुळे असेल की त्याबाबतची कुशाग्र बुद्धी मला निसर्गत:च लाभली होती. त्याचबरोबर मी 'सीएनबीसी'वरील कार्यक्रम अगदी मन लावून ऐकायचो आणि व्यापार जगताच्या संबंधात काय घडतंय त्याबद्दलची माझी समज घासूनपूसून तिला अधिक धारदार करत होतो.

आमच्या महाविद्यालयाच्या कॅम्पसमध्ये जेव्हा विविध कंपन्या येऊन मुलाखती घ्यायला लागल्या तेव्हा अपंगांबद्दल जगाचा एकूण दृष्टिकोन कसा असतो ते मला उमजायला लागलं. खूप कंपन्यांनी माझ्या मुलाखती घेतल्या आणि फक्त आंधळा आहे म्हणून मला बाद केलं. नंतर सॉफ्टवेअर क्षेत्रातील सर्वोत्कृष्ट तीन कंपन्यांपैकी

एक कंपनी आमच्या कॅम्पसमध्ये आली आणि जेव्हा मी त्यांना विचारलं की, ते एका आंधळ्याला कामावर ठेवण्यास तयार आहेत का? तेव्हा इतर कंपन्यांहून त्यांचा प्रतिसाद वेगळा होता. तू अर्ज कर, आम्ही तुझ्या अर्जाचा विचार इतर उमेदवारांच्या अर्जाप्रमाणेच करू.

या कंपनीकडे अपंगांना रोजगार देण्यासंदर्भात सल्ला देण्याकरता, मदत करण्याकरता एक बाह्य सल्लागार होत्या, त्यांचं नाव रमा चारी. कंपनी सर्वसमावेशक व्हावी म्हणून त्यांची नेमणूक केलेली होती आणि ते माझ्या दृष्टीने माझं सुदैवच ठरलं, कारण त्यांनी प्रशिक्षण सर्वसमावेशक असेल याची खातरजमा केली. प्रशिक्षकही अपंगत्वाबद्दल संवेदनशील होते.

माझ्या सुट्यांच्या कालावधीत मला जॉज– (JAWS- Job access with speech) एक असं सॉफ्टवेअर जे स्क्रीनवरच्या सूचना मोठ्याने वाचून दाखवतं, अगदी इन्स्टॉलेशनसंबंधीच्या सूचना आणि की-बोर्डवरील की दाबल्यावर ते मोठ्याने सांगतं, यामुळे आंधळी व्यक्ती केवळ की-बोर्ड वापरून प्रोग्राम सुरू करू शकते. कागदपत्र वाचू शकते, मला हे सॉफ्टवेअर मिळालं. या सॉफ्टवेअरने आंधळ्यांच्या आयुष्यात क्रांतीच घडून येऊ शकते. मला हे सॉफ्टवेअर कामावर रुजू होण्याच्या एक महिना आधी म्हणजे अगदी बरोबर वेळेवर मिळालं. नवीन नोकरीचे सुरुवातीचे काही दिवस फारच कठीण होते. आमच्या इथे संगणक कौशल्यामध्ये प्रती मिनिट ३० शब्द ८० टक्के अचूकतेसह टाइप करता येणं अनिवार्य होतं. पहिल्या दिवशी माझा वेग प्रती मिनिट ४ शब्द आणि २० टक्के अचूकता असा होता. तेव्हा मला अगदी स्पष्टपणे सांगण्यात आलं की, एकतर २१ दिवसांमध्ये मी सुधारणा करावी नाही तर सरळ नोकरीला रामराम ठोकावा. तेव्हा मी रात्रीची झोप सोडून दिल्यातच जमा होती; रोज रात्री आता बोटं गळून पडतील असं वाटेपर्यंत मी टायपिंगचा सराव करायला सुरुवात केली. अखेर २२ व्या दिवशी जेव्हा माझी टायपिंगची चाचणी घेतली तेव्हा मी एका मिनिटात २९ शब्द १०० टक्के अचूकतेसह टाइप केले होते. माझ्या प्रशिक्षक बाईंच्या डोळ्यांत आनंदाश्रू उभे राहिले. मी चांगल्या श्रेणीत उत्तीर्ण झालो म्हणून त्यांना माझा अभिमान वाटत होता.

गेल्या दहा वर्षांपेक्षा जास्त अवधीत माझ्या आयुष्यातील प्रत्येक क्षणी मला सक्षम करण्याबाबत तंत्रज्ञानाने फार महत्त्वाची भूमिका पार पाडली आहे. ज्यावेळी माझा संगणक कामावर मला माझी उत्पादकता वाढवण्यास मदत करतो त्याच वेळी माझा आयफोन मला दैनंदिन गोष्टी करण्यास सक्षम करतो. उदाहरणार्थ कुठेही जाताना मी गुगल मॅपचा उपयोग करतो आणि मी माझ्या ड्रायव्हरवर अवलंबून राहण्याऐवजी त्यालाच मार्गदर्शन करू शकतो. आज माझे बँकेचे सर्व व्यवहार फोनवरच करतो. माझे सर्व वाचन- हार्वर्ड बिझनेस रिव्ह्यू, बिझनेस सेल्फ हेल्प

पुस्तके आणि पॉल कोईल्हो यांची पुस्तकेही फोनवरच वाचतो. मला वाटतं, हे सगळं आधुनिक तंत्रज्ञान माझ्या पदवीच्या किंवा माझ्या एमबीए शिक्षणाच्या वेळी असतं तर किती बरं झालं असतं.

माझ्या नोकरीच्या पहिल्या सहा महिन्यांमध्ये कोणताही मॅनेजर मला त्याच्या टीममध्ये घेण्यास तयार नव्हता. आमच्या कंपनीत दृष्टीने अधू असलेले इतरही कर्मचारी होते; पण ते सगळे कंपनीच्या बीपीओ विभागात सपोर्ट सेक्शनमध्ये होते. अपंगांच्या नेमणुकीसंदर्भात कंपनीच्या सल्लागार रमा चारी यांना मी कंपनीच्या व्यावसायिक भूमिकेत असावं असं वाटत होतं. तो काळ अस्थिरतेचा होता. मला फक्त इतकंच समजत होतं की, आता माझं टिकून राहणं जास्त महत्त्वाचं आहे. मला खात्री होती की, लोकांना वाटतं त्यापेक्षा कितीतरी जास्त काम करण्याची क्षमता माझ्यात आहे; परंतु पहिले सहा महिने जेव्हा कंपनीत मला काही काम नव्हतं, मी कॅफेटेरिया, पॅन्ट्रीमध्ये बसायचो अन् मनुष्यबळ विकास विभागाच्या (एचआर) विविध उपक्रमांमध्ये स्वेच्छेने भाग घेऊन मदत करायचो.

अशा प्रकारे स्वेच्छेने काम करण्यामुळेच मला माझी क्षमता सिद्ध करता आली. त्या कामाची सुरुवात एचआर विभागाकरता प्रश्नावली बनवण्याने झाली. काम करताना अपंग कर्मचारी किती समाधानी आहेत, हे त्यांना समजून घ्यायचं होतं. ते माझं पहिलं काम होतं आणि मी अहवाल तयार केला; मनुष्यबळ विभागाला दाखवण्यापूर्वी मी त्याचं विश्लेषण केलं. माझ्या सुदैवाने तो अहवाल मनुष्यबळ विभागातील व्हाइस प्रेसिडेंट यांच्यापर्यंत गेला. सदर अहवाल मीच तयार केला आहे, हे सर्व वरिष्ठांना समजण्याची व्यवस्था रमा चारी यांनी केली. यामुळेच कामाच्या ठिकाणी महत्त्वाची भूमिका मिळवण्यासाठी माझी बाजू भक्कम झाली. रमा चारी यांनी मला धीर धरायला शिकवलं. त्या मला म्हणाल्या की, थोडा वेळ दे, एखाद्या विभागात तरी तुला नक्कीच घेतील. त्यांना दाखवून द्यायचं होतं की, योग्य आधार आणि वातावरण उपलब्ध करून दिलं तर दृष्टीने अधू असलेला माणूसदेखील सर्वसामान्य माणसाप्रमाणेच काम करू शकतो.

जेव्हा मला मॅनेजरने 'नो कॉल, नो शो' म्हणजेच काहीही न कळवता अचानक एके दिवशी कामावर येणं बंद करणाऱ्या कर्मचाऱ्यांना फोन करण्याची जबाबदारी दिली, ती माझी पहिली मोठी संधी ठरली. माझी भूमिका अशी होती की, मी त्यांना फोन करायचा, त्यांच्याशी संवाद साधायचा आणि त्यांना परत कामावर येण्यासाठी प्रवृत्त करायचं. मी काम करत असलेल्या उद्योग संस्थेची अपेक्षा होती की, मी अशा मनमौजी कर्मचाऱ्यांपैकी दहा ते बारा टक्के कर्मचाऱ्यांना परत आणलं तरी पुष्कळ होईल. म्हणजे अचानक काम सोडून गेलेल्या शंभर कर्मचाऱ्यांपैकी १० लोकांना जरी मी कामावर परत आणलं तरी ते खूश झाले असते. माझ्या आधी हे काम

करणारी व्यक्ती शंभरपैकी आठ-नऊजणांना परत आणण्यात यशस्वी झाली होती. त्याच क्षणी मला जाणवलं की, इथे वेगाने नाहीतर सहानुभूतीने आणि मनाला साद घालणारी कौशल्यं वापरून या हरवलेल्या कर्मचाऱ्यांशी संवाद साधायला हवा. जेव्हा मी तीस टक्के कर्मचाऱ्यांना परत आणण्यात यशस्वी झालो तो तर माझ्यासाठी जॅकपॉटच ठरला. माझे वरिष्ठ एकदम प्रभावित झाले. तो काळ म्हणजे बीपीओ कंपन्यांसाठी कठीण होता, तेव्हा तीस टक्के कर्मचारी कामावर परत आणणं म्हणजे मोठी कामगिरी होती. त्यादरम्यान मी सातत्याने फोनवर असायचो. काही कर्मचाऱ्यांच्या बाबतीत तर एक पाऊल पुढे जाऊन कर्मचाऱ्यांच्या पालकांशी, जोडीदाराशी आणि इतर वडीलधाऱ्या मंडळींशी बोलावं लागलं, तेव्हा कुठे ते परत आले.

या विशिष्ट प्रकल्पावरच्या माझ्या अहवालाची तर कंपनीत बातमीच झाली कारण त्यामुळे बऱ्याचशा प्रकरणांमध्ये या संघर्षाला मॅनेजरच जबाबदार असल्याचं समोर आलं. आमच्या व्यवस्थापनाच्या सर्व मनुष्यबळ विभागांत हे अहवाल पोहोचले. सुरुवातीला तीन महिन्यांमध्ये एकदा तयार होणारा अहवाल मासिक झाला आणि नंतर साप्ताहिक झाला. अचानकच सर्वांना कर्मचारी का सोडून जातात हे समजून घेण्यात रुची उत्पन्न झाली आणि ते सर्वजण हे सगळं कसं काय थांबवता येईल याबद्दल विचार करायला लागले. मी काम सोडून गेलेल्या शंभर कर्मचाऱ्यांपैकी तीस कर्मचारी परत आणत होतो. कंपनीच्या पायाभूत गोष्टींवर तीस टक्के प्रभाव पडत होता. कंपनीला अतिरिक्त कर्मचाऱ्यांची नेमणूक करण्याची गरज नव्हती त्याच बरोबर त्यांच्या प्रशिक्षणावर वेळ आणि पैसा खर्च करावा लागत नव्हता आणि लोकांच्या अचानक काम सोडून जाण्यामुळे व्यापारात खंड पडणार नव्हता.

या यशामुळे माझा आत्मविश्वास वाढला, मी कंपनीत महत्त्वाचं काम करत होतो. याचाच परिणाम म्हणून मला संघर्ष व्यवस्थापन समितीचा भाग बनवलं गेलं. अर्थात ही गोष्ट किती महत्त्वाची आहे याची मला त्या वेळी जाणीवही नव्हती; पण आज जेव्हा मागे वळून पाहतो तेव्हा मला जाणवतं की, नव्याने नेमणूक झालेल्या एका कर्मचाऱ्याचा अशा महत्त्वाच्या प्रक्रियेत सहभाग करणं, ही केवढी मोठी गोष्ट होती. नंतर याच विषयाच्या अनेक कार्यशाळांचा मी भाग होतो आणि या सर्व गोष्टींमुळे माझ्या कंपनीमध्ये माझं स्वतःचं एक वेगळं असं स्थान निर्माण होण्यास मदत झाली.

सन २००७ मध्ये मी, रमा चारी आणि इतर दोघं-त्यातील एक साक्षी ब्रूटा, ज्या नॅशनल सेंटर फॉर प्रमोशन ऑफ एम्प्लॉयमेंट फॉर डिसेबल पर्सन (एनसीपी इडीपी) इथे रमांच्या सहकारी होत्या आणि दुसरी व्यक्ती विजय कृष्णस्वामी, माझा सहकारी, जो कानाने अधू आहे, आम्ही चौघांनी मिळून एक स्वयंसेवी संस्था स्थापन केली. डायव्हर्सिटी अॅन्ड इक्वल अपॉर्च्युनिटी सेंटर (डीइओसी), कामाच्या ठिकाणी

सर्वसमावेशक वातावरणाची निर्मिती करणे, हाच या संस्थेचा उद्देश होता. कामाच्या ठिकाणी आमच्या वाट्याला येणाऱ्या निराशा, उपेक्षा आणि भेदभाव या साऱ्यांचा एक अपंग व्यक्ती म्हणून मीही अनुभव घेतला होता. यामुळेच कामाच्या ठिकाणचं वातावरण सर्वसमावेशक करण्यासाठी म्हणजेच आमच्यासाठी अनुकूल करण्यासाठी नेमकं काय करायला हवं ते मला माहीत होतं. माझ्या घरचे आणि मित्रमंडळी नेहमीच माझ्यासोबत खंबीरपणे उभे राहून मला आधार द्यायचे, यामुळेच तसं पाहिलं तर तुलनात्मकदृष्ट्या माझा प्रवास बराच सुसह्य झाला; पण मला कल्पना आहे की, बहुसंख्य अपंग व्यक्तींच्या बाबतीत असं होतंच असं नाही. माझ्या वाईट दिवसांमध्ये मला मदतीचा हात देऊन सावरणाऱ्या समाजासाठी मला काहीतरी करण्याची इच्छा होती. काही समविचारी लोकांसमवेत डीइओसी स्थापन करून काम करणे हा उत्तम मार्ग आहे. आम्ही ठरवलं की, औद्योगिक संस्था, अपंगांसाठी काम करणाऱ्या स्वयंसेवी संस्था आणि अपंग व्यक्तींच्या प्रश्नाबाबत काम करणाऱ्या सल्लागार संस्था यांच्यामध्ये समन्वय साधणाऱ्या पुलाचे काम आम्ही करू शकतो. यानंतरच्या आयुष्यातील काही वर्षांचा हा काळ भावनिकदृष्ट्या खूपच समाधानकारक होता, कारण या कालावधीतच डीइओसी संस्था म्हणून विकसित झाली. अशी संस्था जिने कंपन्यांना सर्वसमावेशकता आणण्याकरता धोरणात्मक विकास करणे आणि समान संधीच्या धोरणाचे पुनरावलोकन करून ती मांडणे तसेच त्यांच्याकडून त्यांच्या सुलभ अंमलबजावणीचा अहवाल तयार करण्याबाबत सल्ला देणे आणि याबाबत प्रशिक्षण देणे यांसारखी महत्त्वाची कामे केली.

आमच्या सुरुवातीच्या काही प्रकल्पांपैकी एक होता, संवाद प्रकल्प (प्रोजेक्ट कम्युनिकेट). यामध्ये आम्ही आयटी क्षेत्रातील माफ्सिस या कंपनीसोबत जोडले गेलो होतो. आम्ही त्यांना सांगितलं की, बेंगळुरुजवळच्या शहरांमधून आम्ही ४० अपंग व्यक्तींना दोन महिन्यांचं निवासी प्रशिक्षण देऊ आणि काम करण्यायोग्य बनवू. साठ दिवसांच्या प्रशिक्षणानंतर माफ्सिस कंपनीने ३८ जणांना बिझनेस प्रोसेस एक्झिक्युटिव्ह म्हणून नेमलं. बाकी दोघं स्वत:च गहाळ झाले. याच प्रकाराने अजून तीन बॅचना प्रशिक्षण दिल्यानंतर आम्ही आमचं लक्ष प्रशिक्षक तयार करण्यावर केंद्रित केलं. अपंगांसाठी काम करणाऱ्या बऱ्याचशा संस्थांना याबाबत तयार केलं. आम्ही माफ्सिसच्या सहयोगाने 'ट्रेन द ट्रेनर' (प्रशिक्षकांना प्रशिक्षित करा) हा प्रशिक्षण कार्यक्रम तयार केला आणि त्यापुढे हा प्रशिक्षण कार्यक्रम राबवण्याकरता सामाजिक संस्थेकडे सुपुर्द केला.

दरम्यानच्या काळात डीइओसीला असं जाणवलं की, अपंगांच्या रोजगारासंदर्भात केवळ कंपन्यांनाच नाही तर स्वयंसेवी संस्थांनासुद्धा पुरेशी माहिती नसते. सन २००७ मध्ये डीइओसीने भारतीय औद्योगिक क्षेत्रासोबत एका प्रकल्पावर काम सुरू

केलं; यामध्ये भारतातील औद्योगिक क्षेत्रं अधिक सर्वसमावेशक आणि संवेदनशील कशी करता येतील याबाबत जागृतीचा कार्यक्रम हाती घेतला. 'व्हॅल्यूज रूट टू बिझनेस सक्सेस : द व्हाय अॅन्ड हाऊ ऑफ एम्प्लॉइंग पर्सन्स विथ डिसॅबिलिटीज' या नावाचं अपंग व्यक्तींना कामावर ठेवण्याबाबतचे सर्व तपशील असलेलं भारतातील पहिलं हॅन्डबुक तयार केलं. माझ्या जीवनप्रवासातला या पुस्तकाच्या सहलेखनाचा हा अनुभव मी अगदी जपून ठेवलाय. यासाठी दोन वर्षे अथक मेहनत घ्यावी लागली, या क्षेत्रात काम करणारे अनेक तज्ज्ञ आणि संस्थांशी समन्वय साधला; पण त्यासाठी केलेली मेहनत सार्थकी लागली; कारण ज्यांना अपंग व्यक्तींना रोजगार द्यायचा आहे, त्यांच्यासाठी या एकाच पुस्तकात सर्व संदर्भ उपलब्ध आहेत.

दरम्यानच्या काळात मी ज्या कंपनीत होतो तिथे या विषयाचा तज्ज्ञ बनलो होतो. ही गोष्ट म्हणजे कंपनीत नव्याने रुजू झालेल्या माझ्यासारख्यांसाठी अगदी लवकर मिळालेली बढती होती; परंतु 'मास्टर इन बिझनेस मॅनेजमेंट' या पुढच्या शिक्षणासाठी कंपनी सोडायचं ठरवलं तेव्हा मी पंधराजणांच्या टीमचं नेतृत्व करत होतो. ही टीम बीपीओमध्ये काम करणाऱ्या कर्मचाऱ्यांच्या जीवनक्रमातील सर्व वीस बॅकएन्ड प्रक्रियांसाठी (अशा प्रक्रिया ज्यामध्ये ग्राहकाशी थेट बोलून संवाद साधला जात नाही, जसे की वित्त विभाग, सॉफ्टवेअर, टेक्निकल सपोर्ट... इत्यादी) जबाबदार होती.

लहानपणी मी एमबीएबद्दल जी स्वप्नं पाहिली होती त्याप्रमाणे तिथे काहीच नव्हतं. किशोरवयात मी शेफ होण्याचं स्वप्न पाहत होतो. स्वयंपाकघरात केक, आइस्क्रीम किंवा एक्झॉटिक विदेशी सॅन्डविच बनवण्यात घालवलेला वेळ म्हणजे माझे आनंदाचे क्षण आणि त्यामुळे आमच्या नातेवाइकांमध्ये मी लोकप्रियसुद्धा झालो होतो; परंतु मी ज्या व्यापारी घराण्यात जन्मलो तिथे अशा महत्त्वाकांक्षेला मान्यता मिळणं शक्य नव्हतं. एकदा माझे काका मला म्हणाले, तू व्यापाऱ्याचा मुलगा आहेस आणि तुला आचारी व्हायचंय? म्हणून मग मी माझं शेफ होण्याचं स्वप्न बासनात गुंडाळून ठेवलं आणि एमबीएवर लक्ष केंद्रित करण्याचं निश्चित केलं.

मी नामांकित महाविद्यालयातूनच एमबीए करण्याचा संकल्प केला होता आणि कामावरच्या जबाबदाऱ्यांमुळे दोन प्रयत्नांनंतरही माझी निवड होऊ शकली नव्हती. मी निराश झालो होतो. सन २००७ मध्ये माझ्या छोट्या भावाने इंजिनिअरिंग पूर्ण झाल्याबरोबर एमबीएची पूर्वपरीक्षा दिली अन् तो पहिल्या प्रयत्नात यशस्वी झाला आणि त्यामुळे मला अधिक मेहनत करण्याची प्रेरणा मिळाली. माझा चुलतभाऊ दिवाकर गुप्ता बेंगळुरुमध्ये स्थलांतरित झाला होता, त्याने मला पूर्वपरीक्षा उत्तीर्ण होण्यासाठी लक्ष केंद्रित करण्यासाठी पटवलं आणि मला सांगितलं की, कामाच्या ठिकाणी स्वत:ला सिद्ध करायला आयुष्य पडलं आहे; पण माझं एमबीए करण्याचं

स्वप्न मी पूर्ण करायला हवं. ते फारच कठीण वर्ष होतं कारण कामाच्या ठिकाणी नुकतीच मला बढती मिळाली होती आणि या बढतीला मी लायक आहे हे सिद्ध करायचं होतं. माझे वडील स्लीपडिस्कमुळे अंथरुणाला खिळून होते. आई दिवसभर त्यांची सेवा करायची आणि रात्री मला माझे धडे वाचून दाखवायची. आमच्या दोघांसाठीही हा कालावधी फार कठीण होता कारण दोघांनाही महत्त्वाच्या जबाबदाऱ्यांमधून वेळ काढावा लागत होता. त्यासोबतच वेगवेगळ्या संस्थांचे लेखनिकांबद्दलचे नियम वेगवेगळे होते आणि ते कधीही बदलायचे. त्यानुसार लेखनिक बदलत राहणं ही गोष्ट भावनिक तसेच आर्थिकदृष्ट्याही थकवणारी होती.

यथावकाश मी फॅकल्टी ऑफ मॅनेजमेंट स्टडी, दिल्ली येथून एमबीए केलं. माझे विषय स्ट्रॅटेजी, मनुष्यबळ विकास आणि मार्केटिंग हे होते. दिल्लीतील वास्तव्य, पहिल्यांदाच एकट्याने राहणं आणि अनोळखी ठिकाणी स्वत:च स्वत:ला मार्गदर्शन करत स्वतंत्रपणे फिरण्याचा अनुभव आव्हानात्मक व आयुष्य बदलणारा ठरला. हे शहर माझ्यासाठी फारच अनोळखी होतं आणि यातून स्वतंत्रपणे एकट्याने फिरणं, तसेच माझी खोली नीटनेटकी ठेवणं आणि शिस्तीने अभ्यास करणं या गोष्टीही आव्हानात्मक होत्या. शिक्षकांचा असहकाराचा पवित्रा त्रासदायक होता. एक शिक्षक तर एकदा मला म्हणालेदेखील की, माझ्यासारख्या (आंधळ्या) लोकांना एमबीए का करायचं असतं? नेहमीच उत्तम शैक्षणिक कामगिरी करणाऱ्या माझ्यासारख्या व्यक्तीला त्यांचं बोलणं फारच लागलं होतं. माझ्या कामाच्या ठिकाणी मला उत्तम कर्मचारी म्हणून मानलं जात होतं, महाविद्यालयातदेखील मी हुशार होतो आणि इतकंच नाही तर एमबीएला प्रवेशदेखील गुणवत्तेवरच मिळवला होता.

एमबीएची लेखी प्रवेश परीक्षा देणं म्हणजे भयंकर दु:स्वप्नच होतं. त्यांनी मला दिलेला लेखनिक कर्नाटकातील स्थानिक भाषेत शिकलेला होता आणि त्याला व्यवस्थित इंग्रजी येत नव्हतं. अपंग व्यक्ती म्हणून मला माझ्या अधिकारांची जाणीव होती म्हणून मी माझ्यासाठी अधिक शिकलेला लेखनिक मिळवला. मॅनेजमेंट महाविद्यालयातील माझे सुरुवातीचे दिवस फार दु:खद होते. तिथली स्पर्धा जीवघेणी होती, अभ्यासक्रम सखोल होता; त्यामुळे माझा हात धरण्यास कुणालाही वेळ काढणं शक्य नव्हतं. उन्हाळ्यात जेव्हा महाविद्यालयाच्या आवारात नोकरीसाठी मुलाखती सुरू झाल्या, माझ्या कामाच्या अनुभवाने आणि गुणांनी कुणीही प्रभावित झालं नाही. एका विशिष्ट सल्लागार कंपनीमध्ये तर माझ्या मुलाखतीच्या तीन फेऱ्या झाल्या. माझी निवड जवळजवळ निश्चित झाली होती अन् तेव्हा त्यांच्या वरिष्ठांपैकी एक साहेब म्हणाले की, आपण शक्यतो अपंग व्यक्तीला कामावर ठेवू शकणार नाही. माझी हिंमतच खचली. अखेरीस आमच्याच महाविद्यालयात शिकून स्वत:ची कंपनी सुरू करणाऱ्या व्यक्तीने मला नोकरी दिली. अर्थात या नोकरीस मी पात्र होतो

म्हणून नाही तर त्याच्या उदारपणामुळे मला ती मिळाली होती असं मला वाटतंय! माझा आत्मविश्वास ढासळला आणि माझी नाव किनाऱ्याचा शोध घेत धडपडायला लागली.

पुन्हा स्वत:लाच स्वत:च्या पायावर उभं करण्याचा प्रवास फारच लांबचा आणि कष्टप्रद होता. मी कसंबसं माझं अवसान गोळा केलं आणि महाविद्यालयात घेतल्या जाणाऱ्या प्रत्येक स्पर्धेत भाग घेतला; पण मला जोडीदार मिळणं मुश्कील होतं कारण कुणालाही आंधळा जोडीदार नको होता. जेव्हा माझं नेतृत्व असलेला संघ सन्मानीय टाटा बिझनेस लीडरशीप ॲवॉर्डसाठी टाटा समूहाच्या इ-कचरा व्यवस्थापनाविषयीच्या योजनेसाठी उपविजेता ठरला, तेव्हा सारं बदललं. शेवटी मला महाविद्यालयात माझं असं योग्य ते स्थान मिळालं आणि त्यानंतर मात्र मला मागे वळून बघण्याची गरज पडली नाही.

मला एमबीएच्या वेळी नोकरी मिळवण्यासाठी ज्या दिव्यातून जावं लागलं, तो अनुभव ताजाच होता अन् त्यामुळेच मला आमचं डीइओसीचे काम किती महत्त्वाचं आहे हे जाणवलं. आमच्या महाविद्यालयाच्या आवारात विप्रो कंपनी येण्यापूर्वीचा काळ म्हणजे अखंड निराशेची साखळीच होती. त्यानंतर मात्र विप्रोच्या सर्वसमावेशक धोरणामुळे नोकरी मिळवणं सहजसोपं, आनंददायी झालं. सर्वांत महत्त्वाचं म्हणजे ते माझ्या क्षमतांना जेवढं महत्त्व देत होते तेवढं माझ्या अपंगत्वाला देत नव्हते. मी गेल्या तीन वर्षांपासून विप्रो इन्फ्रास्ट्रक्चर सर्व्हिसेसमध्ये मार्केटिंग मॅनेजर म्हणून काम करतोय.

विप्रोमधली माझी पहिली मॅनेजर सारिका नाईक, तिने ताबडतोब माझी बलस्थाने ओळखली आणि त्यानुसार मी उत्तम प्रकारे करू शकेन असं काम मला दिलं. विप्रोमधील वातावरण फारच सर्वसमावेशक असून अपंग व्यक्तींच्या गरजा समजून घेण्यासाठी ते सतत प्रयत्नशील असतात. तरीही बऱ्याचदा लोकांना माझ्या क्षमतांबद्दल शंका वाटायची; पण मी माझ्या कामगिरीच्या माध्यमानेच त्यांचं निरसन केलं. इतर लोकांची उपहास करण्याची वृत्ती आणि टीका यांचा मी माझ्या कामावर तसेच जीवनावर परिणाम होऊ दिला नाही.

अपंगांच्या क्षेत्रासाठी काम करण्याची माझी इच्छा तसूभरही कमी झाली नाही. मी माझं काम अविरतपणे सुरूच ठेवलं. अपंगांना कामावर समावेशक वातावरण मिळावं आणि त्यांच्या हक्कांबाबत काम करणाऱ्या विद्या राम सुबन हिच्याशी झालेल्या भेटीचं पर्यवसान अपंगांसाठी आणखी एक संस्था स्थापन करण्यात झालं; खास अपंगांसाठी 'व्हील्स ऑफ चेंज' ही पहिली टॅक्सीसेवा सुरू करण्यात आली. मला ही कल्पना फारच आकर्षक वाटली. एक अपंग म्हणून मी स्वत: प्रवास करत असताना मला अनेकदा अनेक समस्यांना तोंड द्यावं लागलं होतं. आम्ही सप्टेंबर

२०१३ मध्ये जेव्हा किकस्टार्ट ही सर्वसमावेशक सेवा सुरू केली तेव्हा या क्षेत्रात अशा प्रकारच्या सेवेची नितांत गरज होती. आपल्या देशातील अपंगांकरता ही बहुधा पहिलीच सेवा असावी. या कंपनीच्या कारचं (गाडीचं) सीट बाहेर काढता येतं किंवा एक बटण दाबल्याबरोबर ते कारच्या बाहेर येतं आणि व्हीलचेअरप्रमाणे डबल अप होतं. कारचं छत उंच असतं आणि इतर काही सुविधा केलेल्या असतात जेणे करून त्यात बसणाऱ्यांची सोय व्हावी, याची काळजी घेतलेली असते. त्याच बरोबर या सेवेकरता टॅक्सीचालकांना (ड्रायव्हरना) विशेष प्रशिक्षण दिलेलं असतं. समजा, अंध व्यक्ती त्यांच्या वाहनात बसली असेल तर ते तिला ज्या ठिकाणी जायचं आहे त्या इमारतीच्या आत योग्य त्या ठिकाणापर्यंत सोडतील. ऐकू न येणाऱ्या ग्राहकांसोबत एसएमएसने संवाद साधतील. एकूणच अपंगांच्या गरजांविषयी संवेदनशील असतील.

डिसेंबर २०१३ मध्ये एनसीपीइडीपीने माझी १५ व्या हेलन केलर पुरस्कारासाठी अपंगांमधील आदर्श व्यक्तिमत्त्व म्हणून निवड केली तेव्हा मला खूप आनंद झाला. हा पुरस्कार म्हणजे परिस्थितीपुढे कधीच हार मानायची नाही या माझ्या दृढनिश्चयाचा सन्मान होता. वयाच्या १३ व्या वर्षीच मी स्वत:ला शब्द दिला होता की, मी असं काही करेन की, माझ्या पालकांना माझा अभिमान वाटेल आणि नंतर माझ्या सारख्याच इतरांसाठी काम करेन. वडिलांसोबत व्यासपीठावर जाऊन कुमारी सेलजा, भारताच्या सामाजिक न्याय आणि रोजगार केंद्रीय मंत्री यांच्या हस्ते पुरस्कार स्वीकारणं, हा माझ्या आयुष्यातील अत्यंत आनंदी क्षणांपैकी एक होता. माझी पत्नी कनिकासाठीदेखील तो अत्यंत आनंदाचा क्षण होता, कनिका एक अशी मुलगी आहे, जी माझ्याशी विवाह करण्याच्या निश्चयापासून तसूभरही ढळली नाही. एका अपंगाशी विवाह करणं, तिच्या पालकांना मुळीच मान्य नव्हतं आणि तिने हा विवाह करू नये म्हणून त्यांनी त्यांच्या परीने सर्व प्रयत्न केले. आमच्या नातेवाइकांपैकी जेव्हा कुणीतरी हे स्थळ सुचवलं होतं तेव्हा मी पहिल्यांदा फोनवर जे बोललो ते मला आठवतंय. तोपर्यंत अनेक मुली आणि त्यांच्या पालकांकडून नकार ऐकून मी खूप थकलो होतो, कुणालाही आंधळा नवरा किंवा जावई नको होता; त्यामुळेच पहिल्यांदा बोलताना सर्वप्रथम मी अंध आहे, हेच तिला सांगितलं. माझ्या पालकांनी तर मला सांगून टाकलं की, मी जर हे असंच करत राहिलो तर मला अविवाहितच राहावं लागेल; परंतु कनिकाला या गोष्टीने फरक पडला नाही आणि मलाच चकित व्हायला झालं.

अगदी आजही माझा विश्वास बसत नाही, तिच्या पालकांचा विरोध होता आणि ही मुलगी मात्र ठाम होती. तिनं तर अगदी सांगून टाकलं की, ती माझ्याशी त्यांच्या आशीर्वादाशिवायसुद्धा लग्न करेल. पंजाबी घराण्यातील मुलीने असं वागणं धाडसाचं होतं आणि मला आजही तिचं कौतुक वाटतं. यथावकाश विवाह संपन्न

झाला आणि मला हेलन केलर पुरस्कार मिळाला, त्या सोहळ्याला मी माझ्या सासू-सासऱ्यांना घेऊन गेलो आणि अखेरीस त्यांना पटलं की, अंध असल्याने तसा विशेष काहीही फरक पडत नाही. माणसात असलेली जिद्द, जिगर आणि अडचणींवर मात करण्याच्या कुवतीमुळे कर्तृत्वात फरक पडतो.

मला ज्या ज्या गोष्टी कराव्याशा वाटतात त्या त्या करण्यासाठी मी माझं अंधत्व आड येऊ देत नाही. मला साहसी खेळ आवडतात. मी नेपाळ आणि हृषिकेशला व्हाइट वॉटर राफ्टिंग आणि डोंगरावर ट्रेकिंगही केलंय.

मला जगाला सांगायचंय की, अपंग असलो म्हणून आम्हाला आमची स्वत:ची स्वप्नं नाहीत असं नाही. एके दिवशी मला कंपनीचा सीईओ (प्रमुख कार्यकारी अधिकारी) व्हायचंय आणि सोबतच अपंगांच्या जीवनाला अधिक अर्थ प्राप्त करून देण्याचं अपंगांसाठीचं माझं कामही सुरू ठेवायचंय.

◆

अश्विन कार्तिक

खिडकी अश्विनच्या आयुष्यातील महत्त्वाच्या गोष्टी दाखवतेय- इंजिनिअर पदवी, सॉफ्टवेअरमधली नोकरी, महान क्रिकेटरसोबतचे जिव्हाळ्याचे संबंध-आणि हो या खिडकीला दोन फळ्या आहेत अन् त्या म्हणजे अश्विन व भारत. त्या दोन फळ्यांमधलं आपल्याला दिसणारं सर्व काही; म्हणजे त्या दोघांनी मिळून पाहिलेली स्वप्नं आणि त्यांचं एकत्रित वास्तव आहे. एक जरी फळी नसेल तर खिडकी अपूर्ण राहील आणि तसंच त्या दोघांचं आयुष्यही! दोन्ही फळ्यांनी एकत्र येऊन शक्यतांची खिडकी उघडली आहे.

एखादा दिवस असा काही उजाडतो की, त्या दिवशी तुमच्यासोबत जे काही घडतं त्यामुळे आयुष्यच बदलून जातं. अनपेक्षितपणे ते येतं; परंतु तुम्हाला जेव्हा त्याची अनुभूती येते तेव्हा वर्णन करता येणार नाही असं काहीतरी घडून जातं, तुम्ही त्याचं वर्णन करू शकत नाही असं काहीतरी तुमच्या आत खोलवर होतं आणि तुम्हाला आमूलाग्र बदलवून टाकतं. तुम्ही तुमचे राहत नाही. अश्विन कार्तिक आणि त्याचा जीवनसखा भारत यांना भेटले तो क्षण माझ्यासाठी काहीसा असाच होता.

बेंगळुरु शहरातील हिवाळ्यातली सकाळ, कामावर जाणाऱ्यांची धावपळ आणि अधीरतेने वाजणाऱ्या हॉर्नची गडबड अजून शमली नव्हती. या आयटी शहरात महात्मा गांधी मार्गावरील गप्पाटप्पा करण्याची निवांत जागा म्हणजे कोशीज, मीही तिथे जाण्यासाठीच चालले होते.

नाही म्हटलं तरी मला थोडी काळजी वाटतच होती. कोणत्याही कृत्रिमतेशिवाय आणि कुणाच्याही भावना न दुखावता मी ही मुलाखत घेऊ शकेन का, या विचारात होते. आपल्यापैकी बऱ्याचजणांसारखाच माझ्या आयुष्यातला बराचसा भाग अपंग व्यक्तींच्या सान्निध्याशिवायच गेला होता. जो काही संबंध आला होता तो म्हणजे जाता-येता कुणी दिसेल, भेटेल इतकाच होता आणि आता तर मला एका सॉफ्टवेअर इंजिनिअर असलेल्या तरुणाला भेटायचं होतं, ज्याचे दोन्ही हात व पाय निकामी आहेत. मला कळतच नव्हतं की, मी काय अपेक्षा करू, तो व्हीलचेअरवर बसलेला असेल का? त्याला चालता येत असेल का? मी त्याचं स्वागत कसं केलं पाहिजे? मला त्याच्याशी हस्तांदोलन करता येईल का?

पण ज्या क्षणी प्रसन्न हसत माझं स्वागत करणाऱ्या त्या हसतमुख तरुणाला पाहिलं त्या क्षणी माझी सर्व भीती कुठल्याकुठे पळाली. तो शांतपणे कारमध्ये बसून माझी वाट पाहत होता. कार चालवणारा अश्विनचा जोडीदार धट्टाकट्टा तरुण होता. त्यानं हळुवारपणे दार उघडलं आणि एखाद्या आईने आपल्या बाळाला काळजीपूर्वक

उचलावं तसं अश्विनला उचलून जमिनीवर ठेवलं. आम्ही हॉटेलच्या आत जात असताना, 'तुम्हाला भेटून आनंद झाला, मॅडम' असं म्हणत त्याने पुन्हा एकवार त्याचं प्रसन्न हसू मला भेट केलं. भारतने अगदी शांतपणे अश्विनला आत येण्यास व खुर्चीवर बसण्यास मदत केली. सकाळची न्याहरी घ्यायला आलेल्या एक-दोन ग्राहक आणि हॉटेल कर्मचाऱ्यांच्या उत्सुक नजरांबद्दल ते पूर्णत: अनभिज्ञ होते.

मी त्या दोघांच्या जगावेगळ्या मैत्रीबद्दल खूप काही ऐकलं होतं, वाचलं होतं आणि 'असं कसं असू शकतं' असा विचार मनात येऊन गेला होता; पण म्हणतात ना प्रत्यक्षाला पुरावा कशाला पाहिजे? अगदी त्या म्हणीसारखं मी समोर पाहत होते. पुढील दोन-तीन तास मी अश्विनच्या जिद्दीची अन् हिकमतीची थक्क करणारी कहाणी ऐकत होते; भारतच्या मदतीने त्याने त्याचं जीवन कसं समृद्ध केलं आणि भारतने आपल्या या मित्रासाठी स्वत:चं आयुष्य कसं थांबवून ठेवलं होतं. तो स्वत:चा प्रवास थांबवून अश्विनच्या इंजिनिअरिंगच्या सर्व परीक्षांचा लेखनिक बनला. मध्ये मध्ये त्यांचं हे समीकरण समजून घेताना कठीण जात होतं. ते दोघं म्हणजे एकाच प्रवासातले दोन जीवश्चकंठश्च मित्र आहेत; पण अश्विनला कटलेटचे छोटे छोटे तुकडे करून भरवणारा, सतत ओघळणारी कॉफी पुसून पाजणारा भारत म्हणजे लाडक्या लेकाची काळजी घेणारी आईच वाटत होता.

ते दोघं एकत्र खिदळतात, एकमेकांशी भांडतात, संगीताच्या कॉन्सर्ट आणि क्रिकेटच्या मॅच बघतात आणि आइस्क्रीम तर, एकमेकांशिवाय कधीच खात नाहीत. सर्व प्रकारच्या प्रतिकूल परिस्थितीमध्येदेखील हिकमतीने स्वप्नांचा पाठपुरावा करणाऱ्या माणसाची आणि त्याच्याशी कटिबद्ध असलेल्या दुसऱ्याची गोष्ट ऐकता ऐकता मी हरवून गेले अन् टेबलावरच्या चहाचा मला विसर पडला.

काही तासांनी जेव्हा मी तिथून निघाले तेव्हा त्या दोघांना आणि त्यांचं आपापसातलं अमर्याद प्रेम पाहून माझं मनोबल प्रचंड वाढलं होतं. आजच्या भौतिकतेमागे लागलेल्या जगात जिथे जो तो आपल्याच ध्येयाच्या मागे लागलेला आहे, आपल्यातच मश्गूल आहे, जिथे दुसऱ्याकडे उभं राहून पाहण्याइतकाही वेळ नाही, तिथे दुसऱ्या माणसाकरता आयुष्य वाहण्याची गोष्ट तर दूरच राहिली. भारत आणि अश्विनला भेटल्याने मला पुन्हा एकदा मानवतेबद्दल आशा वाटू लागली.

माझा जन्म झाला तेव्हा डॉक्टरांनी माझ्या आईला सांगितलं की, तिच्या बाळाला 'प्रमस्तिष्क घात- चारही अंग अपंग (सेरेब्रल पाल्सी-क्वाड्रिप्लेजिक) आजार आहे आणि माझ्या हाता-पायांतील मोटार फंक्शन प्रभावित झालं आहे म्हणजेच माझे हात-पाय वाढू शकणार नाहीत. यामुळेच मी म्हणजे एक बाहुलं असणार, दुसरं काहीही नाही. ते म्हणाले, त्याला घरी घेऊन जा पण त्याच्याकडून कसली अपेक्षा करू नका कारण तुमची निराशा होईल.

माझ्या आईने मला हा प्रसंग खूप आधी सांगितला आणि डॉक्टरांच्या या म्हणण्याला तिने कसा प्रतिसाद दिला हेसुद्धा सांगितलं. तिने सांगितलं की, त्या क्षणीच त्यांनी ठरवलं की, तिला आणि बाबांना कितीही, काहीही करावं लागलं तरी माझ्या आयुष्याचं काहीतरी होईल याची निश्चिती करायचीच. कदाचित तेव्हा तिला कल्पना नसेल की, हे काम किती कष्टप्रद असेल; परंतु वैद्यकशास्त्र काहीही म्हणत असलं तरी आपल्या इच्छाशक्तीने, मेहनतीने आणि प्रेमाने मनुष्यप्राणी करू शकत नाही असं काहीही नाही हे सिद्ध करण्यासाठी तिने तिचं आयुष्य वाहून घेतलं.

कधीकधी जेव्हा मी मागे वळून पाहतो तेव्हा मी एक सॉफ्टवेअर इंजिनिअर असून भारतातील सर्वोत्तम कंपन्यांपैकी एका आयटी कंपनीत नोकरीला आहे, यावर विश्वास ठेवणं कठीण जातं. मी कधी कल्पनासुद्धा केली नव्हती की, बीइ ही पदवी प्राप्त करणारा मी पहिला (प्रमस्तिष्क घात) असेन. मागील सात वर्षांपासून दररोज मी माप्सिसच्या टेस्टिंग विभागाच्या ऑफशोअर डिलिव्हरी टीमचा एक महत्त्वाचा सदस्य आहे; या वास्तवाला मी चमत्कारच समजतो.

मी कधीही कल्पना केली नव्हती की, माझ्या या सर्व समस्यांसहित एक दिवस मला २०११ चा एनसीपीइडीपीचा शेल हेलन केलर पुरस्कार मिळेल. आज मी जे आयुष्य जगतोय ते मी सुरुवात केली होती त्याहून फार वेगळं आहे. मला जरी माझ्या आई-वडिलांचा आणि भावाचा पूर्ण आधार होता तरीही जीवन फारच खडतर होतं. शाळा म्हणजे एक आव्हानच होतं, इतरांच्या बरोबरीने राहणं मला शक्य

नव्हतं; परंतु यामुळे मी वर्गातल्या हुशार विद्यार्थ्यांपैकी एक नसणं माझ्या आईला मान्य नव्हतं. मी आणि ती रोज रात्री अभ्यासाला बसायचो आणि माझे धडे एकदम पक्के होईपर्यंत ती मला शिकवत राहायची. अगदी तेव्हासुद्धा मला शिकण्याची खूप ओढ होती. मला आठवतंय, मला शिकवता शिकवता ती झोपून जायची; पण माझा अभ्यास पूर्ण झाल्याखेरीज मी तिला झोपू द्यायचो नाही!

माझी आई माझ्या आयुष्याचा भरभक्कम खांब असून, तिचा ठाम विश्वास आहे की, सर्वसामान्य मुलं जे करू शकतात ते मीदेखील करू शकतो. तर माझे बाबा म्हणजे माझे हीरोच होते; अशी व्यक्ती ज्यांनी माझ्यासोबत क्रिकेटबद्दल चर्चा केली आणि पहिल्यांदा जेव्हा मी कविता करायला सुरुवात केली तेव्हा त्यांनी मला लिहिण्यास प्रोत्साहन दिलं. मी करत असलेल्या प्रत्येक गोष्टीत ते रस घ्यायचे. त्यांनी मला एकावेळी अनेक गोष्टींमध्ये गुंतवून ठेवलं होतं. मी किशोरावस्थेत असतानाच ते आम्हाला सोडून गेले अन् मी खचलो. मला वाटलं की, माझं काव्य समजून घेणारं आता कुणीच नाही म्हणून माझं कविता करणं थांबलं आणि भारत भेटल्यावर मला पुन्हा कविता सुचू लागल्या. माझा जीवश्चकंठश्च मित्र; मी लिहिलेला प्रत्येक शब्द सर्वप्रथम वाचण्याकरता सर्वोत्तम व्यक्ती. भारत माझ्या वडिलांच्या मित्राचा मुलगा. सुरुवातीला आम्ही इतके जवळ नव्हतो. त्याला वाटायचं की, मी फारच अभ्यासू आहे अन् तो तर खेळाडू होता.

माझं अभ्यासावरील प्रेम वाढतच होतं आणि प्रत्येक वेळी जेव्हा मी वर्गातल्या सर्वांत हुशार विद्यार्थ्यांपैकी एक असायचो, माझा आत्मविश्वास वाढत जायचा; परंतु माझी दहावीची परीक्षा आली अन् मी विवंचनेत पडलो. मला खात्री होती की, माझ्या या अवस्थेमुळे मी खूप हळू लिहीत असल्याने वेळेत पेपर लिहून होणं शक्य नाही. असं असूनदेखील निकाल लागला तेव्हा मला ८४ टक्के मार्क मिळाले होते. माझी बारावीची परीक्षा धोक्याची घंटा देणारी ठरली. योग्य लेखनिक न मिळाल्याने मला फक्त ७० टक्के गुण मिळाले, खरंतर त्या आधीच्या एकाही परीक्षेत मला ९० टक्क्यांपेक्षा कमी गुण मिळाले नव्हते. या अनुभवामुळे मी इतका निराश झालो होतो की, अभियांत्रिकीच्या पहिल्या वर्षाला मीच पेपर लिहायचं ठरवलं. मला इतरांपेक्षा वीस मिनिटे जास्तीची देण्यात आली होती; परंतु तो सगळा फियास्कोच झाला, मला धड अर्धी प्रश्नपत्रिकाही सोडवता आली नाही आणि तीन विषयांत दांडीच उडाली. अतीव दुःखाने मी अभियांत्रिकीचा अभ्यासक्रम सोडून बीएस्सी करण्याचं ठरवलं, अर्थात आईला आणि भारतला असं काहीही मान्य होणार नव्हतं.

त्या क्षणी भारतने माझ्या जीवनात पाऊल ठेवलं अन् ते बदलून टाकलं. तेव्हा त्याने त्याच्या बारावीच्या परीक्षेनंतर केंद्रीय स्तरावरील अभियांत्रिकी पूर्वपरीक्षेची उत्तम तयारी करण्याकरता ड्रॉप घेतला होता. माझी विवचंना त्याला समजली आणि

त्याने त्याचं ध्येय काही काळ बाजूला सारलं; जेणे करून मला माझं ध्येय पूर्ण करता येईल. याचं एक कारण असंही आहे की, अभियांत्रिकीच्या परीक्षांकरता लेखनिक बारावी किंवा त्यापेक्षा कमी शिकलेला असला पाहिजे अशी अट होती अन् बारावीची मुलं तर स्वत:च्या अभ्यासातच व्यग्र असतात आणि स्वच्छेने लेखनिक म्हणून पुढे येण्यास कुणी तयार होत नाहीत.

भारतचा मदतीचा हात म्हणजे माझं अभियांत्रिकीचं शिक्षण होईपर्यंत तो माझा लेखनिक होईल आणि ८३ टक्के गुणांसहित वर्गात सर्वाधिक गुण मिळवणाऱ्यांपैकी एक असेन अशी मी कल्पनासुद्धा केली नव्हती. ज्यांना आमची कहाणी माहीत आहे, त्यांना ठाऊकच आहे की, सुरुवातीला जेव्हा त्याने ड्रॉप घ्यायचं ठरवलं आणि माझं अभियांत्रिकीचं शिक्षण पूर्ण करण्यासाठी मदत करण्याचा निर्णय घेतला तेव्हा त्याला ते सारं फारं कठीण गेलं. त्याच्या वडिलांनी तर त्याच्याशी बोलणंच टाकलं आणि अशीही वेळ आली की, त्याच्याच घरात त्याला स्थान राहिलं नाही. मी समजू शकतो, तो घरातला मोठा मुलगा होता आणि दुसऱ्या कुणासाठी तरी तो आपलं जीवन वाहून टाकेल अशी भीती त्यांना वाटत होती.

आता कल्पना करणंही कठीण वाटतंय; पण इंजिनिअर म्हणून पदवी मिळाल्यावर-सुद्धा दोन वर्षे मी बेंगळुरुमधल्या आमच्या घरात कुलूपबंद होतो. आम्ही बेंगळुरुला स्थलातंरित झालो तेव्हा आई व दादाला कामावर जायला लागायचं आणि त्यांच्या दृष्टीने मला घरात बंद करून जाणं त्यांना सुरक्षित वाटलं कारण कुणालाही अपंग इंजिनिअरला नोकरी द्यायची नव्हती. भारत मला बऱ्याच आयटी कंपन्यांमध्ये घेऊन जायचा, प्रत्येक ठिकाणी मी मुलाखतीच्या अंतिम फेरीपर्यंत पोहोचायचो आणि तिथे मला विचारायचे की, तुम्ही स्वतंत्रपणे चालून दाखवा, तुम्ही आठ तास काम करू शकाल का? तुम्हाला स्वतंत्रपणे शौचालयात जाता येईल का? उपहासाची आणि अपंगाच्या क्षमतेबद्दलच्या अविश्वासाची ही पातळी धक्कादायक होती. मी चिडायचो आणि म्हणायचो, माझ्याकडे गुणवत्ता आहे, मी स्वत:ला सिद्ध केलं आहे आणि मी शौचालयातलं काम कसं करणार ही काही त्यांची समस्या नाही; पण अशा विचारांनीही मला कधीच काम मिळालं नाही.

त्यानंतर माझ्या वहिनीने माझ्यासाठी शोधून काढलेल्या सॉफ्टवेअरच्या चाचणीसाठी भारत मला घेऊन गेला, जी मी पूर्ण केली; पण नोकरी शोधण्याचा माझा प्रयत्न सुरूच होता. बऱ्याच ठिकाणी मला टायपिंग करून दाखवायला सांगायचे आणि जेव्हा मी माझ्या उजव्या हाताच्या वापरता येणाऱ्या एकमेव बोटाने टायपिंग करायचो तेव्हा ते म्हणायचे, तू जर तुझे दोन्ही हात वापरलेस तर अधिक चांगलं टायपिंग करू शकशील. बऱ्याचदा मी चिडायचो आणि त्यांना विचारायचो, मी माझे दोन्ही हात वापरू शकत नाही हे त्यांना दिसत नाही का? अशा प्रकारच्या

मुलाखतीनंतर मी निराशेच्या खोल गर्तेत जायचो.

अखेर माझ्या भावाने एक नव्यानेच सुरू झालेली कंपनी शोधली; त्यांनी मला तिथे जाऊन जे काही सुरू आहे त्याचं निरीक्षण करून शिकण्यास सांगितलं. मी जी काही मदत करेन त्यासाठी मला मानधन देणार नव्हतं पण घरी कुलूपबंद राहण्यापेक्षा काहीतरी करण्याची संधी मिळतेय यातच मला आनंद वाटत होता. शिवाय त्यांनी उदारपणे असंही सांगितलं की, मी जर काही शिकलो तर ते मला नवीन कर्मचाऱ्यांना प्रशिक्षण देण्याच्या कामावर ठेवतील.

दरम्यान, कर्नाटकाचे मुख्यमंत्री माननीय कुमार स्वामी यांनी सर्वसामान्य जनतेला भेटून त्यांचे प्रश्न/समस्या समजून घेण्यासाठी 'जनता दर्शन' नावाचा प्रकल्प सुरू केला होता. एके दिवशी अचानक भारतचा सकाळी सकाळी फोन आला की, तो रात्रभर जनता दर्शनच्या ठिकाणी रांगेत उभा आहे. त्याने ताबडतोब मला आई व भावाबरोबर तिथं यायला सांगितलं, म्हणजे मुख्यमंत्र्यांना भेटून माझ्या नोकरीचा प्रश्न त्यांच्यासमोर मांडता येईल.

आम्ही तिथे पोहोचलो. भारतकडे फक्त तीन मिनिटे होती, तेवढ्या वेळात आम्ही तिथे का आलो आहोत हे सांगायचं होतं, म्हणूनच त्याने पटकन सांगितलं की, मी एक इंजिनिअर असून माझ्या अपंगत्वामुळे मला कुणीही नोकरी देत नाही. स्वामींनी आम्हाला समाजकल्याणमंत्र्यांना भेटायला सांगितलं. दुसऱ्या दिवशी आम्ही त्यांच्याकडे गेलो तो क्षण माझ्या आयुष्याला कलाटणी देणारा ठरला. समाजकल्याणमंत्र्यांनी आम्हाला ताबडतोब 'अनेबल इंडिया'कडे पाठवलं आणि तिथे आम्ही स्वत: अंध असणाऱ्या विद्या नावाच्या महिलेला भेटलो, ती अपंगांकरता काम करत होती. त्यानंतरच्या दिवशी आम्ही त्यांच्या कार्यालयात पोहोचलो. तो त्यांच्यासाठी तसेच माझ्यासाठीही एक नवीन अनुभव होता. अनेबल इंडिया या संस्थेच्या चालक शांती राघवन म्हणाल्या की, त्यांच्याकडे नोकरीसाठी येणाऱ्या अपंग व्यक्तींपेक्षा मी वेगळा आहे; बरेचसे बारावीपर्यंत शिकलेले असतात अन् मी इंजिनिअर आहे. त्यांनी घेतलेल्या कल चाचणीसाठी नेहमीप्रमाणे भारत माझा लेखनिक होता आणि मी ती व्यवस्थित पार पाडली. त्यानंतर लगेचच मी माफ्सिसमध्ये पहिल्या मुलाखतीसाठी गेलो. आता मला कबूल करायला हरकत नाही की, आधीच्या सर्व अनुभवांमुळे मला फारच कमी आशा वाटत होती; त्यामुळेच जेव्हा कंपनीने मला त्याच दिवशी नोकरी देऊ केली तेव्हा मला आश्चर्याचा धक्काच बसला. मला इतकं आश्चर्य वाटलं होतं की, नेमणूकपत्रावर अश्विनऐवजी अश्विनी लिहिलं होतं, तेही माझ्या लक्षात आलं नाही. मी स्वत:लाच खूप वेळा चिमटे काढले, तेव्हा मला खरं वाटलं. मी तर नोकरी मिळण्याची आशाच सोडून दिली होती. भारतचे शिक्षण पूर्ण होण्याची मी वाट पाहत होतो. म्हणजे त्याच्या मदतीने

मी मास्टर इन टेक्नॉलॉजीचा अभ्यासक्रम करू शकेन; परंतु माझ्या हातात नेमणूकपत्र पडलं आणि सगळं बदललं. मी जेव्हा माझ्या भावाला फोन केला; माझा उत्साही, आनंदी आवाज ऐकूनच त्याला समजलं की, अखेर मला नोकरी मिळाली. त्या दिवशी संध्याकाळी जेव्हा आम्ही घरी पोहोचलो तेव्हा आमचं सगळं मित्र मंडळ माझं अभिनंदन करण्यासाठी तसेच माझ्या आयुष्यातला मोठा दिवस साजरा करण्यासाठी जमलं होतं. माझी आई तर पूर्ण वेळ अश्रू आवरण्याचा प्रयत्न करत होती. अखेरीस आमची मेहनत फळाला आली यावर तिचा विश्वासच बसत नव्हता.

जेव्हा कंपनीने मला कळवलं की, तीन महिन्यांच्या प्रशिक्षणाकरता मला मंगलोरला जावं लागेल तेव्हा आम्ही काळजीत पडलो. भारत कॉलेजात होता, आई नोकरी करत होती आणि माझा भाऊ परदेशात होता. मी एकटा कधीच कुठे गेलो नव्हतो. तरीही मला फार चिंता करावी लागली नाही कारण कॉलेजात आजारी असल्याचा बहाणा करून भारत पहिला आठवडा माझ्यासोबत होता आणि त्यानंतर आई आली आणि प्रशिक्षण पूर्ण होईतोवर थांबली. सुदैवाने मंगलोरमधील वास्तव्य इतकं कठीण गेलं नाही कारण अपंग व्यक्ती येत आहे हे कळल्याबरोबर कंपनी व्यवस्थापनाने तात्पुरते रॅम्प टाकून घेतले होते; त्यामुळे मला आवारात सहजच वावरता आलं.

मला आठवतं की, माझा पहिला पगार दहा हजार रुपये मिळाला होता आणि तिथे झालेल्या मित्रांसोबत मी सिनेमा पाहायला गेलो होतो. आता मीसुद्धा कुटुंबातला मिळवता सदस्य झालो होतो म्हणूनच मला वाटलं की, आईसाठी काहीतरी भेट घ्यावी. त्यासाठी एके दिवशी मी तिथल्या एका मित्राला सोबत घेऊन मंगलोरमधील बाजारात आईसाठी साडी घ्यायला गेलो. हे काम करायला आम्हाला बरेच तास लागले कारण यापूर्वी मी कधीही साडीच्या दुकानात पाऊलदेखील ठेवलं नव्हतं. किमतीचा काही अंदाज नव्हता तसेच कोणती साडी आईला आवडेल हेही समजत नव्हतं. अखेर काउंटरवरील बाईंनी मला मदत केली. मी जेव्हा आईसाठी घेतलेली लाल रंगाची सॅटीनची साडी घेऊन घरी गेलो तेव्हा तिच्या डोळ्यांत आनंदाश्रू आले. मला नाही वाटत की, तो भडक रंग तिला आवडला असेल; पण तरीही तिने ती आनंदाने नेसली आणि मिरवलीदेखील, कारण तिच्यासाठी तिच्या मुलाने स्वत:च्या कमाईतून ती आणली होती, असा मुलगा ज्याच्याकडून काहीही अपेक्षा ठेवू नका असं तिला सांगण्यात आलं होतं.

माफ्सिसमध्ये रुजू होऊन मला सात वर्षे झाली आहेत आणि दररोज माझ्या आत्मविश्वासात आणि कौशल्यांमध्ये वृद्धी होतच आहे. माझ्या जीवनात बरेच चढ-उतार आले; पण आता मी आनंदात स्थिरावलोय.

आज जेव्हा मी मागे वळून पाहतो तेव्हा माझ्या पदवीच्या प्रमाणपत्राला स्पर्श

करणं हा माझ्यासाठी सर्वांत जास्त समाधानाच्या क्षणांपैकी एक आहे. इंजिनिअर होण्यासाठी आवश्यक असलेलं ड्रॉइंग करू न शकणारा मुलगा, ज्याचे वर्गमित्र नेहमीच चिडवायचे की, तो कधीच पदवीधर होऊ शकणार नाही, तोच मुलगा ८३ टक्के गुण प्राप्त करून वर्गात सर्वप्रथम आला होता. मी आईला आणि भारतला पुन:पुन्हा विचारत होतो की, खरंच हे प्रमाणपत्र माझंच आहे ना? ते म्हणाले की, दुप्पट मेहनत करून मी ते कमावलंय. माझा भाऊ आणि वहिनी परदेशात होते. त्या वेळी मोबाइल फोन नव्हते. भारत बाहेर गेला आणि त्याने आंतरराष्ट्रीय फोन लावून त्यांना माझ्या पदवी उत्तीर्ण होण्याची बातमी सांगितली. त्यांनी ताबडतोब घरी मला फोन केला आणि तेव्हा आम्ही काही बोलूच शकलो नाही असं म्हटलं तरी चालेल कारण अत्यानंदाने आम्ही रडत होतो!

माझं स्वप्न पूर्ण करण्यासाठी मला ज्यांनी मदत केली आणि ते घडवून आणलं, अशा सहृदय लोकांना मी कधीच विसरणार नाही. जर आई आणि भारत नसते व त्यांचा माझ्यावर विश्वास नसता तर आज मी जिथं पोहोचलोय तिथे कधीच पोहोचलो नसतो. माझे वडील वारले तेव्हा आईने नोकरी करायला सुरुवात केली कारण तिला तिच्या दोन मुलांना वाढवायचं होतं. तोपर्यंत ती पूर्णवेळ गृहिणी होती, त्यानंतर मात्र तिने गृहिणीची तसेच कर्तव्यदक्ष व्यावसायिक अशा दोन्ही भूमिका अगदी व्यवस्थित पार पाडल्या. जर भारत माझ्या आयुष्यात आला नसता तर माझं आयुष्य असं नसतं. बहुतेक लोक इतरांसाठी त्यांचा एक क्षणदेखील देणार नाहीत; पण भारतने माझा अभ्यासक्रम पूर्ण व्हावा म्हणून बारावीनंतर चार वर्षे स्वत:च्या शिक्षणालाच स्थगित करून टाकलं आणि आम्ही राहत असलेल्या चिकमंगळूर या आमच्या छोट्याशा शहरात माझी सावली बनून राहिला. इंजिनिअरिंगच्या पहिल्या वर्षी तो मला माझ्या वर्गात घेऊन जायचा आणि स्वत: वर्गाबाहेर उभं राहून टिपणं काढायचा कारण मला टिपणं काढणं शक्य नव्हतं. मला इंजिनिअरिंगच्या अभ्यासक्रमातला ड्रॉइंग हा विषय जमत नाही म्हणून मी दु:खी असताना, तो विषय शिकवणाऱ्या सरांनी मला त्यांच्या पंखाखाली घेतलं. मला ड्रॉइंगची संकल्पना व्यवस्थित समजावी म्हणून त्यांनी जास्तीचा वेळ दिला. एकदा मला ते कसं करायचं ते समजलं तेव्हा सर म्हणाले की, आता तू हेच भारतला शिकव म्हणजे परीक्षेच्या वेळी तुझा लेखनिक म्हणून तो ते बरोबर करू शकेल. मला आठवतं की, मी माझ्या डोक्यात तयार असल्याबरहुकूम ड्रॉइंग काढून होत नाही तोपर्यंत भारतला, अगदी मध्यरात्र झाली तरीही मी झोपू द्यायचो नाही!

माझं आयुष्य अनेक चढ-उतारांनी भरलेलं असलं तरी जीवन जगता जगता मी उतारांनाही समतेच्या दृष्टीने पाहायला शिकलोय. तुम्ही कोण आहात आणि काय करू शकता याबद्दल सर्वचजण काही तुमचं कौतुक करणार नाहीत; पण कामावर

जर कुणी माझ्याबद्दल नकारात्मक बोलत असेल तर त्यामुळे स्वत:ला त्रास करून घ्यायचा नाही, हे मी शिकलोय. अशा व्यक्तींना मी बोलून नाही तर माझ्या कामगिरीतून उत्तर देतो; माझ्याऐवजी माझं कामच बोलतं.

गेल्या वर्षी डिसेंबरमध्ये समाजकल्याण मंत्रालयातर्फे माझी आदर्श राष्ट्रीय कर्मचारी या पुरस्काराकरता निवड करण्यात आली आणि हे म्हणजे असं काही होतं की, ज्याची मी स्वप्नातदेखील कल्पना केली नव्हती. भारताच्या राष्ट्रपतींच्या हस्ते विज्ञानभवनात जेव्हा मला हा पुरस्कार देण्यात आला तेव्हा मला तर मी स्वप्नातच आहे असं वाटत होतं. अर्थात माझ्या आईचा तर विश्वास बसत नव्हता. तिला अवर्णनीय आनंद झाला होता. पुरस्कार सोहळ्यानंतर भारत मला म्हणाला की, जरी मी पुरस्कार स्वीकारत होतो तरी त्याला वाटतं होतं की, त्यानेच काहीतरी मिळवलंय.

काही वर्षापूर्वी रोटरी मिडटाउन अॅन्ड ब्रिगेड ग्रूपने यंग अचिव्हर पुरस्कारासाठी माझी निवड केली आणि तेव्हाच त्यांनी भारतला इतरांसाठी प्रेरणेचा स्रोत ठरल्यामुळे 'फ्रेंड इन मिलीयन' हा विशेष पुरस्कार देऊन आमचा आनंद द्विगुणित केला. आम्हाला एकत्रित आनंदाचा अन् अभिमानाचा क्षण दिला. माझ्यासाठी त्याने नि:स्वार्थीपणे जे वाहून घेतलं आणि त्याचा माझ्या क्षमतांवरचा दृढविश्वास यामुळे ते फारच प्रभावित झाले होते. माझं स्वप्न पूर्ण करण्यासाठी त्याने त्याचं आयुष्यच जणू होल्डवर ठेवलं होतं आणि आमच्या एकत्रित प्रवासाने ते प्रेरित झाले. इतरांना अनुकरण करता यावं म्हणून आमचं उदाहरण सर्वांसमोर आणलं.

चार वर्षांपूर्वी भारतने मला माझ्या आयुष्यातील सर्वाधिक मौल्यवान भेट दिली- त्याने माझ्या हीरोसोबत म्हणजेच सचिन तेंडुलकरसोबत माझी भेट घडवून आणली. ते रॉयल चॅलेंजर्ससोबत आयपीएलची मॅच खेळण्यासाठी बेंगळुरुला आले होते. आम्हाला जेव्हा रोटरी - ब्रिगेड ग्रूपचा पुरस्कार मिळाला होता तेव्हा तिथं आमची रॉबिन उत्थपासोबत मैत्री झाली होती. एक दिवस भारत म्हणाला, ज्या हॉटेलमध्ये क्रिकेटची टीम थांबलीय तिथं जाऊन आपण रॉबिन आणि त्याच्या मित्रांना भेटू या. आम्ही रॉबिनला भेटल्यावर थोडं इकडचं-तिकडचं बोलून झाल्यावर रॉबिन म्हणाला की, आपण माझ्या मित्राच्या खोलीत जाऊ या; पण जेव्हा आम्ही त्या मित्राच्या खोलीजवळ गेलो तिथं तर दारावरच्या पाटीवर सचिन तेंडुलकर असं लिहिलेलं होतं. आम्ही दार वाजवलं आणि सचिनने स्वत: दार उघडलं. आमचं स्वागत करत तो म्हणाला की, तो काल रात्रीपासून आम्हाला भेटण्यास उत्सुक होता. रॉबिनने आदल्या रात्रीच त्याला आमची गोष्ट सांगितली होती. माझ्याकडे शब्दच नव्हते. त्याने मला मिठी मारली अन् मला त्याच्याजवळ बसवलं; हे सगळं खरंच घडतंय यावर माझा विश्वासच बसत नव्हता. लहान असल्यापासून मला ज्याला भेटण्याची इच्छा होती, तो प्रत्यक्ष माझ्यासोबत एकाच खोलीत होता. माझ्या वडिलांनी मला

शब्द दिला होता की, ते एक दिवस नक्की माझी माझ्या हीरोसोबत भेट घडवून आणतील परंतु ते गेले अन् ते स्वप्नसुद्धा मी बासनात गुंडाळून ठेवलं. अगदी आजसुद्धा माझा विश्वास बसत नाही की, आम्ही तासभर गप्पा मारल्या, फॉर्म्युला वन स्पर्धा पाहिली, फोटो काढले. आम्ही निघालो तेव्हा त्याने मला एक टी-शर्ट भेट दिला अन् विचारलं की, माझ्याशी मैत्री करशील का? तो क्षण मी कधीच विसरू शकत नाही. सचिन अगदी प्रामाणिक आणि सच्चा माणूस आहे. तेव्हापासून तो जगात कुठेही असला तरी माझ्या वाढदिवसाच्या दिवशी फोन करून मला शुभेच्छा देतो आणि माझा तो दिवस अधिक आनंदी करण्यास कधीच चुकत नाही.

सचिनकडून मी शिकलोय की, आपलं कर्तृत्व आणि आपल्याबद्दल जगाला सांगण्यासाठी कधीच लाजायचं नाही. तोपर्यंत मी आणि भारत आम्ही कधीच आमच्या कहाणीबद्दल वा कर्तृत्वाबद्दल कुणालाही स्वत:हून काहीही सांगायचो नाही. त्या दिवशी सचिनने आम्हाला सांगितलं की, आमची अनोखी कहाणी आम्ही इतरांना सांगितली पाहिजे म्हणजे इतरांनाही त्यातून प्रेरणा मिळेल. जेव्हा त्याने भारतलादेखील मैत्रीचा प्रस्ताव दिला तेव्हा आम्ही एकदम स्तब्ध झालो. भारत थोडासा बुजला. त्याने विचारलं की, माझ्यासारख्या आयुष्यात विशेष काहीही न केलेल्या व्यक्तीशी मैत्री का करायची आहे? सचिनने त्याला सांगितलं की, त्याने काहीतरी अविश्वसनीय केलंय, तुला वेळेचं मूल्य लक्षात आलं नसेल पण मला माहिती आहे. कारण मला माझ्या कुटुंबीयांसोबत फार कमी वेळ मिळतो. तू तुझ्या आयुष्यातली वर्षेच्या वर्षे दुसऱ्याच्या सेवेसाठी कारणी लावलीस आणि तोच आदर्श आहे. तू जर मला तुझा मित्र म्हणून स्वीकारलंस तर मला ते आवडेल.

डोंगराळ प्रदेशातील चिकमंगळूरसारख्या छोट्या शहरातून सुरुवात करून आज मी बराच लांबचा पल्ला गाठलाय. आज मी माझ्या आयुष्यात इतरही गोष्टी करण्याचं स्वप्न पाहतोय. मी हिंदी, इंग्रजी आणि उर्दू या तीन भाषांमध्ये कविता लिहितो आणि मला आशा आहे की, एक दिवस त्या प्रसिद्धही होतील. मला पुस्तकं, कथा आणि गाणी लिहायची आहेत. त्या सर्वांतून एक गोष्ट मला आवर्जून सांगायचीय- आयुष्यात कितीही कठीण प्रसंग आले, परिस्थिती कशीही असो तुम्ही तग धरून राहायचं आणि योग्य संधीची वाट पाहायची; पुढल्याच वळणावर कदाचित संधी तुमची वाट पाहत असेल, जिचा उपयोग करून तुम्ही तुमची खरी किंमत जगाला दाखवून देऊ शकाल.

अनेक वर्षे संघर्ष करावा लागल्यामुळे आता मला जीवनातील प्रत्येक क्षण पूर्णपणे जगायचाय. मला सिनेमे पाहायला, शास्त्रीय संगीत ऐकायला तसेच खेळ आणि विशेषत: क्रिकेट आवडतं. आपल्या भारतात अशा सर्व ठिकाणी अपंगांना सहज जाता येईल अशी व्यवस्थाच नसल्याने माझी फार चिडचिड होते आणि

त्याबद्दल दु:खही होतं. एक दिवस हे सारं काही बदलेल अशी मला आशा वाटते.

गेल्या काही वर्षांमध्ये भारतसोबतची माझी मैत्री अधिकच दृढ झालीय. मी माफ्सिसमध्ये रुजू झाल्यावर भारत मला म्हणाला की, मी शिक्षण सोडतो कारण आता वयाच्या २२व्या वर्षी सुरुवात करायची म्हणजे फारच उशीर झालाय. मला तर तो विचारच सहन झाला नाही. माझ्या हट्टाखातर त्याने अभियांत्रिकी अभ्यासक्रमाला प्रवेश घेतला. आता तो एचपीमध्ये इंजिनिअर म्हणून नोकरी करतोय. तो नेहमीच माझ्या सोबत असतो. तो असा मित्र आहे ज्याला वाटतं की, असं काहीही नाही जे मी करू शकणार नाही. तो मॉल तसेच स्टेडियमची सुरक्षाव्यवस्था पाहणाऱ्या अधिकाऱ्यांशी वाद घालतो कारण माझ्यासारख्या व्हीलचेअरवरच्या लोकांना तिथे जाता येत नाही. तो मला म्हणतो की, तो केवळ माझ्यासाठीच नाहीतर माझ्यासारख्या सर्वांसाठीच भांडतो. तो म्हणतो, लगेच काहीही बदलणार नाही पण जर आपण सतत त्याबद्दल बोलत राहिलो तर हळूहळू बदल घडून येतील!

आमच्या कथेचा शेवट सुखद असल्याने मी कृतकृत्य आहे.

◆

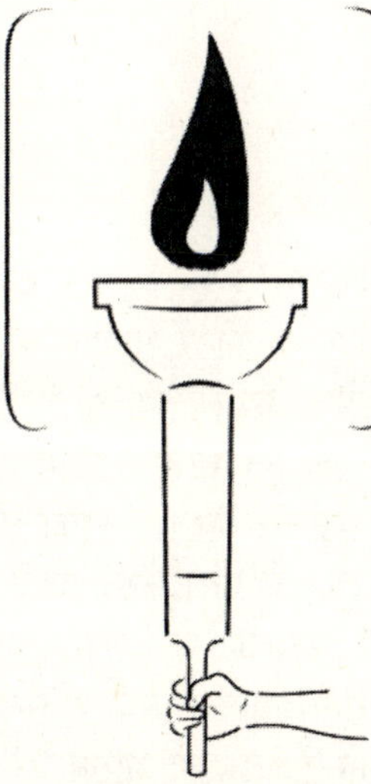

जॉर्ज अब्राहम

जॉर्ज अब्राहम यांचं 'मशाल धरलेला हात' या प्रतीकातून अगदी नेमकं वर्णन करता येईल. (त्याच बरोबर अटलांटा ऑलिम्पिक्समध्ये त्यांना जो बहुमान मिळाला त्याच्याशीही हे प्रतीक जुळून येतं.) उंचावलेली मशाल जॉर्ज अब्राहम यांचा आणि त्यांच्या समाजाचा यथोचित गौरव करतेय. त्याच बरोबर गेल्या अनेक वर्षांपासून ते नि:स्वार्थीपणे व्यापक प्रमाणात करत असलेल्या सेवांचे ते चॅम्पिअन असल्याचंही सिद्ध करतेय. मशालीच्या ज्योतीचा अर्थ आवेगाची ज्योत आणि समाजातील बहुतांश लोकांचा अपंगत्वाबद्दलचा दृष्टिकोन योग्य नसतो, तेव्हा त्यांच्या जाणीव जागृतीची ज्योत असेही म्हणता येईल.

मशालीच्या मुठीला क्रिकेटच्या बॅटसारखा आकार दिला आहे, यातून क्रिकेटच्या माध्यमातून अंध व्यक्तीच्या व्यक्तिमत्त्व विकासाची त्यांची कल्पनाही अधोरेखित होते.

सुस्तावलेल्या हुबळी शहरात १९६० च्या दशकाच्या सुरुवातीला, एक किशोरवयीन मुलगा, १०० मीटर धावण्याच्या शर्यतीत भाग घेण्यासाठी आपल्या वर्गमित्रांबरोबर उभा होता; त्याला त्याच्या शिक्षिकेने विचारलं की, प्रत्येक वेळी जर तो सर्वांत शेवटी शर्यत पूर्ण करतो तर मग तो मुळात भागच कशासाठी घेतो. शर्यतीत भाग घेण्याचा मुलाचा निर्धार पक्का होता. तो म्हणाला की, मी शर्यतीत शेवटचा आलो तरी त्यामुळे मला फरक पडत नाही; पण त्या दिवशीच्या उपांत्य फेरीत तो असा काही धावला, जसं काही त्याचं सारं जीवन त्या एका शर्यतीवर अवलंबून होतं, त्याने त्याच्या सर्व प्रतिस्पर्ध्यांना मागं टाकत शर्यत जिंकली. आनंदाने बेभान होऊन नाचतच तो अंतिम फेरीत धावण्यासाठी जात होता आणि चुकून परत त्याच शिक्षिकेला धडकला. त्या बाईंनी विचारलं की, तो ट्रॅकवर काय करतोय? यावेळी त्या मुलाने अगदी अभिमानानं सांगितलं की, आधीच्या शर्यतीतील विजेत्यांची नावं पाहा, त्याचं नाव सर्वांत वर असेल.

त्या दिवसानंतर पुढची तीन वर्षे तो शाळेतील सर्वांत वेगवान धावपटू होता. त्याच्यात आणि इतर सर्व स्पर्धकांमध्ये किमान यार्डभर तरी अंतर असायचं. दरदिवशी पहाटे साडेचार वाजता हा मुलगा त्याच्या घराशेजारच्या अभियांत्रिकी महाविद्यालयाच्या मैदानात हजर असायचा आणि त्या छोट्याशा शहराभोवतालच्या टेकड्यांवर स्वत:च्या कामगिरीने समाधान होत नाही तोपर्यंत धावण्याचा सराव करत राहायचा.

जॉर्ज अब्राहम या मुलाला आपल्याला दृष्टी कमी आहे, दिसत नाही या गोष्टीमुळे काही अडचण होतेय किंवा काही दबाब आहे असं कधीच वाटलं नाही. पुढील दशकाच्या काळात जॉर्जने स्वत:साठी जे जीवन आखलं, ते पाहिलं तर त्यातून हेच सिद्ध होतं की, अंधत्व हा काही अटकाव करणारा घटकच नाही. तसं पाहिलं तर त्याचं जीवन आपल्याला सांगतं की, एकदा का मनाने दृढ निश्चय केला तर काहीही अशक्य नाही. ज्या दृष्टीने अंधांकडे पाहिलं जातं आणि वागवलं जातं.

त्यात बदल घडवून आणण्यासाठी जाहिरात क्षेत्रात सुरू असलेलं चांगलं काम सोडून दिलं त्यावरून हेच सिद्ध होतं. अंधत्व ही काही समस्या नाही, लोकांचा अंधत्वाबद्दलचा दृष्टिकोन दु:खद आहे.

मला फार लवकर जाणवलं की, सर्व काही आवड आणि सराव यावरच अवलंबून असतं. सर्व काही जुळवून घेण्याबाबत आणि तुमची स्वत:ची अशी धोरणं अमलात आणण्याबाबत असतं. काम करण्याच्या तुमच्या सर्वांच्या पद्धती वेगळ्या असतील; पण तुम्ही करू शकता आणि हेच माझ्या आयुष्याचं तत्त्वज्ञान आहे. सर्व गोष्टी करता येतात; परंतु कोणत्याही दोन व्यक्तींनी त्या एकाच प्रकाराने कराव्यात अशी अपेक्षा ठेवता कामा नये. त्यांना त्या त्यांच्या पद्धतीने करू द्याव्यात.

दोन एक वर्षांपूर्वी मुंबईतील एका कार्यक्रमात सर्वांत शेवटी, दिवसभर अत्यंत भावुक भाषणं ऐकल्यानंतर माझं भाषण होतं. बाहेर पाऊस पडत होता म्हणून मी व्यासपीठावर गेल्याबरोबर माझ्या भाषणाची सुरुवात जोस फेलीसियानो यांच्या 'Listen to the falling rain' (पडणाऱ्या पावसाला ऐका) या गाण्याने केली. माझं पहिलं कडवं संपेपर्यंत अगदी धीरगंभीर शांतता होती आणि मी श्रोत्यांना सांगितलं, गाण्यासाठी हे गाणं निवडलं त्याला तीन कारणे आहेत. पहिलं म्हणजे बाहेर पाऊस पडतोय आणि पावसात न्हाऊन निघणारी मुंबई खासच असते, दुसरं म्हणजे हे गाणं जोस फेलीसियानो यांनी गायलं आहे आणि तेसुद्धा अंध होते आणि तिसरं कारण म्हणजे जेव्हा आपण अंधांच्या करिअरविषयी विचार करतो तेव्हा सर्वप्रथम संगीताचाच विचार केला जातो. आपल्याला आंधळा दिसला रे दिसला की, आपण त्याला संगीत शिकवण्याचा विचार करतो. मी श्रोत्यांना सांगितलं की, अंधत्वाचा अन् संगीताचा काहीही संबंध नाही.

श्रोत्यांनी माझी ही तीन कारणं ऐकल्याबरोबर टाळ्यांचा प्रचंड कडकडाट केला. माझ्यासाठी अंधांच्या जीवनातील सर्वांत मोठा अडसर 'त्यांना दिसत नाही' हा नाही तर 'त्यांना दिसत नाही, म्हणजे त्यांच्यात विशेष काही करण्याची क्षमता नाही,' हा लोकांचा समजच मोठा अडसर आहे.

अंध तसेच दृष्टी अधू असलेल्यांचं जग अधिक चांगलं व्हावं याबद्दलच्या माझ्या कामाची सुरुवात मी जेव्हा माझ्या आयुष्यात पहिल्यांदाच अंधशाळेला भेट दिली तेव्हा म्हणजे १९८८-८९च्या दरम्यान झाली. अंध आणि दृष्टी अधू असलेले खूप तरुण तिथं खितपत पडलेले पाहून मला धक्काच बसला आणि निराश व्हायला झालं. ती मुलं तिथं ज्या परिस्थितीत राहून शिक्षण घेत होती ते पाहून मी तिथल्या व्यवस्थापकांना विचारलं की, या मुलांनी कोणत्या भविष्याकडे पाहायचं? ते म्हणाले, 'गरीब बिच्चारे, ते अंध आहेत. यातील काही विद्यापीठापर्यंत पोहोचतील पण बाकीचे सर्व असेच इकडे तिकडे, त्यांना करण्यासारखं काहीच असेल किंवा

नसेल. ते काय करू शकतात? ते अंध आहेत.' त्यांच्या या तटस्थ प्रतिसादाने मला आणखी धक्का बसला.

त्या क्षणी मला जाणवलं की, मी किती भाग्यवान आहे. मला सर्वोत्तम शिक्षण मिळालं; त्याचबरोबर असे पालक मला लाभले ज्यांनी माझ्या क्षमता ओळखून माझ्यात गुंतवणूक केली. आम्ही दोघं भाऊ होतो; पण माझ्या अपंगत्वामुळे मला कधीच वेगळी वागणूक दिली नाही. आमच्या आई-वडिलांनी आमच्या शैक्षणिक, शारीरिक, आध्यात्मिक आणि भावनिक गरजा व्यवस्थित पूर्ण केल्या. मी अंध आहे म्हणून माझ्याकडून कधीही कमी अपेक्षा केल्या असं नाही.

अंध शाळेला भेट देण्याची ती घटना माझ्या आयुष्याला कलाटणी देणारी ठरली. त्या वेळी मी तीस वर्षांचा होतो आणि साधारण दहा वर्षांपासून जाहिरात क्षेत्रातील संस्थेत काम करत होतो; परंतु तिथे मला एक प्रकारची अस्वस्थता जाणवत होती. मला माझ्या जीवनात अजून काहीतरी करायचं होतं. मी ठरवलं की, माझी शक्ती आणि वेळ मी अंधत्वाबद्दलचा काल्पनिक बागुलबुवा (भ्रम) दूर करण्यासाठी खर्च करेन. जेणे करून अंध व्यक्तींना अधिकाधिक संधी उपलब्ध होतील आणि समाजात समानतेची वागणूक मिळेल.

सुदैवाने माझी पत्नीही माझ्या या विचारांशी सहमत होती आणि आनंदाने माझ्यासोबत काम करण्यास तयार होती. आम्हाला अगदी आतून, मनापासून जे काही करावं असं वाटत होतं ते करण्यासाठी निवृत्तीची वाट पाहण्यापेक्षा आत्ताच म्हणजे आमच्यात ऊर्जा असतानाच हे काम करायचं आम्ही ठरवलं. तेव्हा या क्षेत्रातलं माझं ज्ञान अगदी मर्यादित होतं. माझ्याकडे माहितीचा एकच स्रोत होता आणि तो म्हणजे माझं स्वत:चं जीवन; अर्थात हा स्रोत काही अगदीच वाईट नव्हता कारण मी आंधळा म्हणूनच वाढलो होतो आणि काहीही नुकसान न होता माझ्या आयुष्यात काहीतरी साध्य करू शकलो होतो.

आयुष्यातील प्रत्येक पायरीवर प्रोत्साहन देणाऱ्या पालकांसोबत मी मोठा झालो. माझे वडील सिव्हिल इंजिनिअर म्हणून नोकरी करत होते आणि त्यामुळे आमच्या आयुष्याचा बराच काळ भारतातील विविध छोट्या शहरांत गेला. यात हुबळीसुद्धा होतं. तिथेच मला खऱ्या अर्थाने माझ्या आयुष्याचा सूर गवसला. माझ्या आईच्या सततच्या सकारात्मक दृष्टिकोनाने मला प्रोत्साहन दिलं. शाळेत असतानाच्या आणि नंतरच्या वर्षांमध्ये, दिल्ली येथील स्टीफन महाविद्यालयात शिकण्याकरता पहिल्यांदा जेव्हा मी घर सोडलं, तेव्हा महाविद्यालयातील प्रत्येक छोट्या अनुभवाचा मी आनंद घेतला. गणित विषय घेऊन पदवी आणि ऑपरेशन रिसर्च या विषयात पदव्युत्तर शिक्षण घेतलं. तेव्हा मला कल्पना नव्हती की, पुढच्याच वळणावर माझ्या आयुष्यातला सर्वांत वाईट कालखंड असेल. ज्या देशात अंधत्व म्हणजे

अभिशाप आणि ओझं मानलं जातं, तिथे अंध असण्याचं वास्तव माझ्या समोर आलं. कैक दरवाजे ठोठावल्यावर मला जाणवलं की, माझी शैक्षणिक योग्यता मला नोकरी मिळवून देऊ शकत नाही कारण काय तर अगदी साधं– मी आंधळा आहे. मी इतका निराश झालो होतो की, गाशा गुंडाळून सरळ केरळमधल्या माझ्या गावी निघून गेलो; निवृत्तीनंतर वडील तिथेच राहत होते. तो भयंकर काळ होता. तिथे माझे घरचे आणि मित्रमंडळी मला सांगत होती की, आंधळा असूनसुद्धा मी जरा जास्तच अपेक्षा करतोय. तिथं सतत मला दया दाखवली जायची, माझी कीव केली जायची. मला या साऱ्याचाच वीट आला होता. मी स्वत:चीच कीव करायला लागलो, रडत होतो आणि एके दिवशी सकाळी मी उठलो, स्वत:लाच बजावलं की, स्वत:च्या आयुष्याचा ताबा स्वत:च घेतला पाहिजे आणि गोष्टी घडवून आणायला हव्यात. त्याच दिवशी मी घर सोडलं आणि दिल्लीला परतलो. काही दिवसांमध्येच जाहिरात क्षेत्रातल्या एका संस्थेमध्ये मला माझी पहिली नोकरी मिळाली. माझं नशीब मला अंध शाळेत घेऊन जाईपर्यंत साधारण दहा वर्षे मी ती केली. त्यानंतर मात्र मी माझ्या अंतर्मनाची साद ऐकली.

जेव्हा मी माझं करिअर सोडून अंधांसाठी काम करायचं ठरवलं तेव्हा मी स्वत:साठी मैलाच्या खुणेचा दगड ठरलो कारण ज्या परिस्थितीमधून मी आलो होतो आणि जे काही मी मिळवू शकलो, मी स्वत:लाच सांगितलं की, मी जो मार्ग अवलंबला आहे तो इतरांनाही अवलंबता येऊ शकतो.

सामाजिक न्याय आणि अधिकारिता मंत्रालयातल्या एका अधिकाऱ्यासोबतच्या बैठकीमध्ये ते मला म्हणाले की, देशभरातील या क्षेत्रात काम करणाऱ्या संस्थांना प्रत्यक्ष भेट देऊन त्या काय काम करताहेत हे पाहणं, ही एक चांगली कल्पना आहे. त्यानंतर देशभरातील मुंबई, दिल्ली, बेंगळुरु आणि इतर शहरांमध्ये फिरण्यासाठी खर्ची पडलेल्या वेळामुळे माझे डोळे उघडले. डेहराडूनच्या अंध व अपंगांसाठीच्या राष्ट्रीय संस्थेमध्ये (NIVH) एके दिवशी सकाळी मला क्रिकेट समालोचनाच्या आवाजाने जाग आली; कुठून आवाज येतोय हे पाहण्यासाठी मी उठून त्या दिशेने गेलो. मी जे पाहिलं त्यामुळे मी एकदम अवाक् झालो. लहान मुलांचा एक गट क्रिकेट खेळत होता. ते घुंगराचा चेंडू वापरत होते आणि यष्टीरक्षक पूर्ण जोशात समालोचन करत होता. अर्थातच नेमकं काय चाललंय ते पाहू शकत नसल्याने त्याचं समालोचन अगदी बिनचूक नव्हतं; पण त्यांच्यापैकी प्रत्येकजण खेळाचा मनमुराद आनंद लुटत होता. त्यांचं कौशल्य पाहून मी आश्चर्यचकित झालो होतो कारण खरोखर फलंदाज बॅटने चेंडू टोलवायचे, क्षेत्ररक्षण करणारे चेंडू अचूक अडवत होते आणि गोलंदाज अधिकाधिक नेमकी गोलंदाजी करत होते. खेळणाऱ्यांमध्ये काहीजण अल्प का होईना पण डोळस असावेत; परंतु प्राथमिकत: हा खेळ डोळे

आणि हात यांच्या समन्वयाऐवजी कानाच्या आणि हाताच्या समन्वयाचं अगदी उत्तम उदाहरण होतं. त्यांना पाहून प्रेरणा मिळत होती आणि जेव्हा मी त्यांच्या सरांशी बोललो तेव्हा ते म्हणाले की, मुलांना दिवसभरात जेव्हा केव्हा संधी मिळेल तेव्हा ते क्रिकेट खेळायला सुरुवात करतात. त्याच वेळी मला जाणीव झाली की, अंधांच्या व्यक्तिमत्त्व विकासासाठी हा खेळ एक उत्तम साधन ठरू शकेल. हा खेळ आपल्याला संघ म्हणून एकत्रितपणे काम करणं, नेतृत्व, नियोजन, धोरण, संघभावना, ध्येय, पुढाकार घेणं आणि शारीरिक तंदुरस्ती इत्यादी खूप काही शिकवतो. मला वाटलं की, भारतात क्रिकेटचं वेड मोठ्या प्रमाणावर आहे म्हणून अंधांची क्षमता, हुशारी आणि विद्वत्ता जगाला दाखवून देण्याकरता क्रिकेट हा खेळ उत्तम माध्यम ठरेल. कारण क्रिकेटच्या मैदानावर तुम्हाला अंधांची जी प्रतिमा दिसते ती त्यांच्या पारंपरिक ठरावीक साच्यातील प्रतिमेहून खूपच वेगळी असते.

मला काही प्रमाणात दिसत असल्याने लहानपणी मी क्रिकेट खेळत होतो; परंतु पुढे नाइलाजाने मला ते सोडावं लागलं कारण गोलंदाजी तेज झाली आणि टेनिसऐवजी क्रिकेटचा कडक बॉल वापरायला सुरुवात झाली. लहानपणी तेज गोलंदाज होण्याचं माझं स्वप्न होतं; पण नंतर मला जेव्हा जाणवलं की, माझ्या अधू दृष्टीने ते कदापि शक्य होणार नाही तेव्हा मी ते सोडून दिलं; पण त्या दिवशी अंध मुलांना क्रिकेट खेळताना बघून माझं बालपणीचं वेड आणि स्वप्न उफाळून आलं. मी स्वत:लाच सांगितलं की, अंधांच्या क्षमतांबद्दल जनजागृती करण्यासाठी मी या खेळाचा प्रसार करेन. अशा प्रकारे १९९० मध्ये या प्रवासाची सुरुवात झाली. राष्ट्रीय क्रिकेट स्पर्धा (नॅशनल क्रिकेट टुर्नामेंट) अंतर्गत भारतातील विविध ठिकाणांहून आलेल्या १९ संघांनी यात भाग घेतला. यातूनच पुढे जाऊन १९९६ मध्ये जागतिक अंध क्रिकेट समिती (वर्ल्ड ब्लाइंड क्रिकेट कौन्सिल) स्थापन झाली.

यामध्ये ज्या क्रिकेट संघांनी भाग घेतला होता त्यांना अंधांकरता काम करणाऱ्या स्वयंसेवी संस्थांनी तयार केलं होतं. कारण अशा संस्थांमध्येच अंध एकत्र येतात. अशा संस्थांना त्यांच्या इतरही उपक्रमांसाठी निधीची आवश्यकता असायची म्हणूनच क्रिकेट ही काही त्यांचीही प्राथमिकता नव्हती; त्यामुळेच विविध उपक्रमांच्या दरम्यान निधीच्या उपलब्धतेनुसार त्या संस्था मला मदत करायच्या. माझ्यासाठी याचा अर्थ असा होता की, वर्षभर हिंडून मला क्रिकेटसाठी निधी उभारावा लागणार होता. माझा प्रयत्न असायचा की, इतर क्रिकेट स्पर्धांना ज्याप्रमाणे प्रायोजक मिळतात तसे आमच्या स्पर्धांनाही मिळावेत, निधी उपलब्ध करून देणाऱ्यांनी स्पर्धेचे प्रायोजकत्व करतोय असं समजावं, देणगी देत आहोत असं समजू नये. कारण सोपं सरळ आहे, प्रायोजकत्व तुमच्यातील क्षमता ओळखून केलं जातं आणि देणगी तुमच्या अपंगत्वाकडे पाहून दिली जाते. तुम्ही अंधांकरता काम करता म्हणून लोक

तुम्हाला देणगी देतात. माझा प्रयत्न लोकांच्या मानसिकतेमध्ये बदल घडवून आणण्याचा होता आणि त्यात मी किती यशस्वी झालो हे सांगता यायचं नाही. कोकाकोलाने १९९३ ते १९९८ या दरम्यान आमच्या स्पर्धांचं प्रायोजकत्व घेतलं. ती आमच्यासाठी फारच महत्त्वाची गोष्ट होती.

हळूहळू ही संकल्पना आपल्या देशात रुजली. मला पुढच्या मोठ्या टप्प्याची स्वप्नं पडू लागली. अंधांसाठीच्या कामात मी आधीच आकंठ बुडालो होतो. मी अंधांसाठीच्या विश्वचषक क्रिकेट स्पर्धेचे आयोजन करण्याच्या शक्यतेविषयी बोलण्यास सुरुवात केली. वयाच्या ३३ व्या वर्षी १९९४ मध्ये सामाजिक विकासाच्या क्षेत्रामध्ये अंधांसाठीच्या कामाबद्दल मला तरुण नेतृत्वाकरता 'संस्कृती पुरस्कार' देण्यात आला. संस्कृती संस्थांचा विश्वास असतो की, हा पुरस्कार प्राप्त करणाऱ्यांकडे भविष्यामध्ये नेतृत्व करण्याची क्षमता असते; त्यामुळेच मला जेव्हा हा पुरस्कार देण्यात आला तेव्हा प्रसारमाध्यमांचं माझ्याकडे लक्ष वेधलं गेलं. माझ्यासाठी ती एक चांगली गोष्ट ठरली कारण त्यानंतर दोन-तीन लोक माझ्या संस्थेसोबत जोडले गेले आणि मन लावून माझ्या प्रकल्पामध्ये काम करू लागले.

सन १९९८ मध्ये पहिल्यांदाच चार खंडांतील सात देशांनी मिळून अंधांसाठीची पहिली विश्वचषक क्रिकेट स्पर्धा खेळली. माझ्यासाठी ही गोष्ट म्हणजे स्वप्न सत्यात उतरण्यासारखं होतं. हा केवळ माझा सन्मान नव्हता तर आपल्या देशासाठीही अभिमानाची बाब होती. कारण कोणत्याही देशाने आजपर्यंत असं केलं नव्हतं. इतकंच नाही तर अशा प्रकारच्या स्पर्धेचे आयोजन करता येईल असा विचारदेखील केला नव्हता. माझ्यासाठी हा क्षण म्हणजे– मला कायमच वाटत आलं आहे की, आपण जर आपली भीती आणि उपेक्षावाद बाजूला सारला आणि लोकांच्या क्षमता जाणून घेण्यासाठी हृदयाची कवाडं उघडली तर काही अशक्य नाही या– श्रद्धेच्या पुन:प्रत्ययाचा क्षण होता.

अंधांचं जीवनमान उंचावण्यासाठीचं माझं काम अविरतपणे सुरूच होतं.

कनिष्का विश्वचषकाने माझ्याकरता बरीच कवाडं खुली केली. एके दिवशी एका कार्यक्रमात मी सर्वसमावेशक शिक्षण प्रणालीबद्दल बोललो. त्यानंतर मला ब्रिटिश एअरवेजच्या प्रतिनिधीने फोन करून सांगितलं की, त्यांना माझ्यासोबत काही प्रकल्पांमध्ये काम करायला आवडेल. त्यांना वाटत होतं की, अपंगांसोबतच्या कामाच्या अनुभवाविषयी तसेच अपंगत्वासहित मी कसा यशस्वी झालो याविषयी बोलावं. मी त्यांना सांगितलं की, मला देशभर हिंडून तरुण अंध मुला-मुलींकरता जाणीव जागृती आणि व्यक्तिमत्त्व विकासाच्या कार्यशाळा घेण्याची इच्छा आहे. त्यांनी ताबडतोब सहमती दिली. त्यानंतर काही महिने मी मुंबई, बेंगळुरु, त्रिवेंद्रम, त्रिचूर, कालीकत, अलीगढ, गोवा, गंगावती आणि इतर काही ठिकाणी मिळून

जवळपास चाळीस कार्यशाळा घेतल्या. त्यामध्ये इतर गोष्टींबरोबरच संवादकौशल्याचं महत्त्वही अधोरेखित केलं.

परंपरेने भारतातल्या अंधांचं जीवन विहिरीत राहणाऱ्या बेडकांसारखंच आहे. त्यांच्या ज्ञानाचं आणि जाणिवेचं विश्व त्यांच्या शाळा, तसंच ते राहतात त्या संस्था इतकंच मर्यादित असतं. संस्थाचालकांची तर भावना अशी असते की, या अंध विद्यार्थ्यांना जे शिक्षण ते देतात म्हणजे दानधर्मच करताहेत. अर्थात शिक्षणाने माणूस शहाणा होतो असं म्हणतात; पण वास्तव असं आहे की, ते शिक्षणच तितक्या गुणवत्तेचं नसतं. परिणामी, हे अंध विद्यार्थी एका पोकळीत वाढतात. त्यांना बाहेरील जगाशी संवाद साधण्याच्या फार कमी संधी मिळतात; बहुधा मिळतच नाहीत. माझ्या मते शिक्षण म्हणजे केवळ गणित, विज्ञान शिकणं नव्हे तर तुम्ही रोजच्या रोज तुमच्या सहकाऱ्यांसोबत संवाद साधून जे शिकता ते शिक्षण म्हणजे संवादकौशल्य, तर्कशास्त्र, तर्कसंगत विश्लेषण आणि आपल्या आजूबाजूच्या व्यक्तींकडून आपण सामाजिक शिष्टाचारही शिकत असतो. मला असं दिसून आलं आहे की, अंध व्यक्ती तिच्या शाळेच्या मर्यादित परिघातच राहत असल्याने या संधी तिला उपलब्ध होत नाहीत. माझ्या या प्रवासादरम्यान मी प्रसारमाध्यमे, प्रशासकीय अधिकारी, शैक्षणिक आणि इतर क्षेत्रांतील अनेक लोकांना भेटलो. अंधांबाबतचा दृष्टिकोन सर्वत्र सारखाच होता, ते कमनशिबी आहेत आणि तुम्ही जर अंधांकरता काही काम करत असाल तर तुम्ही खूपच महान काम करताहात. 'अरे वा! तुम्ही अंधांकरता काम करता? खरेच महान!' या एका वाक्यात मला जाणवलं की, अंधत्वात काही समस्या नाहीत; परंतु अंधत्वाकडे पाहण्याच्या लोकांच्या मानसिक जडणघडणीतच समस्या आहेत आणि या समस्येबाबत काही करणे अत्यावश्यक आहे. अगदी आजसुद्धा आम्हाला खऱ्या अर्थाने तोंड द्यावं लागतं ती समस्या, गुणवत्तापूर्ण सेवा न मिळण्याचं कारण, आपलं मूल अंध आहे हे कळल्यावर गलितगात्र होणारे पालक किंवा कुणी दृष्टी गमावली की, येणारी हतबलता या सर्वांमागचं कारण म्हणजे अंध व्यक्तीच्या आयुष्यातही किती गोष्टी होण्याची शक्यता असू शकते, याबद्दलची माहितीच नसणं हे आहे.

सन २००२ मध्ये मी स्कोअर (सोसायटी फॉर कम्युनिकेशन ॲन्ड रिसर्च) म्हणजेच दळणवळण आणि संशोधन संस्था स्थापन केली. ही स्वंयसेवी संस्था अंधांसाठी विविध प्रकल्प राबवण्यासाठी कटिबद्ध आहे जेणे करून अंधांना विकसित होण्याची, पुनर्वसनाची आणि समाजात सामावण्याची संधी प्राप्त होईल.

आपल्या देशात दृष्टीने अधू असलेल्यांकडे नेहमी दयेने पाहिलं जातं आणि त्यांना दान दिलं जातं. त्यांच्या क्षमता, कौशल्ये पाहण्याऐवजी त्यांच्या मर्यादांकडे पाहिलं जातं, हे दुःखद आहे. देशाच्या विकासात हातभार लावण्याची क्षमता आणि

सामर्थ्य असलेले मनुष्यबळ म्हणून पाहण्याऐवजी बरेचसे लोक त्यांना जबाबदारी म्हणून पाहतात आणि समाजाच्या मुख्य प्रवाहापासून त्यांना अलिप्त ठेवलं जातं. मी जेव्हा स्कोअर संस्था स्थापन केली तेव्हा सुरुवातीला अंधत्वाबद्दलची ही विचारसरणी बदलायची होती आणि त्यातूनच पुढे 'आयवे' प्रकल्पाचा उदय झाला. या अंतर्गत अंधत्वासह आयुष्य जगतानाची सर्व माहिती या एकाच ठिकाणी उपलब्ध करून दिलेली आहे. यामध्ये अंधांना समर्पित हेल्पलाइन, रेडिओ कार्यक्रम, वेबसाइट, एसएमएस सूचना, कार्यशाळा आणि ऑडिओ बुक (बोलकी पुस्तकं) या सर्वांची सुरुवात केलेली आहे.

भारतामध्ये १६ दशलक्षाहून अधिक अंध आणि २८ दशलक्षाहून अधिक अधू दृष्टी असलेले लोक आहेत. ज्यांना शक्यतो अलिप्त ठेवलं जातं. आयवे त्यांच्या समान अधिकार, जबाबदाऱ्या आणि समान संधीकरता कार्य करत आहे, जेणे करून त्यांनाही सुखासमाधानाने, स्वावलंबी, आर्थिक आणि सामाजिकदृष्ट्या निर्मितीक्षम जीवन जगता येईल.

आम्ही दररोज दृष्टीने अधू असलेल्यांच्या बाबतीतला पक्षपात कमी करण्याचा प्रयत्न करतोय. त्यांना ज्ञान आणि माहितीने सक्षम करण्यासाठीही प्रयत्नशील आहोत, जेणे करून त्यांना मानाने जीवन जगता येईल आणि त्याच बरोबर ते समाजाचा जबाबदार घटक बनतील. आयवेकडे दररोज त्रासलेल्या अंधांच्या येणारे फोन तसेच ई-मेलची संख्या ऐकून तुम्हाला आश्चर्य वाटेल. या व्यक्तींना आम्ही आमच्या परीने उत्तम समुपदेशन आणि मार्गदर्शन करतो.

परंतु हजारो अंध आपल्या जीवनात काहीतरी अधिक मिळवण्यासाठी प्रेरित आणि उत्साहित आहेत, हेही तितकंच खरं आहे. देवाकडून विकलांगता मिळते; परंतु अपंगत्व मानवाकडून दिलं जातं. आपली स्वप्नं प्रत्यक्षात आणण्याकरता विकलांगतेला अडथळा होऊ द्यायचा की नाही, हे सर्वस्वी आपल्यावर अवलंबून असतं. 'आयवे'मध्ये आमच्या कामाचा भाग म्हणून आम्ही विविध भागधारक जसे की नियोजन आयोग आणि शासन यांना सल्ले देतो आणि त्यांच्यामध्ये जाणीव जागृती करतो. जेणे करून लोकांचा अंधांकडे बघण्याचा दृष्टिकोन बदलेल. जेव्हा आपण विकलांग व्यक्ती देशाचा सक्षम स्रोत आहेत असं बोलण्यास सुरुवात करू तेव्हा शासन, नियोजन आयोग, मंत्रालय आणि अगदी पालकसुद्धा आपल्या पाल्यात गुंतवणूक करण्यास सुरुवात करतील. जेव्हा तुम्ही लोकांमध्ये गुंतवणूक करता तेव्हा मूळ अपेक्षा परतावा मिळण्याची असते; पण तेच तुम्ही जेव्हा दान देता तेव्हा तुम्ही कोणत्याही प्रकारच्या परताव्याची अपेक्षा करत नाही. बहुतांश लोकांना या परताव्याच्या अपेक्षांचं मूल्य लक्षातच नाही आणि सर्वसाधारण लोकांची वृत्ती असते की, शेवटी तो आंधळा आहे, तो काय करू शकेल? हे बदललंच पाहिजे.

अंध काहीच करू शकत नाही, हा अंधविश्वास वा गैरसमज बदलण्यासाठी आम्ही एक प्रकल्प केला, यशस्वी अंध व्यक्तींबद्दलची 'नजर या नजरिया' या नावाची १६ भागांची मालिका दूरदर्शनवर सादर केली. प्रत्येक भागाच्या प्रक्षेपणानंतर आमच्यावर ई-मेल आणि फोन कॉलचा वर्षाव झाला. प्रत्येकाचं म्हणणं होतं की, अंध व्यक्ती त्यांच्या आयुष्यात इतक्या असामान्य गोष्टी करू शकतात हे पाहून आश्चर्य वाटलं.

आता स्कोअर आणि आयवे या दोन्ही संस्था व्यवस्थित स्थापन झाल्या आहेत आणि त्यांचे कामकाज सुरळीत सुरू आहे; तेव्हा मला आयुष्यात मी आणखी काहीतरी केलं पाहिजे, असं वाटायला लागलंय. संस्था स्थापन करणं आणि त्या व्यवस्थित चालवणं, कर्मचाऱ्यांचे वेतन आदी सर्व गोष्टींसाठी निधी उभारणं या सर्व कामांमध्ये मी बरीच वर्षे अडकून पडलो होतो; पण आता मला जाणवतंय की, या सर्वांमध्ये अडकून पडल्याने इतर क्षेत्रांत मला जे काही करायचं होतं त्यातल्या निम्म्या गोष्टी करता आल्या नाहीत.

आता वयाच्या ५५ व्या वर्षी, माझ्या हातात काही फार वेळ शिल्लक नाही आणि माझ्या संकल्पना वैयक्तिक आणि अनन्यसाधारण आहेत. आता मी माझ्या आयुष्यातील नवीन अध्याय सुरू करायला तयार आहे आणि एक अंध व्यक्ती काय काय साध्य करू शकते याचे मी जिवंत उदाहरण होईन. अनेक वर्षांपासून माझी पहिली पसंती मौखिक आणि लिखित संवादालाच आहे; परंतु आज अनेक नवनवीन प्रकार माझ्यासाठी उपलब्ध आहेत. कुणास ठाऊक मी चित्रपट बनवण्याच्या कामात गुंतेन, अंधांकरता ट्रॅव्हल शो करेन किंवा सल्ला देण्याचं काम करेन, कदाचित माझ्या सर्व संकल्पना स्वत: एकट्याने प्रत्यक्षात आणण्याऐवजी इतरांमार्फत त्यांना मूर्त रूप देईन.

लहानपणी माझी तीन स्वप्नं होती– मला डेनिस लिलीसारखं तेज गोलंदाज व्हायचं होतं, अमिताभ बच्चन यांच्यासारखं दिसायचं होतं आणि किशोरकुमारसारखं गाणं गायचं होतं. माझं पहिलं स्वप्न मी माझ्या क्रिकेट प्रकल्पाच्या मदतीतून पूर्ण केलं. मी कधीच अमिताभ होऊ शकत नाही; पण मला असं वाटतं की, माझ्या कार्यामधून माझी स्वत:ची निश्चित अशी ओळख तयार केली असून समाजात एक ठरावीक स्थान निर्माण केलं आहे. आता मी दिल्लीच्या संगीत विद्यालयामधून संगीताचे धडे घेत असून माझं तिसरं स्वप्न पूर्ण होण्याच्या मार्गावर आहे. माझा विश्वास असं सांगतो की, तुमच्याकडे जर कौशल्ये असतील तर तुम्ही ती वापरा; परंपरेने काय सांगितलं आहे तेवढंच करून शांत बसण्याची आवश्यकता नाही. जर्मनीतील एका ख्रिस्ती संस्थेमध्ये मला समर्पणाबद्दल व्याख्यान देण्यास सांगितलं होतं. मी या भाषणाचा शेवट एका गाण्याने केला होता. दोन दिवसांनंतर त्याच

ठिकाणी मी पुन्हा एकदा तेच गाणं गावं अशी तिथल्या लोकांनी विनंती केली होती. मी आश्चर्यचकित झालो होतो. काय सांगावं, मी गाण्याचा एखादा अल्बमदेखील काढेन! मी असाच आहे. मला जर एखादी कल्पना सुचली की, ती प्रत्यक्षात येईपर्यंत मी तिचा पिच्छाच पुरवतो. अंधांच्या क्षमता आणि सुप्त गुणांविषयी प्रसार करण्याचं माझं स्वप्न होतं आणि रेडिओवर 'आयवे– ये है रोशनी का कारवाँ' या कार्यक्रमाची निर्मिती करून मी ते साध्य केलं. हा कार्यक्रम विविधभारती आणि एफ एम रेनबो, दिल्लीवरून देशभर प्रसारित करण्यात येतो.

मला इतरही काही गोष्टी करायच्या आहेत. तंत्रज्ञानामध्ये झपाट्याने झालेल्या बदलांमुळे, जागतिक प्रसारमाध्यमांच्या आगमनाने आणि इतर काही घटकांचा असा परिणाम झाला आहे की, आमच्या वेळची मूल्ये ऱ्हास पावताहेत असं वाटायला लागलंय. आज आपण अशा जगात जगतोय की, जिथे तुम्हाला जर एखादी गोष्ट आवडली तर तुम्ही लगेच तिच्यावर झडप घालता आणि तसं करता आलं नाही तर तिच्यावर ॲसिड हल्ला करता. अशा गोष्टी ५० वर्षांपूर्वी घडत नव्हत्या. माझ्या आयुष्यातील आध्यात्मिकतेने मी आज जसा माणूस आहे तसा घडवण्यासाठी महत्त्वपूर्ण भूमिका निभावली आहे. माझ्या परमेश्वरावर असलेल्या श्रद्धेमुळे, विश्वासामुळे आज मी बऱ्याच गोष्टी करतो आणि हाच विश्वास नवीन पिढ्यांमध्ये यावा म्हणून मला महत्त्वपूर्ण भूमिका करायची आहे. आज आम्ही ज्या परिस्थितीमध्ये जगतोय आणि काम करतोय मला वाटतं की, त्यामुळे नवीन पिढ्यांना खूप साऱ्या बौद्धिक अन् भावनिक समस्यांना तोंड द्यावं लागणार आहे. मन जेव्हा चिंतित आणि अस्वस्थ असेल तेव्हा आध्यात्मिक सामर्थ्यच त्यांना या समस्यांचा सामना करण्यास मदत करेल.

माझी गोष्ट म्हणजे हृदयाची साद ऐकून जो मार्ग योग्य वाटतो त्यावर वाटचाल करणाऱ्याची आहे. जेव्हा मी नोकरी सोडून अंधांकरता काम करायचं ठरवलं तेव्हा ते एकदम बिनधास्त अन् बेदरकार पाऊल होतं, विशेषत: तेव्हा नुकतीच आम्हाला आमच्या पहिल्या अपत्याची चाहूल लागली होती. माझी पत्नी रूपा व मी तरुण होतो आणि खडतर जीवन जगण्याची आमची तयारी होती. संपूर्ण देशभर फिरायचं आणि एकत्रितपणे मन लावून असं काहीतरी करायचं की, ज्यामुळे आपली दृष्टीने अधू असलेल्यांच्या बाबतीतील वागण्याची पद्धतच बदलून जाईल. माझ्या पत्नीने मला माझ्या ध्येयावर पूर्णत: लक्ष केंद्रित करता यावं म्हणून बागकाम शास्त्रज्ञाची नोकरी केली.

आमच्या दोघांच्या आयुष्यातील सुखसोई गायब झाल्या होत्या; तरीही आम्ही खूश होतो. आमच्या दृष्टीने सर्वांत महत्त्वाचं काय होतं तर आम्ही दोघंही आम्हाला खरोखरच मनापासून जे करायचं होतं ते करत होतो. त्या दरम्यानच मी डेहराडूनला

अंध मुलांना क्रिकेट खेळताना पाहिलं आणि क्रिकेटचा प्रकल्प सुरू केला. त्या क्षणापासून आयुष्यात नवनवीन कल्पनांची मालिकाच विकसित होत गेली आणि मला विविध अनोळखी क्षेत्रांत घेऊन गेली. मी कधी कल्पनासुद्धा केली नव्हती की, दोन तरुणांच्या स्वप्नातून सुरू झालेली संकल्पना कालांतराने इतकी मोठी होईल की, मी आणि माझा संघ मिळून क्रिकेटच्या दोन विश्वचषक सामन्यांचे आयोजन करू. आम्ही आमचा क्रिकेटचा संघ घेऊन पाकिस्तान, इंग्लंड आणि जगात इतर ठिकाणीही गेलो आणि त्याची दखल घेतली गेली. त्यानंतर मी वैश्विक अंध क्रिकेटच्या अध्यक्षपदावरून पायउतार झालो, निर्वाचित समिती २००४ आणि भारतीय क्रिकेटमधूनसुद्धा बाजूला होऊन त्याचा कार्यभार बेंगळुरुचे माझे मित्र श्री जी आर महान्तेश यांच्याकडे सुपुर्द केला. त्या वेळी तो निर्णय घेतला कारण एकाच वेळी अनेक गोष्टी करणं फार कठीण होत होतं. त्याच बरोबर मला हेही जाणवलं की, व्यावसायिक क्रिकेटसारखा अंध क्रिकेटला आधार मिळत नाही आणि त्यासाठी निधी उभारणं हे फार मोठं आव्हान होतं. आता बेंगळुरुमधील समर्थन ट्रस्ट ही स्वंयसेवी संस्था क्रिकेटच्या सामन्यांचं नियोजन करते आणि दोन वर्षांपूर्वी त्यांनी अंधांकरता टी-ट्वेन्टी सामन्यांचे आयोजन केलं होतं.

मी एक गोष्ट शिकलो आहे, तुम्ही जेव्हा गोष्टी तुमच्या उराशी कवटाळून ठेवता तेव्हा त्याची वाढ होत नाही. तुम्ही योग्य वेळी त्यांना मोकळं सोडायला हवं म्हणजे इतर लोक त्यांना घेऊन पुढे जाऊ शकतात आणि तुम्हाला तुम्ही सुरू केलेली गोष्ट मोठी होताना पाहण्याचं सुख, समाधान मिळू शकतं... जसं तुमचं मूल मोठं होत असताना मिळतं अगदी तसंच!

आज मागे वळून पाहताना माझ्या आयुष्यात अनेक मैलाचे दगड आल्याचं दिसतंय आणि त्यातील प्रत्येकाने मला काहीतरी शिकवलंय. सन १९६९ मध्ये माझ्या हुबळीच्या शाळेत मी चौथीत असताना पहिल्यांदा वक्तृत्व स्पर्धा जिंकली, तेव्हा मी बाळ गंगाधर टिळकांविषयी बोललो होतो. त्या वेळी ती सर्वाधिक उत्साहित करणारी गोष्ट होती.

त्यानंतर जेव्हा मी नववीत होतो, तेव्हा माझ्या शाळेतील सर्वांत वेगवान धावपटूला मी एक लठ्ठ आणि आंधळा मुलगा असूनदेखील हरवलं होतं, त्याआधी मी नेहमी शेवटीच असायचो.

माझ्यासाठी सर्व प्रवासच मनोरंजक असून लहानपणापासून मी खूपच महत्त्वाकांक्षीही होतो; पण काहीतरी विचित्र कारणामुळे खरोखरच मला खूप पैसे कमावण्यात रस नव्हता. मला स्वत:चा ठसा उमटवण्यात, काहीतरी योगदान देण्यात जास्त रुची होती. जेव्हा मला संस्कृती पुरस्कार मिळाला तेव्हा मी खूप आनंदात, उत्साहात होतो कारण लोक माझ्याबद्दल लिहीत होते, परंतु प्रसिद्धी मिळवणं हे काही माझं

ध्येय नव्हतं. लहान असताना आवडणाऱ्या गोष्टी व्यवस्थित करायला मला आवडायचं आणि प्रसिद्धही व्हायचं होतं. आता मला प्रसिद्धी नको आहे; पण तरीही मला आवडणाऱ्या गोष्टी करायला अजूनही आवडतं.

प्रत्येक टप्प्यावर आयुष्य तुमच्याकडे विविध क्षण घेऊन येतं. हेच क्षण तुम्हाला कार्य करण्यास प्रेरणा देतात. माझ्यासाठी अशा क्षणांपैकी एक क्षण म्हणजे जेव्हा मला सन १९९६ अटलांटा ऑलिम्पिकमध्ये आपल्या मशालीसोबत धावण्याचा असामान्य बहुमान मिळाला. कोकाकोलाच्या प्रतिनिधीने मला फोन केला आणि माझ्याकडे अमेरिकेचा व्हिसा आहे का विचारलं. त्या वेळी माझ्याकडे व्हिसा नव्हता; पण मी त्यांना विचारलं, कशासाठी हवा आहे. त्यांनी जेव्हा सांगितलं की, त्यांच्या कंपनीने भारतातील पाचजणांचे ऑलिम्पिकमध्ये मशालीसोबत धावण्याचे प्रायोजकत्व घेतले आहे तेव्हा मी उडालोच. मी त्या माणसाला सांगितलं की, मी व्हिसा मिळवण्याचा प्रयत्न करतो, परंतु अमेरिकेसाठी निघणाऱ्या विमानाची वेळ पाहता माझ्याकडे चोवीस तासांपेक्षाही कमी वेळ होता. त्याच क्षणी मी दूतावासात फोन केला आणि त्यांना परिस्थिती समजावून सांगितली. त्यांनी मला सांगितले की, ७०० रुपयांचा ड्राफ्ट आणि माझा अर्ज घेऊन सकाळी नऊ वाजायच्या आत तिथे पोहोचलो तर ते मदत करतील. सकाळी नऊ वाजायच्या आत ७०० रुपयांचा ड्राफ्ट मिळणं केवळ अशक्य होतं म्हणून मी माझा अर्ज, ७०० रुपये रोख आणि प्रसारमाध्यमांमध्ये माझ्याबद्दल छापून आलेले लेख गोळा केले आणि तिथे पोहोचलो. व्हिसा अधिकाऱ्याला जेव्हा मी माझं अंधांच्या क्रिकेटसंदर्भातल्या कामाबद्दल सांगितलं आणि त्या संदर्भात माझ्याबद्दल छापून आलेले लेख दाखवले तेव्हा त्यांना कुतूहल वाटलं. माझा अर्ज दाखल केल्यानंतर पाचच मिनिटांमध्ये मला व्हिसा मिळाला. संध्याकाळी पाच वाजताच्या विमानात बसण्यासाठी मी अगदी वेळेत विमानतळावर पोहोचलो! गोष्ट इथेच संपत नाही. मी 'लिबर्टी शू'मधल्या एका मित्राला फोन केला आणि त्यांना सांगितलं की, मला ऑलिम्पिकमध्ये मशालीसोबत धावावं लागणार असून माझ्याकडे धावण्याचे बूट नाहीत, तुमच्या कंपनीला माझ्या बुटांचं प्रायोजकत्व करायचं आहे का? मी विमानतळावर पोहोचलो तेव्हा लिबर्टी शूमधला एक माणूस माझ्यासाठी बुटांचे पाच जोड घेऊन उभा होता, मला त्यांपैकी एक निवडायचा होता. मी आश्चर्यचकित झालो. जेव्हा मी अटलांटामध्ये मशालीसोबत धावलो तेव्हा माझी अंतर्वस्त्रंच फक्त माझ्या मालकीची होती! शॉर्ट, टी-शर्ट आंतराष्ट्रीय ऑलिम्पिककडून मिळाले होते. ऑलिम्पिकच्या मशालीसोबत धावणं ही माझ्या आयुष्यातील सर्वाधिक प्रेरक आणि संस्मरणीय घटना आहे.

त्यानंतरही स्मरणीय घटना घडल्या. जसं की, १९९८ मध्ये पहिला अंध

क्रिकेट विश्वचषक मिळवणं मला शक्य झालं. तो दिवस आणि जेव्हा लिम्का बुक ऑफ रेकॉर्डतर्फे २००७ मध्ये माझी इतर चौघांसोबत निवड केली, इतर चौघांमध्ये महेश भूपती, ए. आर. रेहमान, डॉ. देवी शेट्टी आणि बॉक्सर मेरी कोम यांचा समावेश होता. याप्रमाणेच आम्ही जसा ठरवला होता तसाच 'नजर या नजरिया' कार्यक्रम तयार होऊन तो कार्यक्रम दूरदर्शनवरून मालिकेच्या रूपात प्रक्षेपित होणं हे काही आहेत.

माझ्या जीवनात मी ज्या ज्या गोष्टी शिकलो त्यातील एक म्हणजे एखाद्या गोष्टीवर जर तुमचा विश्वास असेल तर तुम्ही ती घडवून आणलीच पाहिजे. गोष्टी आपोआप घडण्याची वाट पाहत बसू नका. तुम्ही प्रयत्न करा आणि गोष्टी घडवून आणा. सतत तुमचं ध्येय उराशी बाळगा कारण चित्त विचलित होणं अगदी स्वाभाविक असतं. ध्येयाच्या दिशेने जोमाने काम करा.

अंधांकरता काम करतानाच्या वर्षांमध्ये नियमितपणे काम सुरू ठेवण्यासाठी मला नेहमीच निधी उभारावा लागायचा. यामुळेच विनम्रता हा गुण सर्वांत महत्त्वाचा असल्याची शिकवण मला मिळाली. अभिमान आणि गर्व या गोष्टी तुम्हाला नष्ट करतील. कधीकधी खडतर कालावधीत मूल्यांचा विसर पडतो; परंतु माझा नेहमीच माझ्या मूल्यांवर आणि प्रामाणिकपणावर विश्वास आहे. कारण प्रामाणिकपणाचं समर्थन करता येतं तसं अप्रामाणिकपणाचं करता येत नाही. तुम्ही जेव्हा प्रामाणिकपणे काही मिळवता तेव्हा ते मिळवण्याचं समाधान खूप मोठं असतं.

माझी आई वयाच्या ४२ व्या वर्षी कर्करोगाने गेली; तेव्हा मी फक्त २१ वर्षांचा होतो आणि माझं पदव्युत्तर शिक्षण पूर्ण व्हायला काही महिने बाकी होते. तिला नेहमीच माझी कहाणी लिहून काढायची होती. तिच्या मुलाचं यश पाहण्याआधीच ती निघून गेली याबद्दल अगदी आजही खंत वाटते. मी जेव्हा अंधांच्या क्रिकेट विश्वचषकासंबंधात काम सुरू केलं तेव्हा माझे वडील उत्साहित झाले होते, परंतु प्रत्यक्षात १९९८ मध्ये विश्वचषक सामने होण्यापूर्वीच ते गेले. कधीकधी आपण ठरवतो त्याप्रमाणे गोष्टी घडत नाहीत.

आज मी शिकलोय. जेव्हा तुमच्यासाठी एखादं दार बंद होतं तेव्हा दुसरं उघडतं आणि ही गोष्ट आपल्याला अधिक उत्साहित करून जाते. हे म्हणजे असं असतं की, रस्त्यावर काही अडथळा आलाय म्हणून तुम्ही दुसरा रस्ता निवडता आणि त्या रस्त्यावरच तुम्हाला खूप उत्साहित करणारी गोष्ट दिसते, तुम्ही तिथे थांबून ती करता आणि आणखी काहीतरी नवनवीन करत राहता.

समजा, तिथे काही आव्हान असेल तर ते स्वीकारा. आव्हाने तुम्हाला अडवण्यासाठी नाही तर शिकवण्यासाठीच असतात. आज एक गोष्ट अगदी स्पष्ट आहे की, मला अंधांसोबत काम करायचं नाही तर डोळसांसोबत काम करायचं आहे कारण

त्यांच्याच मानसिकतेमध्ये, दृष्टिकोनामध्ये बदल घडवून आणणं अत्यावश्यक आहे. तसं झाल्यास अंधांचा समाजाच्या मुख्य प्रवाहामध्ये समावेश होऊ शकेल. स्कोअर फाउंडेशन आणि आयवे माझ्या विश्वासाचे परिणाम आहेत. भविष्यात जर मी सिनेमा बनवण्यास सुरुवात केली किंवा प्रवासाला सुरुवात करून उर्वरित जगाला सहभागी करून घ्यायचं ठरवलं तर मला आशा आहे की, माझ्या संपर्कात येणाऱ्या प्रत्येक माणसाचं आयुष्य माझ्या जीवन प्रवासाने प्रभावित होईल. माझा मूळ हेतूच दृष्टिकोनात बदल घडवणं हा आहे. काम सोडलं तर उरलेला वेळ मला माझ्या कुटुंबीयांसोबत सिनेमा पाहायला, सुट्टीमध्ये माझ्या मुली, नेहा आणि तारा यांच्यासोबत फिरायला जायला आवडतं.

मागे वळून पाहता माझं आयुष्य अविश्वसनीयरीत्या रोमांचक असलं तरी मी समाधानी असण्याच्या जवळपासदेखील पोहोचलेलो नाही. मला विश्वास वाटतो की, येणाऱ्या काळात अधिक रोमांचक गोष्टी घडतील.

◆

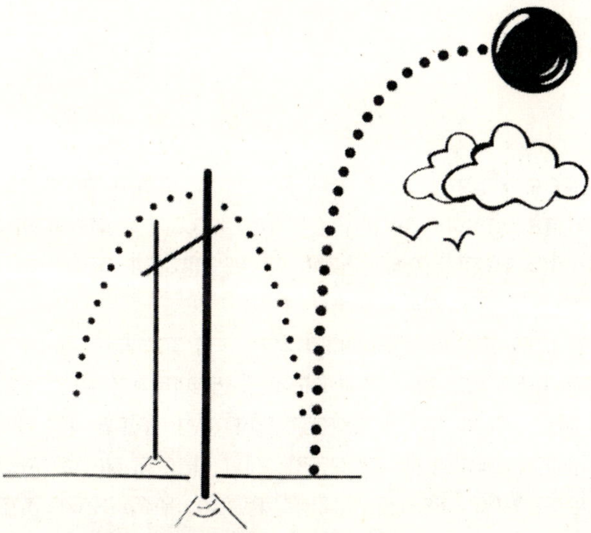

गिरीश एच.एन.

रेखाचित्र गिरीशची महत्त्वाकांक्षा दाखवण्याचा प्रयत्न करतेय. गिरीश म्हणतो, हे १.६८ मीटर सुवर्ण संख्येपर्यंतची उंच उडी मारण्याइतकेच नाही तर आकाशाला गवसणी घालण्यासारखं आहे म्हणूनच बांबूवरून यशस्वीपणे उंच उडी मारणं ही त्याची भूतकाळातली कामगिरी आहे आणि त्यानंतर त्यानं ढग आणि पक्ष्यांच्याही वर उत्तुंग भरारी घेतलीय, जणू आकाशालाच गवसणी घातलीय.

(यातून पुढच्या ऑलिम्पिकमध्ये स्थान पटकावण्याच्या त्याच्या दृढनिश्चयाचं प्रतिबिंब दिसून येत आहे.)

अलौकिक बुद्धिमत्ता आणि स्वतःवर संपूर्ण विश्वास नसता तर गिरीश एच.एन. हादेखील भारतातील असंख्य खेड्यांमध्ये वाढणाऱ्या अगणित तरुणांपैकीच एक ठरला असता, ज्यांना त्यांच्या शहरी बांधवांच्या तुलनेत कधी कोणत्या संधीच उपलब्ध होत नाहीत.

जन्मतःच गिरीशचा एक पाय वाकडा होता; पण आयुष्यात एकदाही त्याने या गोष्टीला काही महत्त्व दिलं नाही. एका छोट्याशा खेड्यात मोठं होत असताना जिथं स्लीपरची जोडी असणं म्हणजे बहुसंख्य लोकांसाठी चैनीची बाब होती, तिथं अनवाणी धावून त्याचे पाय मजबूत झालेत आणि शारीरिक व्यंग असूनदेखील तो शाळेतील प्रत्येक स्पर्धा जिंकायचा, झाडावर चढायचा, जवळपासच्या जंगलात अन् टेकड्यांवर गुरे चरायला न्यायचा, टेकडीवरून सुरू झालेल्या शर्यतीमध्ये बिनधास्तपणे सुसाट सायकल चालवायचा, ही सायकल त्याला खूपच प्रिय होती आणि हो त्याला अगदी लहानपणापासून अधिकाधिक चांगली कामगिरी करून दाखवण्याची भूक आहे आणि मित्रांसोबतची प्रत्येक शर्यत जिंकायचीच असायची. 'कदाचित परिस्थितीवर मात करण्याच्या दृढनिश्चयामुळेच तो जेता बनला' त्याने २०१२ मधील लंडनमध्ये झालेल्या पॅराऑलिम्पिकमध्ये पुरुषांच्या उंच उडीच्या स्पर्धेत रौप्यपदकाची कमाई केली. लहान चणीच्या, चेहऱ्यावर बुजरं हसू असलेल्या या तरुणाने आपल्या देशाला गौरव प्राप्त करून देण्याची प्रखर इच्छा साता समुद्रापार जाऊन पूर्ण करून दाखवली. त्याने जेव्हा हे करून दाखवलं तेव्हा त्याच्या सारख्याच विपरीत परिस्थितीचा सामना करणाऱ्या अनेकांच्या मनात पुन्हा एकदा आशा पल्लवित झाल्या.

बेंगळुरुमधील कांतीरवा स्टेडियम, जिथं गिरीशने त्याच्या आंतरराष्ट्रीय स्तरावरच्या खेळात यशस्वी होण्याचा प्रवास सुरू केला तिथेच एके दिवशी संध्याकाळी मी गिरीशला भेटले. एकदा अत्यंत निराश होऊन या देशामध्ये खेळात काही राम नाही, व्यवसाय म्हणून तर तुम्ही त्याकडे पाहूच शकत नाही या विचारापर्यंत येऊन त्याने

खेळाकडे कायमची पाठ फिरवली होती, तीसुद्धा हीच जागा आहे. त्याला त्याच्या म्हाताऱ्या होणाऱ्या आई-वडिलांची काळजी घ्यायची होती अन् नोकरीशिवाय ते कसं शक्य होतं? त्याच्या प्रशिक्षकाचा त्याच्यावरील विश्वास आणि मनाच्या कोपऱ्यातला खेळाबद्दलचा आत्मविश्वास त्याला पुन्हा एकदा या स्टेडियममध्ये घेऊन आला. त्याने वेळेत २०१२ च्या पॅराऑलिम्पिकसाठीची स्वत:ची पात्रता सिद्ध केली आणि पुढे २०१२ पॅराऑलिम्पिकमध्ये इतिहास घडवला.

'उंची फक्त १.६८ मीटर, म्हणून मला सांगितलं गेलं की, उंच उडीसाठी मी छोटा आहे; पण त्यामुळे मला काहीही फरक पडला नाही कारण माझी महत्त्वाकांक्षा आकाशाला गवसणी घालण्याची होती.' त्या दिवशी संध्याकाळी गिरीशने मला सांगितलं, 'माझं पुढचं ध्येय, माझं आत्ताचं स्वप्न माझ्यासमोर अगदी स्पष्ट आहे. पुढच्या रिओ येथील २०१६ च्या पॅराऑलिम्पिकमध्ये मला सुवर्णपदक मिळवायचं आहे.'

माझा जन्म भारताच्या प्रजासत्ताक दिनी म्हणजेच २६ जानेवारीला कर्नाटकातील हसन जिल्ह्यातील हौसंगारा या खेड्यात झाला. माझ्या लहानपणी जर कुणी मला सांगितलं असतं की, एके दिवशी भारताच्या राष्ट्रपतींकडून मला पद्मश्री पुरस्कार देण्यात येईल तर मी विश्वासच ठेवला नसता. इतकंच काय माझ्या गावातल्या कुणीसुद्धा विश्वास ठेवला नसता. कारण अगदी सरळ आहे, तिथल्या लोकांना कसंबसं जीवन जगण्याशिवाय इतर काही मिळवण्याच्या संधीच फार कमी होत्या. काही बिनधास्त आणि नशीबवान लोक तिथून मोठ्या शहरांमध्ये जातात, जिथे त्यांना जीवनात काहीतरी करून दाखवण्याच्या जास्त संधी मिळण्याची शक्यता असते.

लहानपणी माझ्या जन्मतारखेच्या महत्त्वाबद्दल मला काही विशेष वाटत नव्हतं; पण किशोरावस्थेपासून मला वाटायचं की, माझं नशीब देशाच्या नशिबाशी अभिन्नपणे जोडलं गेलंय.

माझं बालपणीचं आयुष्य पाहिलं तर त्यातून पुढे जाऊन मी काही मोठी महान कामगिरी करेन असं काहीही दिसत नव्हतं. आम्ही अगदी गरीब होतो. माझे वडील तर कर्नाटकातील यापेक्षाही छोट्या खेड्यामधून आलेले होते. जिथे त्यांच्या मालकीचा जमिनीचा छोटासा तुकडा होता अन् त्यांच्या कुटुंबाची त्याच्यावरच गुजराण व्हायची. जेव्हा शासनाने धरण बनवण्याचा निर्णय घेतला तेव्हा त्यांनी माझ्या वडिलांची जमीन ताब्यात घेतली आणि नुकसानभरपाई म्हणून या गावात दुसरी जमीन दिली. कावेरी नदीवरील धरणाच्या पाणलोटक्षेत्रातील डोंगराळ प्रदेशातील लाल कौलाच्या एका छोट्याशा घरात माझा जन्म झाला.

माझं चौथीपर्यंतचं शिक्षण हौसंगारामध्येच झालं. आमच्या गावात पुढच्या शिक्षणाची सोयच नसल्यामुळे आम्ही दोन किलोमीटरवरच्या मारियांगारा या मोठ्या गावापर्यंत पायी जायचो व तिथून १० किलोमीटरवरील शाळेत जाण्यासाठी बस मिळायची. आम्ही ज्या ख्रिस्ती शाळेत जायचो तिथली शिस्त फारच कडक होती.

शाळा संपल्यावर रोजच्या रोज रांगेचा प्रमुख दिवसभराच्या अभ्यासाची उजळणी करून घ्यायचा. आम्ही सकाळी आठ वाजता घर सोडायचो अन् संध्याकाळची शेवटची साडेसहाची बस पकडायची असं ठरवायचो; पण रांग प्रमुखासोबतच्या उजळणीमुळे बऱ्याचदा शेवटची बस चुकायची, मग काय टेम्पोमधून खडखडाट करत किंवा थेट बारा किलोमीटर पायपीट करत घरी यावं लागायचं. या प्रवासात माझी मोठी बहीण माझ्यासोबत असायची.

आमच्या खेडेगावात चप्पल वापरण्याची चैन कुणालाही करता येत नव्हती. इयत्ता सहावीनंतर गावातल्या मोच्याने तयार केलेले चामडी सॅन्डल मला घेतले होते आणि कॉलेजमध्ये गेल्यावर पहिल्यांदा मला हवाई स्लीपरची जोडी घेतली, तेव्हा तर मला मी राजपुत्र आहे असंच वाटलं. बालपणीच्या आठवणी खूप आनंदी आहेत. तेव्हा आम्ही दोस्त कंपनी पाटाच्या पाण्यात यथेच्छ पोहायचो, मासे पकडायचो. तेव्हासुद्धा मला उंच उडी मारण्याचं वेड होतं, माझे मित्र दोन बाजूंनी दोरी धरायचे आणि मी त्याच्यावरून उडी मारायचो. ते त्यांच्या दोरीची उंची वाढवत न्यायचे, मी त्यावरूनदेखील उड्या मारायचो आणि ते अवाक व्हायचे. आमच्याकडे काहीही सोई-सुविधा नव्हत्या, वीजही नव्हती. आम्ही रॉकेलच्या दिव्याच्या उजेडात आमचा अभ्यास करायचो. मी अर्थातच दिवेलागणीनंतरच घरी जायचो. शाळेतून आल्यावर थेट मित्रांसोबत खेळायला पळायचो, आम्ही एकमेकांसोबत तसेच थेट वाऱ्यासोबत शर्यत लावायचो, जरी माझ्या एकाच पायात ताकद होती तरीही मी त्यांना हरवायचो आणि यामधूनच माझ्यात आत्मविश्वास निर्माण झाला असेल की इतर करू शकतात ते सर्व मीसुद्धा करू शकतो. माझ्यात कोणत्याही प्रकारचं अपंगत्व आहे, हेच मला वाटायचं नाही. मला फक्त माझ्यासोबत शर्यत करणाऱ्यापेक्षा अधिक चांगली कामगिरी करून जिंकायचं असायचं.

मी नेहमीच गुरांना चरण्यासाठी जंगलात किंवा डोंगरावर घेऊन जायचो कारण मग मला तिथं कावेरीच्या पाणलोट क्षेत्रात मनसोक्त पोहता यायचं, झाडावर चढता यायचं आणि धावता यायचं. माझ्यावर कुणाही मोठ्यांच्या नजरेचं बंधन नसायचं. आमच्या भागात भात, बटाटे, आलं आणि मका पिकायचा. मी माझ्या बाबांकडून शेतात काम करायला शिकलोय. अगदी आजसुद्धा मी मनाने शेतकरीच आहे.

जेव्हा मोठ्यांचं लक्ष नसायचं तेव्हा मी माझ्या बाबांच्या संगीताच्या टेपच्या खजिन्यातील टेप लंपास करायचो. त्यातील टेप काढायची, मित्र ती धरायचे, मग मी त्यावरून उंच उंच उड्या मारायचो. मी त्यांच्या आवडीच्या कॅसेट खराब केल्या म्हणून माझे आजोबा काठी घेऊन घरभर माझ्यामागे धावायचे. माझ्या सर्व मित्रांच्या उड्या मारून झाल्यावर मी उडी मारायचो. वयाच्या आठव्या वर्षीदेखील त्या सर्वांच्या उत्तम कामगिरीपेक्षा माझी उडी उंच असायची. त्या वेळी मी फक्त

दुसरीतला मुलगा होतो.

लहानपणी मी खोडकर होतो. शाळेत जाण्याच्या आधीचा आणि नंतरचा सर्व वेळ मी पोहण्यात, लगोरी व गोट्या खेळण्यात आणि मालकोटी व नारळाच्या उंच झाडावर चढण्यात घालवायचो. दररोज मला वडिलांकडून माराचा रतीब असायचा. माझ्या उंच उडीचा पहिला धडा, वडील काठी घेऊन मागे धावत असताना घराभोवतीच्या कुंपणावरून उडी मारून सुरू झाला असावा. माझे वडील मला इतर मुलांसोबत जाऊ द्यायचे नाहीत की पाटाच्या पाण्यात पोहू द्यायचे नाहीत. त्यांना सतत वाटायचं की, मी काहीतरी करामती करेन आणि स्वत:ला दुखापत करून घेईन. माझी मोठी बहीण माझ्यापेक्षा फक्त दोनच वर्षांनी मोठी होती; पण आईसारखी होती. ती माझी भांडणं सोडवायची आणि वेळ पडली तर खेड्यातील टवाळखोर मुलांविरुद्ध माझ्या बाजूने उभी ठाकायची.

लहानपणी मला सायकलबद्दल फारच आकर्षण होतं; पण माझे बाबा आमच्या आवारात पडलेल्या जुन्या सायकललासुद्धा मला हात लावू द्यायचे नाहीत. त्यांना काळजी होती की, मी धडपडेन आणि हातपाय मोडून घेईन. तरीही त्यांचा डोळा चुकवून मी रोज ती सायकल घेऊन टेकडीच्या उतारावरून सुसाट खाली यायचो, ब्रेक लावायचं शिकलो नव्हतो म्हणून सायकल थांबवायची म्हणजे थेट चालत्या सायकलवरून उडी मारायचो. असं करणं काही सुरक्षित नव्हतं; त्यामुळे माझी बहीण माझी तक्रार करायची, माझ्या करामती सांगायची. साहजिकच त्यानंतर मला मार पडायचा. मला त्याचं काही वाटायचं नाही कारण माझ्याकडेही माझ्या पद्धती होत्या. खूपदा मी बहिणीला धमकावायचो की, माझी तक्रार केलीस तर तुला बदडेन; पण तरीही ती तक्रारी करायचीच.

आजसुद्धा खेड्यांमध्ये असंच वातावरण आहे. कारण आमच्याकडे आमचं लक्ष विचलित किंवा करमणूक करायला टीव्ही, रेडिओ किंवा व्हिडिओ गेम्स नव्हते, म्हणून आम्ही अशाच प्रकारच्या उद्योगांमध्ये गुंग असायचो. घरात वीजही नसल्याने आम्ही रात्री नऊ वाजताच झोपून जायचो आणि खोड्या करण्यासाठी सकाळी लवकर उठायचो. शाळेत जाण्यापूर्वी आम्ही २०-३० मुले मिळून जवळपासच्या शेतावरील फणसांवर हल्ला करायचो आणि ते पिकण्यासाठी जमिनीमध्ये पुरून ठेवायचो. मला फणस इतका आवडायचा की, मी एकटा अख्खा फणस गट्टम करायचो.

अभ्यास करणं हे काही माझ्यासाठी अवघड कामं नव्हतं. माझ्या मित्रांना मात्र फारच मेहनत करावी लागायची. मी आमच्या अंगणात बसून प्रत्येक धडा फक्त-दोनदा वाचला तरी त्यातील शब्दन्‌शब्द मला बिनचूक लक्षात राहायचा.

माझे आई-बाबा सांगतात की, मी जन्माला आलो तेच मुळी वाकडा पाय

घेऊन. आता जसा आहे तसाच. त्यांनी खूपदा तो सरळ करण्याचा प्रयत्न केला; पण त्या वेळी तंत्रज्ञान आजच्याइतकं प्रगत नव्हतं; त्यामुळे सर्जन माझा पाय कधीच व्यवस्थित करू शकले नाहीत; परंतु सुदैवाने त्यांनी त्याला असा आकार दिला की, त्यामुळे मला चालणं शक्य झालं. देवाने तो धावण्यायोग्य बनवला आणि त्यामुळेच माझी वृत्ती लढवय्यी बनली.

मी सातवीमध्ये असताना माझ्या शिक्षिका लॉर्ड मेरी यांच्या लक्षात आलं की, मी चांगली उंच उडी मारू शकतो. त्या माझा खेळ खूपच रस घेऊन पाहायच्या, तेव्हा मला उंच उडी आणि लांब उडीतला फरकही माहीत नव्हता. मला फक्त इतकंच माहीत होतं की, मला खेळाच्या मैदानात राहायला आवडतं. त्या बाईंनीच मला स्थानिक तसेच आमच्या तालुक्यात होणाऱ्या स्पर्धांमधून भाग घेण्यास प्रोत्साहन दिलं. कारण त्यांना खात्री होती की, जरी वेगळ्या रितीने सक्षम असलो तरीही इतरांपेक्षा चांगली कामगिरी करू शकेन; तेव्हा कुठे मी या गोष्टी गांभीर्याने घ्यायला सुरुवात केली. माझ्या प्रतिस्पर्ध्यांच्या नावावर तीन सुवर्णपदके जमा होती; पण रौप्यपदकासहित स्पर्धेच्या पुढच्या फेरीसाठी माझी निवड झाली. मी शारीरिकदृष्ट्या आव्हानात्मक स्थितीमध्ये असूनही हिंमत दाखवली म्हणून प्रेक्षकांपैकी एकाने मला रोख वीस रुपयांचं बक्षीस जाहीर केलं, तेव्हा मला वाटलं, माझ्या मुठीत चंद्रच आलाय. (नाही, शारीरिकदृष्ट्या आव्हानात्मक ठीक आहे कारण प्रत्येक व्यक्ती अपंगाबद्दल बोलताना तिच्या शब्दांत आणि संकल्पनेनुसार बोलते.) एका बारा वर्षांच्या मुलासाठी ती खूप मोठी रक्कम होती. खेड्यात अगदी छोट्या छोट्या गोष्टीसुद्धा खूप खास असायच्या, प्लॅस्टिक बॉलसारखी छोटी गोष्टदेखील खूप मोठं बक्षीस वाटायचं. मी गाऊन, नाचून आणि इतर बऱ्याच गोष्टी करून पाहिल्या होत्या. मी वादविवाद स्पर्धेत भाग घेतला आणि पहिलं बक्षीस मिळवलं. त्यानंतर लवकरच माझा आत्मविश्वास इतका वाढला की, माझी सर्व भीती आणि अडचणी दूर पळाल्या.

लंडन येथे २०१२ मध्ये झालेल्या ऑलिम्पिक स्पर्धेमध्ये उंच उडीत देशासाठी रौप्यपदकाची कमाई केल्याबद्दल सन २०१३ मध्ये राष्ट्रपतींच्या हस्ते पद्मश्री पुरस्कार सोहळ्याच्या वेळी पंतप्रधान मनमोहन सिंग यांनी माझं अभिनंदन केलं. आपल्या देशातील इतर महनीय व्यक्तीदेखील तिथे उपस्थित होत्या, त्यात श्रीमती सोनिया गांधीही होत्या. माननीय पंतप्रधान श्री. सिंग यांच्याशी बोलण्याकरता मी अत्यंत धीराने, शांतपणे माझी वेळ येण्याची वाट पाहिली, नंतरच मी बोललो. मी रौप्यपदक मिळवल्यानंतर मला भारतीय खेळ प्राधिकरणामध्ये अधिकाऱ्याची नोकरी देण्याचं सरकारतर्फे जाहीर करण्यात आलं होतं, ते पूर्ण न झाल्याबद्दलची खंत मी त्यांच्याकडे बोलून दाखवली. २०१२ च्या लंडन ऑलिम्पिकमध्ये पदक प्राप्त

करणाऱ्या सर्व खेळाडूंना मानाच्या सरकारी नोकऱ्या देण्यात आल्या होत्या; फक्त पॅराऑलिम्पिकमधील पदक विजेत्याच्या बाबतीतच दुजाभाव केला जात होता. त्याच बरोबर मी त्यांना सांगितलं की, शासनाकडून बक्षीस म्हणून मिळालेली रोख रक्कम चांगली होती; पण ती काही मला आयुष्यभर पुरू शकणार नाही. जर नोकरी मिळाली तर मला प्रतिष्ठेने आणि सन्मानाने जीवन जगता येईल आणि सोबत खेळाचा सरावही करता येईल. दुर्दैवाने दोन वर्षे उलटून गेल्यावरही मी अजून सरकारकडून वचनपूर्ती होण्याच्या प्रतीक्षेत आहे. वारंवार विनंत्या करूनदेखील राज्य सरकारदेखील मला नोकरी देऊ शकले नाही.

आमच्या राज्यांमध्ये खेळांना प्रोत्साहन देण्याची परंपराच नाही. (एकंदरीत क्रीडा क्षेत्राला) परंतु सुदैवाने आता परिस्थिती बदलत आहे. आतापर्यंत पॅराऑलिम्पिकमधील पदक विजेत्यांना राजीव गांधी खेलरत्न पुरस्कार कधीच देण्यात आला नव्हता, तसं पाहिलं तर ऑलिम्पिक पदक विजेते या पुरस्कारसाठी लगेच पात्र ठरतात. सुदैवाने आता मात्र ऑलिम्पिक तसेच पॅराऑलिम्पिक पदक विजेते अर्जुन आणि खेलरत्न पुरस्काराकरता पात्र ठरले आहेत.

जेव्हा मी सातवीची सार्वजनिक परीक्षा पहिल्या वर्गात उत्तीर्ण झालो, माझ्यासाठी ती एक मोठी कामगिरी होती. मला उच्च माध्यमिक शाळेत जाता येईल म्हणून मी खूप खूश होतो; पण जेव्हा समजलं की, तिथे मला माझ्या आवडीचे मैदानी खेळ खेळता येणार नाहीत तेव्हा सारा उत्साह मावळला. अपंग व्यक्ती खेळामध्येच नाही तर एकंदर जीवनात काहीतरी साध्य करू शकतात यावर त्यांचा विश्वासच नव्हता आणि त्याच बरोबर समजा, त्यांनी मला मैदानी खेळ खेळण्याची परवानगी दिली आणि काही कमी-जास्त होऊन दुखापत झाली तर, याची त्यांना भीती वाटत होती. मी फारच नाउमेद झालो. माझ्या वर्गातले सर्वचजण मैदानात खेळण्याची मजा घेत असताना मला मात्र एका कडेला उभं राहून त्यांच्याकडे बघत बसायला लागायचं. मलाही खेळू द्या म्हणून मी माझ्या शिक्षकांना परोपरीने विनवलं; पण कशाचाच काहीही उपयोग झाला नाही. खेळाच्या मैदानात राहण्याची माझी इच्छा इतकी जबरदस्त होती की, येनकेन प्रकारे खेळाच्या मैदानात राहता यावं म्हणून मी अखेरीस माझ्या मित्राचं खेळाचं सामान घेऊन त्यांच्यासोबत जाऊ लागलो. कधीकधी मी हळूच मैदानात जाऊन उंच उडीचा सराव करायचो.

याच दरम्यान मी वर्गात गणितात मागे पडू लागलो आणि म्हणून वडिलांनी मला गणिताची शिकवणी लावली. मला काय कल्पना की, या साध्या गोष्टीमुळे मला शाळेतील गणिताच्या सरांचा राग सहन करावा लागेल. मी शिकवणीला जातो म्हणजे ते मला गणित शिकवण्यात कमी पडताहेत असा त्यांनी ग्रह करून घेतला आणि मी केलेल्या त्यांच्या या काल्पनिक अपमानाकरता मला दररोज शिक्षा होऊ

लागली. सर्व वर्गासमोर अपमानित व्हायला लागायचं. त्यानंतर मी तो तास बुडवून सरळ पोहायला निघून जायचो. माझ्या दहावीच्या परीक्षेच्या एकदम आधी मित्रांच्या मागे अनवाणी पायाने धावत असताना माझ्या पायात अणकुचीदार दगड घुसला आणि पायाला दुखापत झाली. लवकरच जखमेत सेप्टिक झालं. मला दवाखान्यात नेलं तेव्हा डॉक्टर म्हणाले की, अजून थोडा उशीर केला असता तर पोराचा पायच कापावा लागला असता. शस्त्रक्रिया करून दगड काढावा लागला आणि त्यानंतर माझी स्थिती इतकी वाईट झाली की, मला बरेच महिने घरी पडून राहावं लागलं. या गडबडीत मला घरूनच परीक्षा देता येईल हे समजल्याने अर्थातच मी खूश झालो. दुर्दैवाने मी गणितात नापास झालो आणि पुन्हा काही महिन्यांची शिकवणी करून मला पुन्हा ती परीक्षा द्यावी लागली. माझं नापास होणं वडिलांना फारच लागलं, ते सर्व मित्रांना सांगत सुटले की, मला गणित वगळता बाकी सर्व विषयांमध्ये चांगले गुण पडले आहेत. मी शिक्षक बनावं, हे त्यांचं स्वप्न होतं, परीक्षेत नापास होऊन काही मी शिक्षक बनू शकत नव्हतो!

दहावी पास होऊन मी कुर्गच्या कनिष्ठ महाविद्यालयामध्ये जायला लागल्यावर काहीतरी मार्गाने माझ्या खेळजीवनाच्या प्रवासाची गंभीर सुरुवात झाली. अखेर इथे मला काही लोक भेटले ज्यांना माझ्या क्षमतांवर आणि माझ्यावर विश्वास होता. तिथले मुख्याध्यापक (प्रिन्सिपल) के बी केम्पे गौडा यांचा मी सदैव ऋणी राहीन. त्यांचा खूपच मोठा आधार होता. महाविद्यालयीन कार्यक्रमात मी राज्य पातळीवरील विजेत्यांसोबत खेळलो आणि जिंकलो. विशेषरीत्या सक्षम असूनही मी प्रस्थापित खेळाडूला हरवलं म्हणून केम्पे गौडासर इतके प्रभावित झाले की, त्यांनी मला खेळात प्रोत्साहन देण्यावर फार भर दिला.

याच कालावधीत मी महाविद्यालयातील वाळूच्या खड्ड्यामध्ये एकटाच उंच उडीचा सराव करायचो. मला कुणीही प्रतिस्पर्धी नव्हता की कुणी मदतीला नव्हतं. मी एकटाच मेहनत करत राहायचो; पण तेव्हा माझ्याही नकळत एका व्यक्तीचं माझ्या मेहनतीकडे लक्ष होतं, ते म्हणजे माझे प्रिन्सिपल केम्पे गौडासर. माझ्या निर्धाराने ते इतके प्रभावित झाले होते की, हळूहळू त्यांनी मला तालुका तसेच जिल्हास्तरीय स्पर्धांमधून भाग घेता येईल याची निश्चिती केली. अगदी एके दिवशी धारवाड येथील राज्यस्तरीय आंतर-महाविद्यालयीन स्पर्धेत मी कास्यपदक मिळवेपर्यंत! माझ्या आनंदाला सीमाच नव्हती. या संपूर्ण कालावधीत माझ्या घरच्यांचा मला खूप मोठा आधार होता. सन २००३-०४ मध्ये मी कनिष्ठ महाविद्यालयीन परीक्षेत अगदी पूर्वपरीक्षा न देताही पहिल्या वर्गाने पास झालो. माझे प्रिन्सिपल इतके आनंदित झाले की, त्यांनी मला रोख दोनशे रुपयांचं मोठं बक्षीस दिलं. त्यांनी मला हीरोसारखं वागवण्यास सुरुवात केली; त्यामुळे पुढील काही महिन्यांत माझा

आत्मविश्वास शिगेला पोहोचला, त्यांनी माझ्यावर दाखवलेला विश्वास सार्थ आहे हे ठरवण्यासाठी अधिकाधिक उत्तम कामगिरी करण्याची माझी भूक वाढली.

जेव्हा पदवी शिक्षणासाठी महाविद्यालय निवडण्याची वेळ आली तेव्हा मी ४० किलोमीटर अंतरावरील ए एन वर्दाराजालू महाविद्यालय निवडलं. कारण तिथे खेळांना प्रोत्साहन दिलं जायचं. तरीही तिथले सुरुवातीचे काही दिवस माझ्या दुर्दैवाने कठीणच होते. शारीरिक शिक्षण संचालक जेव्हा मला म्हणाले की, मला विद्यापीठाच्या क्रीडा संमेलनात भाग घेता यावा म्हणून सद्यस्थितीत अस्तित्वात असलेले नियम बदलणे कठीण आहे. त्यांना मी उंच उडी मारून दाखवली आणि कालांतराने त्यांनी मला २००६ मध्ये हसन इथे होणाऱ्या मैसूर विद्यापीठाच्या क्रीडा संमेलनात भाग घेण्यास पाठवले. मी आणि माझ्या महाविद्यालयातील इतर अनेक खेळाडू आम्हाला सराव करता यावा म्हणून संमेलनाच्या ठिकाणी आधीच दाखल झालो. तथापि प्रत्यक्ष स्पर्धा सुरू होण्यापूर्वीच विद्यापीठाचे क्रीडा संचालक मला म्हणाले की, एका अपंग व्यक्तीला इतरांसमवेत स्पर्धेत भाग घेण्याची परवानगी ते देऊ शकणार नाहीत. खेळात पुढे जाण्याच्या माझ्या स्वप्नांचा चक्काचूर झाला, मी निराश झालो. माझ्या विनंत्यांचा आणि आर्जवांचा काहीही परिणाम झाला नाही, मग घरी परतण्यासाठी बस पकडायला मी रडत रडतच स्टेडियमबाहेर पडलो. सुदैवाने माझ्या कर्तृत्वावर आणि क्षमतांवर विश्वास ठेवणारे बरेच लोक तिथे होते.

माझी विपन्नावस्था पाहिल्यावर माझे मित्र क्रीडा संचालकांकडे गेले आणि या लोकांच्या दबावापुढे त्यांनी माघार घेईपर्यंत त्यांचा पाठपुरावा केला. मी घरी जाणारी बस सुटण्याची वाट पाहत असताना माझे मित्र मला परत नेण्यासाठी आले तेव्हा मला अत्यानंद झाला. त्या दिवशी खेळाच्या मैदानावर माझी हुशारी जगाला दाखवून देण्यासाठी मी सर्वस्व पणाला लावलं. माझ्या प्रयत्नांना यश आलं. अव्यंग, धडधाकट मजबूत स्पर्धक ज्यांनी यापूर्वी अनेक पदके मिळवली होती, अशांशी स्पर्धा करून मी कास्यपदक पटकावलं तेव्हा स्टेडियममधील सर्व लोकांनी उभे राहून टाळ्यांचा कडकडाट केला आणि ज्या व्यक्तीने माझ्या कर्तृत्वावर शंका घेतली होती तिने स्वत:हून माझं अभिनंदन केलं. माझं पुढचं ध्येय राष्ट्रीय पारितोषिक मिळवणं होतं. त्याच वेळी भारतीय पॅराऑलिम्पिक समितीने माझ्या महाविद्यालयात पत्र पाठवून मला बेंगळुरु इथे होणाऱ्या राष्ट्रीय क्रीडा स्पर्धांकरता पाठवून देण्यास सांगितलं. मोठ्या शहरात जाण्याची माझी पहिलीच वेळ होती म्हणून मी घाबरलो होतो. माझं सर्व आयुष्य खेड्यातच गेलं होतं, एकट्याने स्टेडियमपर्यंत कसं पोहोचायचं तेही मला माहीत नव्हतं. मला शिष्यवृत्ती म्हणून मिळालेल्या दोन हजार रुपयांमधील काही पैसे प्रवासासाठी खर्च केले. तिथे पोहोचल्यावर कळलं की, स्पर्धा एक आठवड्याने पुढे ढकलण्यात आल्या आहेत आणि मला कळवायचं राहूनच

गेलंय. तिथे त्या शहरात राहण्याखेरीज माझ्याकडे दुसरा कोणता पर्यायही नव्हता. मी माझ्याकडील तुटपुंजी रक्कम संपू नये म्हणून अगदी काटकसर करून आणि प्रसंगी इतरांची मदत घेऊन कशीबशी गुजराण केली. स्पर्धा सुरू झाली तेव्हा मी १०० मीटर धावण्याच्या स्पर्धेमध्ये आणि उंच उडीमध्ये भाग घेण्यासाठी नाव नोंदवलं.

माझ्या स्वत:वरील आत्मविश्वासामुळे मला वाटलं की, १०० मीटर धावण्याची स्पर्धा मी अगदी सहज जिंकेन; पण लवकरच मला जाणवलं की, व्यवस्थित प्रशिक्षण घेतलेल्या प्रशिक्षित खेळाडूंसोबत स्पर्धा करणं काही निराळंच असतं. मी ५० मीटर अंतर कापत नाही तोवर त्यांचं १०० मीटर धावून झालं देखील! मी निराश झालो आणि पुढील तीन दिवस सातत्याने उंच उडीचा सराव करत राहिलो. प्रत्यक्ष स्पर्धेचा दिवस उजाडला तेव्हा उंच उडीच्या स्पर्धेत प्रत्येक वेळी मी सरस ठरलो अगदी पॅराऑलिम्पिकच्या गत राष्ट्रीय सुवर्णपदक विजेत्यालाही मागे टाकलं. जीवनातील विरोधाभास तर पाहा अगदी दोनच दिवसांपूर्वी महाविद्यालयात परत जाताना हातात एक तरी पदक असावं असं मला वाटतं होतं. कारण मी त्यांचा हीरो होतो आणि त्यांच्यासाठी मला कमीतकमी कास्यपदक तरी मिळावं असं वाटत होतं, आज मी सुवर्णपदक पटकावलं होतं. इतकंच नाही तर ते मिळवण्याच्या प्रक्रियेत पॅराऑलिम्पिकमध्ये राष्ट्रीय पुरस्कारदेखील प्राप्त केला होता. मी १.६८ मीटर उंच उडी मारू शकलो होतो आणि माझं कौशल्य दाखवण्यासाठी मी एकदम उत्सुक होतो.

आज मी जिथं पोहोचलोय तिथपर्यंत पोहोचण्याचा प्रवास फारच कष्टप्रद आणि अनेकदा निराश करणारा होता. आता मला जाणवतंय की, जग केवळ तुमचं यशच पाहत असतं. तुमची पदकं, तुमच्याबद्दल लिहून आलेले लेख; परंतु त्यांना तुमचा अविरतपणे तासन्तास चाललेला सराव, तुमच्या नियंत्रणात नसलेल्या गोष्टी तुमच्या सर्व मेहनतीवर क्षणात पाणी फिरवतात तेव्हाचं तुमचं दु:ख त्यांना माहिती नसतं. लंडन पॅराऑलिम्पिकमध्ये रौप्यपदक मिळवल्यानंतर हर्बल लाइफने मला त्यांचा स्वेच्छादूत (ब्रॅन्ड अम्बॅसिडर) बनवलं नसतं तर आज माझं आयुष्य कसं असतं याचा विचार केला तरी माझ्या अंगावर काटा येतो. त्यांच्याकडून मिळणारं मानधन आणि ते करतात तेवढं प्रायोजकत्व पुरेसं आहे; त्यामुळेच मला नोकरी शोधत बसण्याची चिंता करत बसण्यापेक्षा माझं सर्व लक्ष रिओ ऑलिम्पिक २०१६ च्या सरावावर केंद्रित करता येतंय.

सन २००८ मध्ये मी एकदम उत्साहात होतो आणि पॅराऑलिम्पिकमध्ये जाण्यास उत्सुक होतो; पण तेव्हा शासनाने माझ्याऐवजी माझ्या श्रेणीतील इतर दोन उमेदवारांना पाठवले कारण काय तर त्यांच्या मते माझ्यापेक्षा ते दोन उमेदवार

जिंकण्याची शक्यता अधिक होती. ही गोष्ट अगदी असह्य व हतबल करणारी होती आणि सर्वांत महत्त्वाचं म्हणजे मी माझ्या कारकिर्दीतील सर्वांत उत्तम कामगिरी १.८० मीटर उंच उडी मारून बीजिंग ऑलिम्पिकसाठी पात्रही ठरलो होतो. मला अगदी हरल्यासारखं आणि फसवल्यासारखं वाटत होतं. माझी बाजू घेऊन माझ्या बाजूला उभं राहणारंही कुणी नव्हतं. कालांतराने पुन्हा कधीही न परतण्याकरता मी खेळाकडे पाठ फिरवून माझ्यासाठी नोकरी शोधली आणि माझ्या जीवनाचे इतस्तत: विखुरलेले धागे गोळा करायला सुरुवात केली.

आज मागे वळून बघताना कबूल करावंस वाटतंय की, २००८ च्या बीजिंग ऑलिम्पिकसाठी माझी निवड झाली नाही हे कदाचित माझ्यासाठी चांगलंच झालं. मला आंतरराष्ट्रीय पातळीवर खेळण्याचा तसेच विश्वातील उत्तमोत्तम खेळाडूंसोबत खेळण्याचा अनुभव नव्हता अन् मी सुवर्णपदक मिळवू शकण्याचा काहीच मार्ग नव्हता. २००९ मध्ये जेव्हा भारताच्या पॅराऑलिम्पिक समितीला बेंगळुरु इथे एआयडब्ल्यूए क्रीडास्पर्धा आयोजनाची संधी मिळाली. मी एफ ४४ श्रेणीमध्ये १.७२ मीटर उंच उडी मारून कास्यपदक मिळवलं. मला आणि क्रीडा अधिकारी दोघांनाही खेळाडूच्या अपंगत्वाची श्रेणी त्यांच्या अपंगत्वानुसार कशी ठरवायची त्याबाबत काहीही माहिती नव्हती. आम्हाला माहीत नव्हतं की, एफ ४२ श्रेणीचे अपंगत्व अधिक असते आणि गुण देण्याच्या नियमानुसार त्यांना जिंकण्याची संधी अधिक असते. मला जाणवलं की, मला एफ ४२ श्रेणीत टाकायला हवं होतं आणि या प्रसंगानंतर शासनाचा आधार नसल्याने आणि खेळासंदर्भातील महत्त्वाच्या बाबतीत शासनाच्या उदासीनतेमुळे मी निराश झालो. खेळामध्ये सतत कामगिरी करत राहणे ही काही सोपी गोष्ट नाही; विशेषत: माझ्यासारख्या हलाखीच्या परिस्थितीमधून, खेड्यामधून आलेल्यांसाठी तर मुळीच नाही. माझी खेळातील आवड जपण्यासाठी लागणारं प्रशिक्षण साहित्य आणि इतर खर्च मला परवडण्यासारखे नव्हते. मी घरातला मोठा मुलगा होतो आणि आई-वडिलांच्या उतारवयात मी त्यांच्याकडे पाहावं अशी त्यांची अपेक्षा होती. खेळातील कारकिर्दीच्या अनिश्चिततेमुळे मी माझ्या कुटुंबीयांप्रती असलेली कर्तव्ये पार पाडू शकणार नाही या कटू सत्याची मला जाणीव झाली; त्यामुळेच जरी खेळ म्हणजेच माझा श्वास आणि जीवन होतं तरीही मी ते सोडून दिलं.

दरम्यानच्या काळात मी कलाशाखेत पदवीधर झालो, बेंगळुरुमध्ये परत जाऊन संगणक कौशल्य, इंग्रजी आणि बिझनेस प्रोसेस आउटसोर्सिंगचं प्रशिक्षण घेतलं. यानंतर नोकरी मिळण्यासाठी खूप सारी दारं ठोठावली. मुलाखती देणं आणि त्यानंतर निराश होण्याचं अखंड सत्रच सुरू झालं. बीपीओ क्षेत्रात संधी मिळत होत्या; पण ते काम करण्यास माझं मन मानत नव्हतं. मला वाटतं होतं की, अधिक काही

अर्थपूर्ण करण्यास मी लायक आहे. अथक प्रयत्नांनंतर २०११ मध्ये आय एन जी वैश्य बँकेमध्ये मला संधी मिळाली. लवकरच मी त्यांच्या बॅक ऑफिस सपोर्ट विभागात रुजू झालो. मी नोकरी स्वीकारली कारण 'मी बँकेत काम करतो' असं सांगण्याचं समाधान तरी मला मिळणार होतं. इथेच माझी श्री. राजन या माझ्या बॉसशी ओळख झाली, हे माझं मोठं सुदैव! श्री. राजन म्हणजे एकदम उमदं, उत्तम व्यक्तिमत्त्व. जेव्हा केव्हा मला कामातून समाधान मिळत नाही असं वाटून नोकरी सोडाविशी वाटायची तेव्हा त्यांनी मला तिथं टिकवून ठेवलं. ते म्हणायचे, 'जे तग धरून राहतात त्यांच्या सोबत चांगल्या गोष्टी घडतात.' मी त्यांचं ऐकायचो कारण माझा त्यांच्यावर मोठ्या भावावर असतो तसाच विश्वास होता.

सन २०१२ च्या जानेवारी महिन्यातला तो दिवस माझ्या मनात कायमचा कोरला गेलाय. माझे गुरू म्हणजेच प्रशिक्षक सत्यनारायण आणि माझ्या मित्रांपैकी काहींनी मला फोन करून क्रीडाक्षेत्रात परतण्याविषयी सांगितलं. त्याबरोबरच २०१२ मध्ये होऊ घातलेल्या पॅराऑलिम्पिकसाठीच्या पात्रता फेरीत सहभागी होण्यासही सुचवलं. मी माझ्या साहेबांकडे गेलो आणि माझ्या देशाला गौरव प्राप्त करून द्यायची ही शेवटची संधी घेणं मला किती महत्त्वाचं आहे ते सांगितलं. माझी खेळाविषयीची ओढ राजन सरांना माहीत होती. अगदी थोड्याच वेळात त्यांनी आय एन जी वैश्य फाउंडेशनतर्फे साधारण एक लाख रुपये, मला माझे क्रीडा साहित्य घेण्यास आणि पात्रता फेरी पूर्ण करण्यासाठी मदत म्हणून दिले. त्यांनी मला असंही सांगितलं की, जर देशासाठी सुवर्णपदक मिळवलंस तर तुला बँकेत कायमस्वरूपी नोकरी देऊ; हे ऐकून मी एकदम रोमांचित झालो; बँकेतील कायमस्वरूपी नोकरी म्हणजे माझ्या पगारात तिप्पट वाढ म्हणूनच मी कठोर प्रशिक्षण घेण्यास सुरुवात केली. कुवेत पॅराऑलिम्पिक स्पर्धेत सहभागी झाल्यावर आपोआपच त्यानंतर लंडनला होणाऱ्या पॅराऑलिम्पिक स्पर्धेसाठी पात्र ठरणार होतो. तिथे मला सुवर्णपदक मिळालं. हे अगदी अविश्वसनीय होतं कारण वर्षभर अजिबात सराव न करता मी अशा यशाची अपेक्षाच केली नव्हती.

इकडे माझ्या बँकेत माझ्या साहेबांना त्यांच्या कर्मचाऱ्यांमध्ये सुवर्णपदक विजेत्याचा समावेश असल्याचा आनंद झाला होता आणि तिकडे मी वेगळ्याच विवंचनेत होतो. मला लंडन ऑलिम्पिकसाठी भारतातून जाणाऱ्या जथ्यामध्ये समाविष्ट व्हायचं होतं. काही दिवसांनंतर एक बातमी आली जिच्यामुळे मी पूर्ण अस्वस्थ झालो. शासनाने पॅराऑलिम्पिकमध्ये सहभागी होणाऱ्या सर्व २५ खेळाडूंना नोटिस पाठवली होती की, त्यांनी प्रशिक्षण कॅम्पमध्ये सहभागी व्हायलाच हवं कारण आंतरराष्ट्रीय पॅराऑलिम्पिक समितीने भारतातून केवळ ५ अपंग क्रीडापटूंची निवड करण्यात येईल असं सांगितलं होतं; त्यामुळेच प्रशिक्षण कॅम्पमध्ये उपस्थित

राहणाऱ्या खेळाडूंनाच शासन लंडन ऑलिम्पिकसाठी पाठवणार होतं. लंडन ऑलिम्पिकमध्ये सहभागी होण्याचं माझं स्वप्न आणि नोकरी यापैकी एकाचीच निवड मला करावी लागेल या जाणिवेनं माझं हृदय पिळवटून निघालं.

माझे जवळचे मित्र तसेच घरचे, मी पॅराऑलिम्पिकमध्ये सहभागी होण्याच्या शक्यतेसाठी हातची नोकरी गमावू नये म्हणून माझी मनधरणी करत होते. त्यांचं म्हणणं होतं की, आजपर्यंत खेळाने निराशेशिवाय काही दिलंय का? नोकरीमुळे संपूर्ण घरादाराचेच भविष्य बदलू शकते; परंतु समजायला लागल्यापासून मी जे स्वप्न बघतोय, त्याची माझे गुरू श्री सत्यनारायण यांनी मला आठवण करून दिली. नोकरी काय दुसरीही मिळू शकते; पण पॅराऑलिम्पिक चार वर्षांत एकदाच होतं आणि अशा क्रीडा स्पर्धेमध्ये देशाचं प्रतिनिधित्व करण्याची संधी मिळणं भाग्याचं आहे.

भविष्याचा विचार न करता मी माझ्या साहेबांकडे माझा राजीनामा सुपुर्द केला तेव्हा त्यांना धक्का बसला. त्यांनी त्यांच्या परीने मला परावृत्त करण्याचा प्रयत्न केला. ते म्हणाले की, खेळाच्या सरावासाठी ते रोज मला काही वेळ सवलत देतील आणि पॅराऑलिम्पिकसाठी आधीच माझी निवड झालेली असल्याने मला प्रशिक्षण कॅम्पमध्ये हजर राहण्याची जरुरी नाही. दुर्दैवाने माझ्यासाठी तर आत्ता किंवा कधीच नाही अशी स्थिती होती, हे ते कधीच समजू शकले नाहीत. मला आतून तुटल्यासारखं होत होतं, माझ्या कठीण परिस्थितीमध्ये मला नोकरी देणारे आणि कुवेत येथील स्पर्धेसाठी साहाय्य करणाऱ्यांना विसरणं अत्यंत कठीण होतं. मी त्यांना समजावण्याचा प्रयत्न केला की, एकदा पॅराऑलिम्पिक संपल्यावर मी रुजू होतो; पण अखेर मला एक महिन्याची नोटिस देऊन नोकरी सोडावी लागली. ज्या दिवशी मी नोकरी सोडली त्या दिवशी माझे साहेब माझ्याजवळ येऊन म्हणाले की, मी त्यांच्या लहान भावासारखा आहे आणि ते कायम माझ्या प्रगतीकडे लक्ष ठेवून असतील. मी जेव्हा बाहेर पडत होतो तेव्हा काही सहकाऱ्यांनी टोमणे मारले की, माझं काहीच होणार नाही कारण भारतामध्ये खेळात कधीही कुणाचीही कारकीर्द यशस्वी झालेली नाही. मी चिडलो आणि ठरवलं की, एके दिवशी मी त्यांना खोटं ठरवेन आणि देशाला गौरव प्राप्त करून दिल्यामुळे सगळीकडे माझं नाव होईल.

त्यानंतरच्या काही दिवसांमध्ये माझ्या जीवनात फक्त एकच गोष्ट होती, या अत्यंत महत्त्वाच्या क्रीडा स्पर्धेकरता पात्र ठरलेल्या २५ लोकांपैकी ज्या पाच लोकांची निवड होणार आहे त्यामध्ये माझा समावेश होणं. मी अक्षरशः प्रशिक्षण मैदानावरच राहिलो, माझे प्रशिक्षक सत्यनारायण माझी मदत करत होते त्याच बरोबर माझे रुमानियन प्रशिक्षक इव्हजेनी निकिटीन आणि माझे मार्गदर्शक सहाना हेही सोबत होते. जुलै २०१२ मध्ये जेव्हा मी बेंगळुरु येथील अंतिम पात्रता फेरीत

१.७० मीटर उंच उडी मारली तेव्हा मी जागतिक क्रमवारीत चौथ्या क्रमांकावर होतो, देशाचं प्रतिनिधित्व करणाऱ्या पाच खेळाडूंच्या यादीत माझं नाव पाहून मला अत्यानंद झाला. मी तिथपर्यंत पोहोचेन असं मला वाटलं नव्हतं; पण माझं यादीतील नाव पाहिलं आणि घरी पदक घेऊन येण्याचा मी दृढनिश्चय केला.

ॲथलिट खेळाडू म्हणून माझ्या इतक्या वर्षांतील कारकिर्दीत एक गोष्ट प्रकर्षाने लक्षात आली आहे की, माझे सहकारी पॅराऑलिम्पिकमध्ये पदक मिळवण्याविषयी बोलत नव्हते, त्यामध्ये भाग घेता येणं हेच त्यांच्यासाठी पुरेसं होतं! मला ही विचारसरणी बदलायची होती.

ब्रिटनमधील बास्लिडॉन क्रीडागावात ऑलिम्पिकचे खेळ प्रत्यक्षात सुरू होण्यापूर्वीचे दिवस मला आठवतात. मी माझं मन 'मी पदक मिळवणारच!' या विचारांवर केंद्रित केलं होतं. माझ्या आयुष्यातील ही सर्वांत मोठी संधी होती आणि म्हणूनच मी माझं मन चांगलं संगीत, सकारात्मक विचार अन् ध्यानधारणेवर केंद्रित राहील याची काळजी घेत होतो. माझी गणना जगातील सर्वोत्तम खेळाडूंमध्ये होणार होती. आता इथे पोहोचल्यावर मागे वळून पाहावं लागणार नाही याची मला कल्पना होती. सराव सत्रांमध्ये लागोपाठ पाच वेळा मी १.७५ मीटर उंच उडी मारली; परंतु माझी खरी परीक्षा प्रत्यक्ष स्पर्धेच्या दिवशीच होणार होती.

ऑगस्ट महिन्याच्या अखेरीस जेव्हा पॅराऑलिम्पिकमध्ये खेळांना सुरुवात झाली तेव्हा भारताची सुरुवात अगदीच निराशाजनक होती. एकापाठोपाठ एकेक खेळाडू रिकाम्या हातांनी परतत होते आणि गोष्टी निराशाजनक वाटत होत्या. ३ सप्टेंबर आमच्यासाठी शेवटची संधी होती. जेव्हा भारतीय संघाचे कर्णधार, लांब उडीतील आशियाई चॅम्पियन जगशेर सिंगही रिकाम्या हाताने खोलीत परतले तेव्हा सर्व आशा माझ्यावरच केंद्रित झाल्या. जेव्हा मी १.७४ मीटर उंच उडी मारून रौप्यपदक मिळवलं तेव्हा माझ्या एकट्याचंच नाही तर संपूर्ण देशाचं स्वप्न साकार झालं. आमची स्पर्धा सुरू होण्याच्या काही मिनिटे आधी मी स्वत:लाच सांगत होतो की, भारतीय संघ ताठ मानेने परतणे आता केवळ तुझ्यावरच अवलंबून आहे. विजेत्यांमध्ये जेव्हा माझं नाव झळकलं तेव्हा ऐंशी हजार लोक टाळ्यांचा कडकडाट करत होते पण गर्दीत शेकडो भारतीय ध्वज हवेत डोलताना पाहिले आणि माझं मन आनंदाने उचंबळून आलं. डेन्मार्कच्या राजपुत्राने माझ्या गळ्यात पदक घातलं तेव्हा माझे प्रशिक्षक सत्यनारायण यांचे डोळे आनंदाश्रूंनी भरून गेले. एका रात्रीसाठी गिरीश देशाचा हीरो होता. जेव्हा देशाचे खरे हीरो सचिन तेंडुलकर, सायना नेहवाल यांनी टीव्हीवरील मुलाखतीमध्ये मी देशासाठी प्रेरणेचा स्रोत आहे असं म्हटलं तेव्हा तर माझा आनंद कैक पटींनी वृद्धिंगत झाला. या एका गोष्टीने साऱ्या कष्टांचं सार्थक झाल्यासारखं वाटलं.

डोंगराळ प्रदेशातील एका खेड्यातील एक खोडकर मुलगा ते पॅराऑलिम्पिकमध्ये रौप्यपदक विजेता हा प्रवास फार महत्त्वाचा आहे. प्रत्येक वेळी ध्येय साध्य केल्यावर मी पुढील पुरस्काराविषयी विचार केला आहे. प्रत्येक पावलाला मी स्वत:लाच प्रोत्साहन दिलंय. भाग घेणं आणि स्पर्धा करणं महत्त्वाचं आहे. आज जरी तुम्ही जिंकला नाहीत तरी उद्या जिंकू शकता; पदक मिळवू शकता. पॅराऑलिम्पिकमध्ये रौप्यपदक मिळवेपर्यंत मी कुणाला माहीतही नव्हतो किंवा लोक त्या स्पर्धेबद्दल विचारही करत नव्हते. माझ्या जिंकण्याने पॅराऑलिम्पिक लोकांना माहिती झालं आणि त्याची दखल घेतली जाण्याची खातरजमा झाली.

मला आशा आहे की, राष्ट्रीय ध्वज रिओ ऑलिम्पिकमध्ये उंच फडकेल आणि माझ्या गळ्यात सुवर्णपदक पडत असताना राष्ट्रगीताची प्रिय धून माझ्या कानात गुंजत असेल.

◆

हंस दलाल

ही कलाकृती या गोष्टीच्या सर्वांत महत्त्वाच्या विषयाला साकारतेय ती म्हणजे, अपंगत्वावर मात करून वाघ वाचवण्याच्या कामात करिअर करणं. 'वाघ बचाव' हे असं कार्यक्षेत्र आहे ज्याचा विचार करण्यास उत्तम शारीरिक संपदा असलेलेही धजावत नाहीत. चित्रातील दोन्ही बाजूंचे हात आणि मधील तुटक रेषा हळुवारपणे घेतली जाणारी काळजी दाखवते आहे (जणू काही दिवा विझू नये म्हणून ज्योतीच्या दोन्ही बाजूंनी हात धरून ठेवले आहेत.) आणि मधोमध उघडउघड वाघाचा चेहरा दाखवण्याऐवजी कल्पकतेने वाघाच्या पंज्याचा ठसा दाखवला आहे. मधूनच जाणारी लहर त्याचा फार पूर्वीपासूनचा व्यवसाय दाखवतेय आणि ताणाचे दृश्यस्वरूप निर्माण करते आणि यात वापरलेला काळा-पांढरा रंग विरोधाभास दर्शवतोय. (कलाकृतीला जिवंतपणा देतोय.)

हंस दलालची अगदी सुरुवातीची आठवण म्हणजे मुंबईतील रुग्णालयात अस्थिरोगतज्ज्ञ विभागात त्याच्यावर उपचार करणाऱ्या डॉक्टरांनी त्याला उलटं टांगून ठेवलं होतं, ही आहे. जन्मल्यानंतर काही दिवसांतच तो प्रमस्तिष्क घाताने (सेरेब्रल पाल्सीने) प्रभावित झाला. (सेरेब्रल पाल्सी हा एक असा आजार आहे ज्यामुळे रुग्णाच्या हालचालींवर आणि हावभावावर कायमस्वरूपी परिणाम होतो, यामुळे रुग्णाच्या हालचालींवर मर्यादा पडतात, अर्भक किंवा गर्भाच्या वाढीवर किंवा अर्भकाच्या मेंदूच्या विकासावर विपरीत परिणाम होतो अन् त्यामुळे विचार करणे, शिकणे, भावभावना उमजणे, संवाद साधणे या गोष्टी करण्यात अडचणी येतात.) पाच वर्षांचा झाला तरीही हा छोटा मुलगा चालत नव्हता; पण नुकतीच त्याने बोलायला सुरुवात केली होती. थेरपिस्टकडे चकरा मारून मारून आई-वडील थकले; पण मुलगा काही चालायला सुरुवात करत नव्हता. अखेर एके दिवशी जेव्हा आई त्याला घेऊन दवाखान्यात गेली. डॉक्टरांनी आईला खोलीबाहेर जाण्यास सांगितलं आणि त्याला उलटं टांगलं. जेव्हा त्याने या गोष्टीला विरोध सुरू केला तेव्हा डॉक्टरांनी त्याला विचारलं, 'आम्ही तुला खाली सोडलं तर तू चालशील का?' छोट्या मुलाला कळून चुकलं की, आता आपली हुशारी काही उपयोगाची नाही. मग तो म्हणाला की, 'आधी आईला बोलवा मग मी चालतो.' त्यांनी आईला बोलावलं आणि प्रथमच मी डुगडुग करत आईकडे गेलो, अशा प्रकाराने माझ्या प्रवासाची सुरुवात झाली. ही माझी अगदी सुरुवातीची आठवण आहे, थोडी विचित्र आहे; पण ती माझ्या मनावर कायमची कोरली गेलीय. तो आज सांगत होता.

कदाचित तो क्षण त्याच्या बालपणाच्या कालखंडाला वळण देणारा ठरला. त्या दिवसापासून तो त्याच्या वयाच्या इतर मुलांप्रमाणे जगला. घराभोवतीच्या कंपाउंडमध्ये धावताना, खेळताना, त्याच्या एकंदर शारीरिक स्थितीमुळे बऱ्याचदा तो पडायचा पण परत पायावर उभा राहायचा, खेळ सुरू ठेवायचा. अभ्यासात काही त्याचं मन रमलं नाही, त्यातल्या त्यात गणिताशी तर त्याचा छत्तीसचा आकडा होता; पण

संगीताशी त्याचे सूर चांगलेच जुळले. अगदी तान्हुला असल्यापासून तो वडिलांच्या निवडक संगीताच्या संग्रहातील संगीत ऐकायचा. त्यामध्ये मूळ आफ्रिकन, मूळ उत्तर अमेरिकन, भारतीय शास्त्रीय संगीत, पाश्चात्त्य शास्त्रीय संगीत, जुनी गाणी, रॉक इत्यादींचा समावेश होता. त्याची आई त्याला की-बोर्ड वाजवण्यास प्रोत्साहन द्यायची कारण प्रमस्तिष्क घाताने (सेरेब्रल पाल्सीने) प्रभावित झालेल्या त्याच्या बोटांसाठी ते खूपच चांगलं होतं. त्याचा मोटर कंट्रोल व्यवस्थित नसल्याने त्याला हवा तसा संगीतकार तो कधीच बनू शकला नाही; परंतु साउंड इंजिनिअरिंगची आवड त्याला जगाच्या दुसऱ्या टोकाला म्हणजेच ऑस्ट्रेलियातील रॉयल मेलबर्न इन्स्टिट्यूट ऑफ टेक्नॉलॉजीमध्ये विज्ञानाच्या अभ्यासासाठी घेऊन जाईल याची त्याने कधी कल्पनादेखील केली नव्हती.

परंतु या असामान्य तरुणाचं मन आज एका वेगळ्याच प्रकारच्या संगीताने उचंबळून येतं. टेक्नो रॉक किंवा इन्डी संगीताच्या तालापेक्षा त्याची इंद्रिये पर्वतांची शांतता, वाघाचं हळुवार गुरगुरणं, भरारी घेणाऱ्या पक्ष्यांच्या थव्याच्या पंखांचा फडफडण्याचा आवाज आणि जंगलांतील वाऱ्याची हळुवार कुजबुज.

सन २००७ मध्ये मी कान्हा राष्ट्रीय उद्यानामध्ये पहिल्यांदा जंगलातला वाघ पाहिला आणि पाहताक्षणी प्रेमात पडलो. त्याच क्षणी मला जाणवलं की, मी माझा राहिलो नाही. माझ्यात काहीतरी कायमचं बदललंय. मला माझं उर्वरित आयुष्य या डौलदार, सुंदर प्राण्याच्या सान्निध्यात घालवायचंय. मी राहत असलेल्या शहरी जंगलाहून ते आयुष्य निराळं असेल याची मला जाणीव होती; पण काहीही झालं तरी माझा निर्धार पक्का झाला होता.

कधीकधी माझ्या मनात विचार येतो की, आपल्यापैकी प्रत्येकजण काहीतरी विशिष्ट उद्देशाने, हेतूने या जगात येतो. नाहीतर अत्यंत पराकाष्ठेने मेहनत घेऊन प्रमस्तिष्क घाताने आलेल्या व्यंगावर मात करून, नंतर साउंड इंजिनिअरिंग शिकून झाल्यावरही आता मी सर्व वेळ या सुंदर प्राण्याच्या भल्यासाठी खर्च करण्याचं आणखी काय स्पष्टीकरण असू शकतं?

कान्हाच्या त्या भेटीनंतर मी परत आल्यावर मला असं वाटत होतं की, ही स्टुडिओची मालकी आणि साउंड इंजिनिअर म्हणून असलेलं माझं आयुष्य मला नकोय. तसंही माझ्या या आयुष्यात बराच गोंधळ होता. माझ्यासारख्याला (माझ्यासारखी शारीरिक स्थिती असलेल्याला) चांगलं काम करता येणारच नाही असं वाटणाऱ्या लोकांसोबत काम करण्याच्या अनुभवाने मला चांगलाच त्रास सहन करावा लागत होता; त्यामुळेच मी व माझा मित्र निखिल घिया, आम्ही दोघांनी मिळून 'ब्रह्मासोनिक' नावाचा आमचा स्वत:चा स्टुडिओ सुरू केला. सुरुवातीचा काळ फारच उत्साहवर्धक होता आणि आम्हाला एक-दोन कामंदेखील मिळाली होती. यात आम्ही बॉलिवूडचे संगीत दिग्दर्शक विशाल-शेखर, काही भारतीय रॉक बॅन्ड आणि जाहिरात क्षेत्रातील काही लोकांसमवेत काम केलं. आम्ही जाझ संगीतातील दिग्गज त्रिलोक गुर्टु, गायक आणि संगीतकार सिड कॉउट्टो यांचे सोलो अल्बम तयार केले होते. परंतु लवकरच आमच्या लक्षात आलं की, आमचे ग्राहक आम्हाला किरकोळ कामं देतात व त्यांची चांगली महत्त्वाची कामं दुसऱ्या कोणाकडून तरी करून घेतात. पाच

वर्षांनंतर आम्ही ब्रह्मासोनिक बंद केला कारण माझ्या शारीरिक स्थितीमुळे कुणीही माझ्या साउंड इंजिनिअरिंगवर विश्वासच ठेवला नाही!

अर्थातच तो माझ्या आयुष्यातला सर्वांत आनंददायक निर्णय ठरला. तसंही पूर्णपणे बंद, एकही खिडकी नसलेल्या, साउंडप्रूफ खोलीत दिवसभर काम करत राहायचं आणि रात्री सूर्यास्तानंतरच तिथून बाहेर पडायचं, अशा वातावरणात माझा जीव घुसमटायचा. या अशा प्रकारच्या खोल्यांमधून मी दहा वर्षे संघर्ष करत होतो आणि मोकळ्या वातावरणात, खुल्या हवेत राहायला आवडणाऱ्या माणसांकरता हे फारच निराशाजनक होतं. मला माझ्या आयुष्यात माझ्या अजून आवडीचं काहीतरी काम करायचं होतं. वाघासोबतच्या पहिल्या भेटीने मी फारच प्रभावित झालो होतो. मला चांगलंच आठवतंय की, त्या भेटीनंतर मी अहोरात्र संगणकासमोर बसून वाघासंबंधित सर्व उपलब्ध माहिती वाचून काढली होती.

एके दिवशी ॲनिमल प्लॅनेट पाहत बसलेला असताना अचानक मला एक कल्पना सुचली. मी माझ्या काकांना फोन केला. याच काकांनी माझी डोंगरदऱ्या आणि जंगलांसोबत ओळख करून दिली होती आणि त्यांनी मला ट्रेकसाठी हिमालयातही नेलं होतं. महाराष्ट्रातील छोट्या छोट्या मच्छीमारांच्या खेड्यामध्ये नेऊन मासेमारी करायला आणि पोहायला शिकवलं होतं. तसं पाहिलं तर त्यांनीच या दुसऱ्या प्रकारच्या जीवनाशी माझी ओळख करून दिली होती. 'मला वाघ वाचवण्याच्या संदर्भातील नोकरी कशी मिळू शकेल?' मी काकांना विचारलं. मला वाटलं होतं की, काका माझं बोलणं हसण्यावारी नेतील; पण तसं झालं नाही त्याऐवजी ते म्हणाले की, ते फतेह सिंगला ओळखतात, फतेह सिंगने रणथंबोर टायगर रिझर्व्हमध्ये वाघाच्या बचावासाठी आयुष्य वाहून घेतलंय. लवकरच तो 'वन्यजीव संवर्धन नेतृत्व' या विषयाच्या कार्यशाळेचं आयोजन करणार आहे, त्यात मी भाग घेऊ शकतो.

मला तर अगदी हेच हवं होतं. मी ही संधी साधली. दोन आठवड्यांनंतर मी कशामध्ये उडी घेतोय याबद्दल एकदाही पुन्हा फिरून विचार न करता, मी रणथंबोरला धडकलो. राठोड हे टायगर वॉच या स्वयंसेवी संस्थेमागचा ब्रेन आहेत. त्यांना वाटलं की, मी काही तिथं तग धरू शकणार नाही, म्हणूनच त्यांनी माझ्याकडून आधी कार्यशाळेचं शुल्कदेखील घेतलं नाही; पण मी त्यांना म्हणालो होतो की, पृथ्वीतलावरची कोणतीही गोष्ट मला माझ्या निर्णयापासून परावृत्त करू शकणार नाही. पुढचे पंधरा दिवस मी सफारीला गेलो आणि प्राणी, पक्षी पाहिले. निसर्ग त्याच्या सर्वोत्तम अवस्थेत पाहिला. अशा प्रकारच्या जीवनातून मिळू शकणाऱ्या शक्यतांमुळे मी तिकडे आकर्षित झालो.

कमी अंतराच्या प्रवासाची निवड करणाऱ्या लोकांनाच संधी मिळतात. रणथंबोरला असताना तेथील स्वयंसेवी संस्थेतील (एनजीओ) लोकांनी मला माझ्याबद्दल विचारलं आणि जेव्हा मी त्यांना साउंड इंजिनिअर असल्याचं सांगितलं तेव्हा त्यांनी मला

सांगितलं की, जंगलात अवैध शिकार करण्यासाठी घुसणारे बहुसंख्य घुसखोर मोघा या आदिवासी जमातीचे असून ते विविध प्रकारची वाद्यं वाजवतात, त्यामध्ये अगदी बॅगपायपरचाही समावेश आहे. मला नवल वाटलं आणि मला त्याबद्दल अधिक जाणून घेण्याची उत्सुकता वाटली. या अशा घुसखोरांच्या पुनर्वसन कार्यक्रमाचा भाग म्हणून त्यांना हस्तकला कौशल्यं शिकवायचं, म्हणजे त्यांना त्यांचे जीवन जगण्यासाठी काही अर्थार्जन करता येईल; परंतु मला वाटलं की, त्यांना त्यांच्या या संगीत कलेच्या माध्यमातूनही रोजगार उपलब्ध करून देता येऊ शकतो.

कॅम्पमध्ये माझं प्रशिक्षण पूर्ण झाल्यानंतर मी एक-दोन दिवस जास्त थांबलो आणि मुंबईला आणण्यासाठी त्यांच्या संगीताचं ध्वनिमुद्रण करून घेतलं. मुंबईमध्ये माझे काही संगीतकार मित्र आहेत, त्यामध्ये सिड कॉउट्टो यांचासुद्धा समावेश आहे. रणथंबोरला जाऊन या लोकांचं संगीत ध्वनिमुद्रित करण्याकरता सिड कॉउट्टो यांना पटवायला मला एक वर्ष लागलं. त्यानंतर मात्र ज्या क्रमाने घटना घडत गेल्या त्यावर विश्वास ठेवणंच कठीण होतं. आमची रणथंबोरची तिकिटे काढून झाली आणि त्या संध्याकाळी आम्ही पार्टीमध्ये सुगंधा गर्गला भेटलो. आमची कलाकार आणि दिग्दर्शक मैत्रीण, तिने आमची गोष्ट ऐकली आणि लगेचच आमच्यासोबत यायला तयार झाली! त्याच वेळी मध्यरात्री तिने तिच्या वडिलांना फोन करून उठवलं आणि तिचं तिकीट बुक करायला सांगितलं. मग आम्हाला जाणवलं की, आमची फोटोग्राफर मैत्रीण नताशाचीसुद्धा मदत होऊ शकते. आम्ही जर चित्रफीत (फिल्म) बनवणार असू तर स्थिरचित्रीकरण करणारच ना! म्हणून मग तिलाही सोबत घेतलं.

जंगलामध्ये अवैध शिकार करणाऱ्या घुसखोरांसोबत चित्रीकरण करण्यात गेलेला वेळ संस्मरणीय होता. त्यांनी मोठे सहाजण आणि दोन मुलं असा आठजणांचा अनौपचारिक बॅन्ड बनवला होता. त्यांच्या जमातीतील लग्नकार्यांमध्ये ते वाजवण्याचं काम करायचे. या बॅन्डमध्ये एक असामान्य व्यक्ती होती. तो उंटाच्या कातडीपासून बनवलेला बॅगपायपर त्याच्या शर्टाचा वापर करून सुरेख वाजवायचा. पारंपरिक बॅगपायपरला चार पाइप असतात याला मात्र एकच होता; पण मूलभूत संकल्पना मात्र तीच होती. राजस्थानमध्ये बॅगपायपर वाजवणारा माणूस पाहणे, हा एक दुर्लभ अनुभव होता.

आम्ही हॅन्डीकॅमच्या (हातात धरण्याचा कॅमेरा) मदतीने त्यांचं चित्रीकरण केलं. त्यांच्यापैकी काही गात होते तर काही वाद्यं वाजवत होते. आम्ही ठरवलं की, एकदा घरी गेलो की, या सर्व फूटेजचं काय करायचं ते पाहू या. आम्हाला जाणवलंच नव्हतं; पण संपादन (एडिटिंग) केल्यानंतर वर्षाखेरीस आमच्याकडे ३० मिनिटांची एक डॉक्युमेंटरी फिल्म होती आणि सोबत आदिवासींचा अधूनमधून विविध कलाकारांनी गायलेला 'विथ अ लिटील हेल्प' हा अलब्मदेखील होता!

आम्ही एक हजार डिव्हिडी बनवून 'टायगर वॉच' संस्थेला दिल्या, ज्यांच्या

विक्रीतून अवैध शिकार करणाऱ्या आदिवासींसाठीच्या भविष्यातील पुनर्वसनाच्या प्रकल्पासाठी निधी उभारता येईल. मला वाटलं की, आदिवासी संगीताचे योगदान देत असल्यामुळे त्यांच्या पुनर्वसनाचे प्रकल्प आत्मनिर्भर होऊ शकतील.

ही केवळ माझ्या जंगलावरील प्रेमाची आणि वाघाच्या सोबतीची सुरुवात होती. गेली पाच वर्षे मी या धरेवर, जंगलामध्ये भटकंती करण्यात, वन्यजीव संवर्धनाबाबतच्या सर्व गोष्टी शिकण्यात, मनुष्यप्राणी अवैध शिकार करणारा घुसखोर होण्यामागची कारणे, मानव आणि वन्यजीवांसंबंधातील अस्वस्थता– दोघंही आपापलं संरक्षण करण्याच्या प्रयत्नात आहेत– या सर्व गोष्टी जाणून घेण्यात घालवली आहेत. सन २०१० मध्ये मी रणथंबोरला १९ फेऱ्या मारल्या. हॉटेलमधील पर्यटकांसोबत वन्यजीव अभयारण्यात मी 'टायगर ट्रॅकर ॲन्ड गाइड' (वाघांचा मागोवा घेणारा आणि मार्गदर्शक) म्हणून काम केलं आणि वाघांसाठी राखीव असलेल्या २० जंगलांमध्ये स्वयंसेवक म्हणूनही काम केलं. अशा प्रकारे काम केल्यावर तुम्हाला ते इतर बऱ्याच उपक्रमांमध्ये सहभागी करून घेतात; जेणे करून तुमची या समस्येबाबतची समज अधिक सखोल होऊ शकते.

मी जसजशी जास्तीतजास्त वेळ वाघांच्या सान्निध्यात घालवण्यास सुरुवात केली तसतसं मला उमजू लागलं की, वाघ नेमके कशा कशाच्या विरोधात लढताहेत. त्यांचं अस्तित्वच मुळी कायमचं प्रश्नांकित झालेलं आहे. यामुळे मला फारच अस्वस्थ आणि बेचैन वाटतं आणि वाघांच्या संरक्षित जागांकरता काहीतरी करावसं वाटतं. गेल्या वर्षी मी माझ्या अवंतिका चंद्रा या मैत्रिणीसोबत बसलो आणि खूप विचारमंथन केल्यानंतर आम्ही प्रॉल (PROWL) या वन्यजीव आणि त्यांच्या वस्तीस्थानांच्या संवर्धनाकरता काम करणाऱ्या ना नफा संस्थेची स्थापना केली. भारतात वाघ, काळवीट, गेंडा, गाई आणि बकऱ्या वाचवण्यासाठी हजारो संस्था प्रयत्न करताहेत; पण एकदा का तुम्ही त्यांना वाचवलंत की, मग त्यांना ठेवण्यासाठी तुम्हाला जागा लागेल. आपली जंगलं वाढणं तर दूरच राहिलं उलट आकुंचन पावताहेत. त्याचबरोबर अवैध शिकारीची समस्याही खूप मोठी आहे. अवैध शिकाऱ्यांना उपजीविकेची अन्य साधने उपलब्ध करून दिली नाहीत तर ही समस्या काही सुटणार नाही. माझ्या समाज संवर्धन अधिकारी म्हणूनच्या कार्यकाळात मी अवैध शिकारीच्या विरोधात तसेच अवैध शिकाऱ्यांच्या पुनर्वसनासंबंधात काम केलं तेव्हा मला या समस्येचं मूळ कारण समजून घेण्यास फार मोठी मदत झाली.

'प्रॉल'मध्ये आम्ही विविध उपक्रम आखले आहेत, जेणे करून या समस्येविषयी चर्चा होईल आणि संभाव्य उपाय शोधता येतील. आम्ही वाघांबद्दलच्या जाणीव जागृतीच्या कार्यशाळा घेतो आणि अवैध शिकाऱ्यांसोबत काम करतो. त्यांपैकी काही आम्हाला आमच्या संस्थेच्या कामात मदत करत आहेत. आमची संस्था सुरू

केल्यानंतर काही महिन्यांमध्येच आम्हाला जाणवलं की, आर्थिकदृष्ट्या आपली संस्था स्वयंपूर्ण असली पाहिजे. तिथून आमच्या एका संपूर्णतः नवीन प्रवासाची, 'ऑन द प्रॉल' या नवीन साहसाची सुरुवात झाली. या कार्यक्रमांतर्गत शुल्क आकारून मी वन्यजीव आणि निसर्गप्रेमींना जंगलामध्ये, डोंगरावर आणि निसर्ग भ्रमंतीला घेऊन जातो; त्यांना वन्यप्राण्यांचे फोटो काढायला म्हणजेच छायाचित्रण करणंदेखील शिकवतो. काही वर्षांपूर्वी मी स्वतःच केनियातील मसाई मारा नॅशनल रिझर्व्हला गेलो होतो, तिथेच मी नेचर वॉन्डरर, नॅशनल जिओग्राफिक आणि कॅनन यांनी एकत्रितपणे आयोजित केलेल्या कार्यशाळेत वन्यजीव छायाचित्रण शिकलो होतो. त्याच बरोबर मी फोटोग्राफीमध्ये पदविकाही (डिप्लोमा) घेतली आहे. हा अनुभव ऑन द प्रॉल या उपक्रमासाठी फारच कामी आला.

मी जेव्हा माझ्या विद्यार्थ्यांना घेऊन जंगलात जातो तेव्हा मला तिथं जंगलात वाघांचे फोटो काढण्याची दुर्लभ संधी मिळते. माझ्याकडे तर अशा फोटोंचा खच पडलेला आहे. पुढे जाऊन प्रॉलच्या भविष्यातील प्रकल्पांसाठी निधी उभारायला मी ती छायाचित्रे विक्रीला ठेवणार आहे. यातून मिळणाऱ्या नफ्यातील काही भाग वन्यजीव संवर्धनाकरता काम करणाऱ्या इतर स्वयंसेवी संस्थांना देणार आहे, ही गोष्ट प्रोत्साहित करणारी आहे.

डिसेंबर २०१३ मध्ये प्रॉलने वाघ बचाव आणि सीसीआय (कन्झर्व्हेशन कन्सॉर्टियम इंडिया) या संस्थांसोबत एकत्रितपणे सुंदरबन वाघ राखीव क्षेत्रातील दीडशे वन सुरक्षा रक्षकांसाठी (फॉरेस्ट गार्ड) प्रथमोपचार आणि जीविताचं रक्षण करण्याचं अनोखं प्रशिक्षण दिलं. सुंदरबनातील काही क्षेत्रे अत्यंत धोकादायक आहेत. तिथले बहुसंख्य वाघ खात्रीने नरभक्षक आहेत. ते फारच आक्रमक असून त्यांनी सुरक्षा रक्षकांवर अनेक वेळा हल्ले केले आहेत. या सुरक्षा रक्षकांना स्वतःच्या जीविताचे रक्षण करण्याचे प्रशिक्षणच नाही. इतकंच काय त्यांना प्रथमोपचार म्हणजे काय तेही माहीत नाही. जेव्हा तुम्ही अत्यंत कठीण परिस्थितीत सकाळपासून संध्याकाळपर्यंत जंगलामध्ये काम करता तेव्हा अशा प्रकारचं प्रशिक्षण तुमच्या जीवन-मृत्यूमध्ये अंतर कमी करू शकतं.

अशा प्रकारचा महत्त्वाकांक्षी उपक्रम राबवण्यासाठी आमच्याकडे निधी नाही हे आम्हाला माहीत होतं; पण आम्ही मित्रपरिवाराचा आधार घेतला आणि फेसबुकवरूनही सुंदरबनच्या दीडशे सुरक्षा रक्षकांना प्रथमोपचार पेटी देण्यासाठी निधी उभारणीसाठी आवाहन केलं. एका प्रथमोपचार पेटीची किंमत सहाशे रुपये एवढी होती. सुदैवाने फेसबुकवरील मित्रपरिवाराने सढळ हातांनी मदत केल्यामुळे दीड लाख रुपये जमा झाले. आम्ही पहिल्यादांच दीड लाख रुपये जमवण्यात यशस्वी झालो होतो. या उपक्रमाने आम्हाला बळ दिलं असून अशाच स्वरूपाचा उपक्रम इतरही अनेक

ठिकाणी करण्याचा आमचा मानस आहे.

इतरही अनेक छोटी छोटी पावलं उचलली आहेत. जसं की, या संवर्धनाच्या माझ्या प्रयत्नांनी प्रभावित होऊन गिब्सन गिटार्स नावाच्या संस्थेने वाघांबद्दल जाणीव जागृती करण्यासाठी मुंबईतील सुप्रसिद्ध काला घोडा महोत्सवामध्ये १० फुटी गिटार रंगवण्याचं प्रायोजकत्व स्वीकारलं.

आता जेव्हा मी माझ्या आयुष्याकडे वळून पाहतो तेव्हा मला आश्चर्य वाटतं आणि विश्वास ठेवणंसुद्धा कठीण जातं की, पाच वर्षांचा होईपर्यंत मी अजिबात चालत नव्हतो. आता देशातील वन्य अभयारण्यांमधून, वाघांचा माग काढत धापा टाकणाऱ्या लोकांचा जथा घेऊन जंगलं पिंजून काढतोय. मी जंगलात राहिलोय, डोंगर चढलोय, आत्मानंदाची अनुभूती देणारं हिमालयाचं सौंदर्य अनुभवलंय आणि कित्येक वाघांशी आमना-सामना केलाय; प्रत्येक वेळी वाघाला पाहिल्यावर लोकांना जशी भीती वाटते तशी न वाटता माझं मन आनंदाने उचंबळून येतं आणि त्यांच्याच सान्निध्यात वेळ घालवण्याचा माझा निर्धार अधिक पक्का होत जातो.

अगदी आजसुद्धा माझ्या काकांनी हिमालयन ट्रेकशी करून दिलेली ओळख आठवतेय. मनालीपासून व्यास नदीच्या उगमापर्यंत आम्ही चालत गेलो होतो. मी एका इंडो-ब्रिटिश कॅम्पमध्येदेखील सहभागी झालो होतो. तेव्हा आम्ही रोहतांग पास ते चंद्रतालपर्यंत चालत गेलो होतो. १४,५०० फूट उंचीवर रात्रभर कॅम्प केला आणि परत चालत आलो. ती माझ्या आयुष्यातील सहजच केलेल्या गोष्टीपैकी सर्वांत सुंदर गोष्ट होती. निश्चित असं ठिकाण न ठरवता मी सलग १४ दिवस हिमालयामध्ये भटकंती केलीय. अशावेळी तुम्हाला खरी शांतता अनुभवायला मिळते आणि तिचा अर्थही कळतो. शहरांच्या जंगलात, तिथल्या जीवनशैलीमध्ये तुम्हाला तुम्हीच राजे आहात असं वाटतं असतं; परंतु तुम्ही जेव्हा हिमालयात उभे असता तेव्हा तुम्हाला एकदम खुजं वाटू लागतं. तुमचा दृष्टिकोनच बदलतो.

मी जेव्हा मोठा झालो तेव्हा एकटाच घराबाहेर पडू लागलो. असेही दिवस असायचे की, मी माझ्यासाठी रेल्वेचं तिकीट काढायचो आणि १५-१५ दिवस किंवा महिनाभर जायचो. बऱ्याचदा जंगलात किंवा हिमालयात जायचो; तिथं काहीही करायचं नाही, फक्त सकाळी उठायचं डोंगराकडे पाहायचं व नदीपर्यंतचं थोडं अंतर चालत जायचं आणि तिथं स्वत:च्याच सहवासाचा आनंद घेत बसायचं. माझ्या आईला आता या सर्वांची सवय झालीय.

कित्येकदा मी उठतो. मित्राला फोन करतो आणि आम्ही गाडी घेऊन रोड ट्रीपला निघतो. नेमकं कुठं जायचं ते गाडी चालवत असताना ठरवतो. आम्ही गाडी चालवत राहतो आणि आम्हाला बरं वाटेल तिथं थांबतो आणि यामधून मिळणारी स्वातंत्र्याची अनुभूती छान वाटते. अर्थात कधीकधी आमचा वन्य श्वापदांशीही सामना होतो.

हिमालयात सोलांगजवळील कॅम्पमध्ये मी प्रातर्विधीसाठी बाहेर पडलो आणि वरच्या बाजूला पानांची सळसळ ऐकली, म्हणून मी ज्या खडकाच्या मागे बसलो होतो तिथून डोकावून पाहिलं तर भलं मोठं काळं हिमालयीन अस्वल डोंगरावरून खाली येत होतं; माझं सर्वांग भीतीने शहारलं. सुदैवाने मी खडकामागं असल्याने त्याला दिसलो नाही आणि वासावरूनही त्याला माझं अस्तित्व जाणवलं नाही. त्यानंतर मी दहा मिनिटे प्रार्थना करत तिथेच बसून होतो!

वन्य श्वापदांशी सामना होण्याचे इतरही अनेक प्रसंग आले. प्रत्येक वेळी मी त्यातून काहीतरी शिकलोय. २०१० मध्ये जिम कॉर्बेट नॅशनल पार्कमध्ये एकदा असाच प्रसंग आला. माझ्यासोबत दोन-तीन वन्यजीवप्रेमी आणि संवर्धक होते, तीन वाघांनी आमचा पाठलाग केला होता.

आम्ही तिथं आहोत असं कळल्यावर उपक्षेत्रीय अधिकारी यांनी आम्हाला भेटायला बोलावलं. त्या वेळी ते मुख्य कॉर्बेट पार्कवरील पर्यटकांचा ताण कमी करण्याचे विविध मार्ग शोधत होते म्हणून त्यांनी आम्हाला सिताबनी जंगल क्षेत्रात कोणत्या प्रकारचे प्राणी, पक्षी आढळतात ते शोधण्यास सांगितलं. सिताबनी जंगलक्षेत्र पर्यटकांसाठी खुलं नव्हतं. या अनपेक्षित संधीने आमच्या तोंडाचा अगदी आ वासला गेला आणि त्यांनी त्यांचा विचार बदलण्यापूर्वी आम्ही पटकन प्रस्तावाला होकार दिला. सिताबनीमध्ये रस्ते नव्हते. याचाच अर्थ सर्व अंतर आम्हाला पायी जायला लागणार होतं; परंतु वाघांच्या संरक्षित क्षेत्रातील जंगलात चालायला मिळणं म्हणजे आमच्यासाठी स्वप्न सत्यात उतरण्यासारखं होतं.

त्या रात्री आम्ही शासकीय गेस्ट हाउसमध्ये राहिलो. भल्या पहाटे हीरोंसारखे निघालो. तिथं जंगलात सीतेचं मंदिर आहे. त्याबद्दलची गोष्ट अशी आहे की, रावणाकडून सीतेला सोडवून आणल्यानंतर पुन्हा एकदा रामाने तिचा त्याग केल्यावर ती इथेच राहिली होती. आम्ही थोडा वेळ मंदिर पाहिलं आणि ओढ्याच्या काठाकाठाने आमच्या कामगिरीवर निघालो. तो अनोळखी प्रदेश असल्याने ओढ्याच्या काठाकाठाने जाणं आम्हाला सुरक्षित वाटलं. वाळूचा किनारा, नंतर गवताचा छोटा पट्टा, नंतर पाण्याचा प्रवाह होता. एखादं वन्य श्वापद किंवा धोका लांबूनच दिसू शकला असता म्हणून आम्हाला सुरक्षित वाटत होतं. साधारण पाऊण तास चालल्यानंतर आम्हाला पंजाचा पहिला ठसा दिसला. ठसा पाहताक्षणी तो एका मोठ्या वाघिणीचा असल्याचं आमच्या लक्षात आलं आणि बाजूची सर्व वाळू कोरडी होती; फक्त पावलाच्या ठशाचीच ओली होती म्हणजे आत्ताच ती नदीच्या पलीकडून इकडे आली असेल. आम्ही गृहीत धरलं की, ती जंगलात निघून गेली असेल; पण पाचच मिनिटांनंतर आम्हाला विरुद्ध दिशेने जाणारे पावलांचे दुसरे ठसे दिसले. दोन वाघांचा सामना करणं अत्यंत भीतिदायक होतं आणि अचानक आम्ही फारच चिंतेत पडलो. या

धक्क्यातून सावरत नाही तोच आम्हाला बाजूच्या झाडीमधून गुरगुरण्याचा हलका आवाज आला आणि आम्हाला कळलं आमच्या मागे एक मोठी वाघीण आमचा पाठलाग करतेय. क्षणभरासाठी आम्ही जागच्या जागी थिजलो. वाघाने आमच्यावर हल्ला केलाच तर सावध असावं म्हणून आम्ही तिघंही तीन दिशांना पाहत होतो. आम्ही अगदी काही मीटर अंतरच पुढे गेलो असू आणि आमच्यापैकी एकजण टेकडीकडे बोट दाखवत जागीच थिजला. एक मोठा डौलदार वाघ, टेकडीवर चढत होता, ते बरंच होतं; पण अचानक तो थांबला आणि त्याने वळून थेट आमच्याकडेच पाहिलं आणि रागाने गुरगुरला. आम्ही त्याकडेही दुर्लक्ष केलं आणि पुढे चालत राहिलो. पुढे समोरून एक वाघ आमच्याच दिशेने येताना पाहून आमचे प्राण अगदी कंठाशी आले. तसा तो अजून लांब होता. त्या दिवशी आम्ही आमचा जीव वाचवण्यासाठी न भूतो न भविष्यती धूम ठोकली. वाघाचं वजन खूप असल्याने तो झाडावर चढू शकत नाही. मला माहिती नाही, त्या दिवशी त्या झाडावर मी कसा चढलो आणि पुढील तीन महिने जे स्नायू माझ्या शरीरात आहेत हे मला माहीत नव्हते ते सर्वसुद्धा ठणकत होते. त्यानंतर पुढील तीन तास आम्ही वाघ जाण्याची वाट पाहत झाडावर बसून होतो. आमचं दैव बलवत्तर म्हणून कोणत्याही प्रकारची इजा न करता ते तिथून निघून गेले.

अगदी त्या घटनेनंतरदेखील जंगल सुरक्षा रक्षकांसोबत मी रणथंबोरच्या जंगलामध्ये जातो आणि मी एक गोष्ट शिकलोय की, वाघ कधीच तुमच्यावर समोरून हल्ला करत नाहीत. ते केवळ बाजूने किंवा पाठीमागूनच हल्ला करतात. म्हणून समजा, जर कधी तुमचा वाघाशी सामना झाला तर थेट त्याच्या दिशेने चालत राहा, ९९ टक्के वेळा तो तुमचा सामना न करता तुम्हाला चुकवण्यासाठी आजूबाजूच्या झुडपांतून तुमच्या भोवतीने चालत राहील. त्यांना माणसांसोबत समोरासमोर सामना नको असतो. तुम्ही फक्त सावध राहून चालत राहायचं.

प्रमस्तिष्कघातामुळे प्रभावित झाल्याने धड चालताही न येणारा मुलगा ते वाघांवर लक्ष ठेवणारा तज्ज्ञ, एक निसर्गतज्ज्ञ आणि वन्य जीवांसंदर्भात देशभर व्याख्याने देणारा व्याख्याता. माझं आयुष्य पूर्णपणे साहसाने भरलंय. बहुसंख्य तरुण– माझाही त्यात समावेश आहे, मीसुद्धा सुरुवातीच्या जीवनकाळात काही क्षणी– चांगल्या जीवनशैलीसाठी कमावण्याच्या चिंतेत असतात आणि आपसूकच शहरी जीवनाच्या सापळ्यात अडकतात; परंतु जंगलात राहणं, वाघ, हरीण किंवा मोराच्या आवाजाने जाग येणं पूर्णपणे वेगळं आहे. आता माझं स्वप्न आहे की, मला जंगलात जगता यावं. तुम्ही तुमच्या हृदयाची साद ऐकली तर अखेरीस गोष्टी त्याप्रमाणे घडतात, हे मी शिकलोय. वाघांचा माग काढत जाणं, हाच माझा ध्यास आहे.

◆

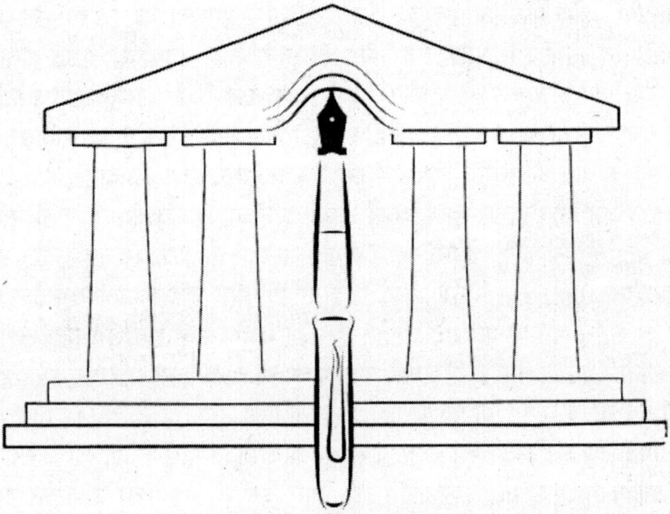

जावेद अबिदि

जावेदचा पत्रकार म्हणून असलेला अधिकार, योग्य धोरणं आखून व कायदे करून बदल घडवता येतात यावरचा विश्वास आणि थोड्या जुन्या वळणाच्या या सही माणसाला फाउंटन पेनने दर्शवले आहे; परंतु हे फाउंटन पेन काही इतर गोष्टींपासून अलिप्त नाही, तर वास्तवात हे फाउंटन पेन एका मोठ्या रचनेचा मध्यवर्ती खांब असून करड्या, कठीण आणि मजबूत अशा सरळ रेषांना हळुवारपणे बाक देत आहे; हा बाक म्हणजे मोठ्या रचनेच्या स्वरूपातील प्रस्थापित समाजव्यवस्था आणि तिच्या विचारसरणीतील आवश्यक बदल अन् उपाय आहेत. या व्यवस्थेच्या समोरच्या भागात इच्छित बाक देण्यासाठी जावेद यांनी जवळजवळ एक हाती दीर्घकालीन, सन्मानाने आणि सहनशीलतेने दिलेला लढा देखील हा बाक निर्देशित करतो.

जावेद अबिदि यांची गोष्ट एखाद्या हॉलीवूड पटासारखी आहे. त्यात कारुण्य, नाट्य, ॲक्शन आणि निग्रह आणि हो, त्याबरोबरच कोणत्याही परिस्थितीमध्ये हार न मानणारा एक नायकसुद्धा आहे. जन्मापासून असलेल्या काही समस्येमुळे त्यांना वयाच्या पंधराव्या वर्षापासून व्हीलचेअरला खिळून राहावं लागलं. तरीदेखील या तरुणाला कोणत्याही सीमा अडवू शकल्या नाहीत. खरं तर त्याला कोणत्याही सीमारेषा ठाऊकच नाहीत. उत्तर प्रदेशातील अलिगढ विद्यापीठाच्या गल्ल्यांमधून अमेरिकेतल्या विद्यापीठाच्या आवारातील जीवन आणि पुढे लोकप्रिय पत्रकार म्हणून एखादी घटना सांगण्याची अपारंपरिक पद्धत आणणं आणि अपंगांच्या हक्कांसाठी अत्यंत महत्त्वाची मोहीम सुरू करणं, असं त्यांचं जीवन आपल्यापैकी अनेक कर्मठांनादेखील प्रेरित करू शकतं.

अबिदि यांची प्रतिमा गंभीर व्यक्तिमत्त्व अशी आहे. एक अशी व्यक्ती जिच्यासोबत तुम्ही इकडच्या तिकडच्या वायफळ गप्पा मारू शकत नाही. यामुळेच त्यांच्या दिल्लीतील छोट्याशा कार्यालयामध्ये, जिथे त्यांच्या अपंगांच्या हक्कांविषयीच्या सातत्याने, अथकपणे चाललेल्या चळवळीचे फोटो लावलेले आहेत तिथे त्यांची वाट पाहत असताना मी थोडी अस्वस्थ होते. ते स्वत: व्हीलचेअरवरून कार्यालयात आले तेव्हा त्यांना चांगलीच सर्दी झाल्याचं दिसत होतं; परंतु मी त्यांना आठवणींच्या रस्त्याने पुढे न्यायला सुरुवात केली आणि ते सर्व नाहीसं झालं. त्यांनी उत्तर प्रदेशातील त्यांच्या मूळ शहरातून सुरू केलेला व आता नॅशनल सेंटर फॉर प्रमोशन ऑफ एम्प्लॉयमेंट फॉर पीपल विथ डिसॅबिलिटीचे (एनसीपीइपीडी) कार्यकारी संचालक म्हणून अविरतपणे न थकता कामात व्यग्र होईपर्यंतचा आकर्षक रम्य प्रवास उलगडला. अपंगांसाठी काम करणाऱ्या संस्थांपैकी एनसीपीइपीडी या संस्थेला विशेष स्थान आहे.

cs

माझा जन्म अलिगढच्या विद्यापीठीय शहरात झाला. माझे वडील अलिगढ मुस्लीम विद्यापीठामध्ये प्राध्यापक होते. माझ्या जन्मानंतर डॉक्टरांनी सर्वप्रथम माझ्या कमरेजवळील टेंगूळ पाहिलं आणि त्यांच्या स्वतःच्या बुद्धिमत्तेने, हुशारीने माझ्या पालकांना सांगितलं की, मी चाळीस दिवसांपेक्षा जास्त जगणार नाही. हे ऐकून माझे पालक खचले. मी त्यांचं पहिलं अपत्य आणि त्यांना माझं पालनपोषण करून मला मोठं करायचं होतं. माझ्या वडिलांनी माझं नाव जावेद म्हणजेच अरेबिकमध्ये ज्याचा अर्थ अमर असा होतो, तसं ठेवून नशिबालाच हुलकावणी देण्याचं ठरवलं. आमच्या घरातील विनोद म्हणजे माझ्या वडिलांची योजना यशस्वी झाली. आता ४० पेक्षाही अधिक वर्षं उलटली, मी अजूनही जिवंत आहे.

एका अर्थाने मी कोण आहे, हेसुद्धा या प्रसंगातून दिसून येतं. मी सहजासहजी हार मानणाऱ्यातील नाही, मी हार स्वीकारतच नाही. आपल्या सर्वांनाच वाईट परिस्थितीचा सामना करावा लागतो; पण मी त्या प्लॅस्टिकच्या खेळण्यासारखा आहे, त्या खेळण्याला तुम्ही कितीही वेळा खाली पाडलं तरी ते लगेचच सरळ उभं होतं तसा.

आमचं आयुष्य अगदी साधं सरळ होतं. आमचा छोटासा परिवार होता आणि माझ्या लहान बहीण-भावंडांसोबत मी एक मध्यमवर्गीय जीवन जगत होतो. जन्मतःच माझ्या कमरेवर असलेली गाठ द्विशाखी मेरूदंड (स्पाइना बिफिडा) हा उपजत आजार ठरली; (मी अर्भकावस्थेत असताना चेतासंस्थेची नलिका व्यवस्थित बंद न झाल्याने ती गाठ आली होती.) परंतु माझे पालक मला दिल्लीतील डॉक्टरांकडे घेऊन गेल्यावर ते म्हणाले की, माझी वाढ व्यवस्थित होत असेल तर तिला धक्का लावू नका. नंतर वयाच्या आठव्या वर्षी मी माझा उजवा पाय ओढायला लागलो आणि डॉक्टरांनी ठरवलं की, माझ्यावर शस्त्रक्रिया केली पाहिजे. एआयआयएमएस इस्पितळात शस्त्रक्रिया करत असतानाच त्यांना कळून चुकलं की, एवढा उशीर करून त्यांनी घोडचूक केली आहे. गाठ मोठी झाली होती, तिने माझ्या नसांवर

परिणाम केला होता आणि त्यामुळेच माझं पुढचं आयुष्य गुंतागुंतीचं असेल असं त्यांना समजलं. शस्त्रक्रियेनंतर माझी स्थिती पूर्वीपेक्षा खराब झाली. मी लंगडायला लागलो आणि दहाव्या वर्षी मला क्रचेस तर १५ व्या वर्षी व्हीलचेअर वापरायला सुरुवात करावी लागली.

परंतु यापैकी कशानेही एका क्षणासाठीसुद्धा माझे आई-वडील डगमगले नाहीत. माझ्या वडिलांनी मला त्यांना शक्य होतं तितकं सर्वसामान्य बालपण देण्याचा प्रयत्न केला. मला सर्वांसोबत नेहमीच्या शाळेतच पाठवलं. मला शक्यतो सर्वोत्तम शिक्षण मिळावं म्हणून सर्वतोपरी प्रयत्न केला. माझं अपंगत्व पाहता माझ्या गरजा पूर्ण करण्यासाठी त्यांनी संध्याकाळच्या वेळात शिकवण्या घेऊन त्यांचं उत्पन्न वाढवलं. आयुष्य सर्वसामान्यपणेच सुरू होतं आणि एके दिवशी मला समजलं की, मी विद्यापीठात शिक्षण घेण्यास तयार आहे.

त्या वेळी मला जाणवलं की, शाळा म्हणजे त्या म्हणीतील विहिरीसारखी असते आणि आपण तिच्यातील बेडूक तिच्या चार भिंतींमध्ये सुरक्षित व व्यवस्थित असतो. शाळेत तुम्हाला तुमच्या अपंगत्वाची इतकी जाणीव होत नाही कारण तुम्ही दिवसभर एकाच वर्गात बसून असता, वेगवेगळे शिक्षक तुम्हाला तुमच्या वर्गात येऊन शिकवतात. विद्यापीठ म्हणजे मोठ्या जंगलासारखं होतं, तिथे मला माझ्या वर्गात जाण्यासाठी कित्येकदा खालीवर करावं लागायचं. ते कठीण होतं, कधीकधी अवघड होतं; पण मी जुळवून घेण्यास शिकलो. मला खूपच चांगले मित्र लाभले होते. ते मला माझ्या व्हीलचेअरसहित उचलून कुठेही घेऊन जायचे; त्यामुळे मला माझ्या जीवनात कधीही 'अपंग' आहोत असं वाटलंच नाही. मी इतरांकडून त्यांना त्यांच्या अपंगत्वामुळे कसं छळलं, सतावलं गेलं आणि कसे वाईट अनुभव आले याच्या कहाण्या ऐकल्या आहेत; परंतु माझ्या आयुष्यात असं काहीही घडल्याचं मला आठवत नाही. कदाचित मी छोट्या शहरात राहत होतो जिथं सर्वच एकमेकांना ओळखतात म्हणूनही असं असू शकतं किंवा मी सरळ सरळ भाग्यवान आहे. कारणं काहीही असली तरी मी माझ्या अपंगत्वासोबत अगदी सहज होतो. मला हवं ते सर्व म्हणजे भटकणं, सिनेमाला जाणं आणि मित्रांसमवेत वेळ घालवणं करू शकत होतो. यामुळेच मला कधीही अपंग असल्याचं वाटलंच नाही.

ऐंशीच्या दशकामध्ये मुलांनी त्यांच्या जीवनात काय करायचं ते नेहमी वडीलच ठरवायचे. माझ्या पालकांनादेखील मी डॉक्टर व्हावं असं वाटत होतं. त्या दिवसांत मुलाने डॉक्टर किंवा इंजिनिअर व्हावं असा दंडकच होता; त्यामुळे मलादेखील काही वर्षे जीवशास्त्र, रसायनशास्त्र शिकण्याचा छळ सहन करवून घ्यावा लागला; पण मी त्या प्रत्येक क्षणाचा तिरस्कारच केला. मला वादविवाद स्पर्धा आणि इतर उपक्रमांमध्ये रुची होती. दरम्यान, श्रीमती इंदिरा गांधी यांच्या आग्रहास्तव माझे

वडील काँग्रेसच्या संयुक्त सचिवपदाची जबाबदारी घेण्यासाठी दिल्लीला गेले (माझे वडील जवाहरलाल नेहरूंचे पाठीराखे व प्रशंसक होते.) ते दिल्लीला गेल्यावर मी माझ्या मनाची साद ऐकण्याचं ठरवलं; अर्थातच गुपचूप! माझे वडील प्रेमळ व काळजी घेणारे असले तरी त्यासोबतच कडक शिस्तीचेही होते, म्हणूनच ते दिल्लीला गेल्यावर एका वर्षानंतर स्वत:चा शोध घेण्याची माझी प्रक्रिया सुरू झाली. पहिली गोष्ट मी कोणती केली असेल तर वैद्यकीय क्षेत्रातील परीक्षा दिली नाही आणि दुसरी गोष्ट म्हणजे कलाशाखेत पदवी शिक्षणासाठी प्रवेश घेतला. मला माहीत होतं की, लेखन, वाचन आणि वादविवाद करण्याकडे माझा कल आहे. मी इंग्रजी साहित्य हा विषय घेतला कारण तो माझ्या वडिलांचा विषय होता. त्यांची मिल्टॉन आणि शेक्सपिअरवरील व्याख्याने ऐकत ऐकतच मी मोठा झालो होतो. मी राजकारण आणि लिंग्विस्टिकचाही अभ्यास केला. आनंदाने भावी डॉक्टर ते काहीही भवितव्य नसलेला विद्यार्थी बनलो. वडिलांना हे कळलं तेव्हा त्यांना धक्का बसला, त्यांचं मन दुखावलं आणि याचं काही खरं नाही असं म्हणून त्यांनी माझा नाद सोडून दिला. यामध्ये विरोधाभास हाच की प्रत्यक्षात मी माझ्या आयुष्यात बरंच काही चांगलं करत होतो. विविध पदांवर निवडून येत होतो; विद्यापीठाला पुरस्कार मिळवून देत होतो आणि मला महत्त्वाच्या कार्यक्रमांचे निमंत्रण मिळत होते. अगदी विद्यापीठाचे कुलगुरूदेखील मला ओळखत होते!

वडिलांच्या ओळखीच्या एका अमेरिकन माणसाला भेटण्याची संधी मिळाल्यामुळे माझं आयुष्य एकदम वेगळ्याच दिशेने गेलं. वडिलांच्या या मित्राला माझा लळा लागला आणि आमच्या अशाच अघळपघळ गप्पा सुरू असताना त्यांनी मला सांगितलं की, अमेरिकेतील विद्यापीठांमध्ये मला माझ्या सर्व क्षमतांचा शोध घेता येईल. त्यांनी मला सांगितलं की, त्या देशात अपंग लोकांचं जीवन वेगळं आहे आणि नंतर त्यांनी अमेरिकेतील काही विद्यापीठांमध्ये अर्ज करण्यासाठी मला मदत केली. जेव्हा त्यांपैकी एक-दोन विद्यापीठांमध्ये मला प्रवेश मिळाला तेव्हा सर्व गहजब झाला. माझ्या वडिलांना वाटलं की, मी माझं आयुष्य वाया घालवतोय; पण काही काळानंतर ते शांत झाले आणि माझ्या तेथील अभ्यासक्रमासाठी त्यांनी काही निधीचीही व्यवस्था केली. १९८५ मध्ये मी अमेरिकेत दाखल झालो. माझ्यासाठी ते संपूर्ण जग नवीनच होतं. अर्थात सर्वसामान्य सांस्कृतिक धक्के तर होतेच आणि पहिल्यांदा एकट्यानेच राहण्याचा एकदम नवा अनुभव; परंतु मी सर्वाधिक प्रभावित झालो ते एका गोष्टीने, ती म्हणजे विद्यापीठाचा प्रत्येक कानाकोपरा, वर्ग, ग्रंथालय, व्यायामशाळा आणि अगदी फूटबॉल मैदानातदेखील अपंगांना सहज जाता येईल अशी व्यवस्था होती. विद्यापीठाच्या आवारातून मला बस मिळायची आणि मी हवं तिथं फिरू शकायचो. विद्यापीठात अपंग विद्यार्थ्यांचे प्रमाण खूप होते आणि मी

त्यांना समान आयुष्य जगताना पाहिलंय. तिथे विद्यापीठात असताना मला जाणीव झाली की मला पत्रकार व्हायचंय, म्हणून मी मास कम्युनिकेशनमध्ये पदवी घेतली आणि विद्यापीठाच्या वृत्तपत्रात नियमितपणे लिखाण करू लागलो.

विद्यापीठातील ती चार-पाच वर्षे माझ्या आयुष्यातील सर्वोत्तम वर्षे आहेत. मी इंडिया क्लबचा अध्यक्ष, आंतरराष्ट्रीय विद्यार्थी संघटनेचा अध्यक्ष आणि विद्यार्थी संघटनेत माझ्या विद्यालयाचा प्रतिनिधी म्हणून निवडून आलो होतो. अशा प्रकारे विद्यापीठातील राजकारणात सक्रिय होतो. तरीही सन १९८९ मध्ये पदवी घेतल्यावर मी भारतात यायचं ठरवलं. तोपर्यंत माझा सर्वच परिवार दिल्लीला आला होता. आम्हाला दिल्लीत घर होतं; तरीही माझ्या वडिलांना वाटलं की, भारतात परतणं माझा मूर्खपणा आहे. कारण त्यांचं म्हणणं होतं की, इथे मला तिथल्यासारख्या संधी कधीच मिळणार नाहीत. मला तर वाटतं होतं की, माझी गुणवत्ता आणि पदवी पाहून संपादकांची नोकरी देण्यासाठी रांगच लागेल; पण दिल्लीत परतल्यावर पहिले सहा महिने मी फक्त पत्रकारितेच्या क्षेत्रात नोकरी शोधत फिरत होतो. माझ्यासाठी तर हा भयंकर धक्का होता. मी एका वर्तमानपत्राच्या कार्यालयातून दुसऱ्या वर्तमानपत्राकडे, एका मासिकाकडून दुसऱ्या मासिकाच्या कार्यालयामध्ये जाऊन संपादकांना भेटत होतो. सर्वांनीच माझ्या पाठीवर शाबासकीची थाप मारून मी किती हुशार व शूर आहे, म्हणून माझं कौतुक केलं; पण एकानेही मला नोकरी दिली नाही कारण काय तर त्यांच्याच भाषेत सांगायचं म्हणजे, मी घटनांचा पाठपुरावा कसा करणार? त्यांच्यापैकी एकहीजण मला संधी देण्यास तयार नव्हते आणि पहिल्यादांच मला मी 'अपंग' आहे असं वाटलं.

मी सहजासहजी हार मानणाऱ्यांपैकी नाही. मी माझी महत्त्वाकांक्षा थोडी कमी करण्याचं ठरवलं. त्याच दरम्यान शहरातील एक छोटं मासिक निवडणुकीसंदर्भात कहाणी करत होतं आणि त्यात त्यांना काही अडचण येत होती. त्यांना दिल्लीतील सात संसदीय सदस्यांच्या मुलाखती हव्या होत्या; पण जगदीश टायटलर, एच.के.एल. भगत आणि के.सी.पंत या तिघांची वेळच मिळत नव्हती कारण ते एक छोटं मासिक होतं; त्यामुळेच या दिग्गजांना त्यांना वेळ द्यायचा नव्हता.

मी स्वत:हून पुढे झालो, टायटलर व भगत यांच्या मुलाखती घेतल्या आणि मासिकवाले माझ्याकडे नव्या दृष्टीने पाहायला लागले. आता माझ्या यादीत के.सी.पंत तेवढे बाकी होते. प्रत्येकाच्याच आयुष्यात नशीब खूप महत्त्वाची भूमिका पार पाडते असा माझा ठाम विश्वास आहे. कधीकधी नशीब तुमच्या बाजूने नसेल तर तुमची सारी गुणवत्ता, क्षमतासुद्धा काहीही कामाच्या ठरत नाहीत. एके दिवशी सकाळी मी वर्तमानपत्र वाचत होतो. तेव्हाचे संरक्षणमंत्री के.सी.पंत यांचा मुलगा विवाह करण्यासाठी त्याच दिवशी अमेरिकेहून परतणार होता. मी माझ्या डोक्यात योजना आखली. मी

भाड्याची गाडी मागवली; त्यांना सांगितलं की, मला एकदम नवीकोरी ॲम्बेसिडर गाडी द्या, जेणे करून पंत यांच्या घरी गेल्यावर गाडीची चमक पाहूनच कुणी तिला अडवू नये किंवा काहीही विचारू नये. मी माझ्या त्या गाडीतून व्हीलचेअरमधून बाहेर आलो, सुरक्षारक्षक माझ्याकडे कुतूहलाने पाहत होते. मी त्यांच्याकडे गेलो अन् आत्मविश्वासाने माझं ओळखपत्र बाहेर काढून त्यांना दिलं. खरं म्हणजे ते माझं अमेरिकेतील सामाजिक सुरक्षा कार्ड होतं. एकंदर माझ्या वागण्यातून निर्माण झालेल्या देखाव्याने ते भारावून गेले किंवा कदाचित त्यांना मी पंतांच्या मुलाचा मित्र वाटलो असेन, एक शब्दानेही चौकशी न करता किंवा पडताळणी न करता त्यांनी मला आत जाऊ दिलं. कोणतेही प्रश्न विचारले नाहीत, उत्तरं दिली नाहीत की खोटं बोललो नाही आणि तरीही मी भारताच्या सुरक्षामंत्र्यांच्या घरात घुसलो, याला म्हणतात नशीब!

त्यानंतर मी जे काही केलं ते अविश्वसनीय होतं. मी व्हरांड्याच्या दिशेने गेलो, जिथं आधीपासूनच खूप लोक मंत्र्यांची वाट पाहत होते. जेव्हा दार उघडलं आणि पंत बाहेर आले तशी वाट पाहणारी गर्दी त्यांच्याकडे गेली. मीसुद्धा माझा मायक्रो रेकॉर्डर सुरू केला. त्यांना काही प्रश्न विचारले आणि त्यांनी मला उत्तरं दिली. त्यांनी एकदाही मी कोणत्या प्रसारमाध्यमातून आलो किंवा कोण आहे, याची विचारणा केली नाही. मी अशीच मुलाखत घेतली. माझ्या मासिकामधील लोक मी कशी काय मुलाखत घेतली म्हणून आश्चर्य करत होते. ती घटना माझ्या पत्रकारितेच्या कारकिर्दीला वळण देणारी ठरली. त्यानंतर अल्पावधीतच मी त्या प्रकाशन संस्थेचा ताईत बनलो.

मी अपंग व्यक्तींसोबतच्या संभाषणात नेहमी हे उदाहरण सांगतो. तुम्ही अपंग आहात याने काहीही फरक पडत नाही. तुमची वृत्ती, ध्येयाप्रती असलेली निष्ठा आणि निग्रह महत्त्वाचा असतो. तुम्ही कल्पना तरी करू शकता का व्हीलचेअरवरील माणूस भारताच्या संरक्षणमंत्र्यांच्या घरात घुसखोरी करू शकतो? मी ते करू शकलो कारण माझा माझ्या क्षमतांवर पूर्ण विश्वास होता आणि त्यांची मुलाखत घेण्याचा माझा निर्धार पक्का होता.

त्या मुलाखतीनंतर प्रत्येक अवघड काम मला देण्यात येऊ लागलं कारण त्यांना माहीत होतं की, मी ते येनकेन प्रकारे पूर्ण करणारच! त्यानंतरच्या काही महिन्यांमध्ये चांगली कामगिरी करण्याची संधी मिळाली आणि त्यामुळे काही प्रसिद्ध व्यक्तींना भेटता आलं. त्यामध्ये अमिताभ बच्चनदेखील होते. साधारण सहा महिन्यांच्या कालावधीत मी भारतातील काही सर्वोत्तम वृत्तपत्र आणि मासिकांमधून लिखाण करण्यास सुरुवात केली होती. यात टाइम्स ऑफ इंडिया आणि इलस्ट्रेटेड वीकली यांचा समावेश होता. माननीय चंद्रशेखर यांनी पंतप्रधानपदाची सूत्रे हाती

घेतल्यानंतर त्यांना भेटणाऱ्या पहिल्या काही पत्रकारांपैकी मी एक होतो. संपादकांकडून माझी दखल घेतली जात होती. लवकरच मी दूरदर्शनवरील तरुणांच्या कार्यक्रमाचे सूत्रसंचालन करू लागलो. हे जगणं स्वप्नवतच वाटत होतं.

यानंतर माझ्या आयुष्याला पुढची कलाटणी मिळाली. माझे वडील काँग्रेस पक्षाचे होते आणि इंदिरा गांधी व राजीव गांधी यांच्यासोबत अगदी जवळून काम करत होते. राजीव गांधींच्या मृत्यूनंतर माझे वडील हादरले कारण त्यांना त्यांचा फारच स्नेह होता. दुखवटा संपवून सोनिया गांधींनी जेव्हा लोकांना भेटण्यास सुरुवात केली तेव्हा त्यांची सहकुटुंब भेटीची वेळ घेतली. आम्ही तिथं असताना बोलणं सुरू होतं आणि संभाषण अपंगत्वाच्या दिशेने गेलं, कदाचित मी व्हीलचेअरवर होतो म्हणूनही असेल. काही दिवसांनी त्यांनी मला दुसऱ्यांदा भेटण्यासाठी बोलावलं आणि विचारलं की, त्या राजीव गांधी फाउंडेशन स्थापन करणार असल्याचं मला माहीत आहे का? मी त्याविषयी ऐकलं असल्याचं त्यांना सांगितलं. त्यांनी मला श्री वजाहत हबीबउल्ला यांना भेटण्यास सांगितलं. मला वाटलं होतं की, ते मला मध्यम पातळीवरील अधिकाऱ्याची नोकरी देऊ करतील; पण जेव्हा त्यांनी मला विचारलं की, फाउंडेशनसाठी अपंगांचा विभाग स्थापन करण्यात रुची आहे का? मला आश्चर्याचा धक्काच बसला. ती १९९२ ची सुरुवात होती आणि मी केवळ २६ वर्षांचा होतो; पत्रकार म्हणून माझ्या कारकिर्दीचा आनंद घेत होतो आणि या प्रस्तावाने माझ्यावर धर्मसंकट आलं. त्यांनी मला सांगितलं की, कोणताही निर्णय घेण्यापूर्वी मी आठवडाभर विचार करू शकतो. मला स्पष्ट दिसत होतं की, आयुष्यभरात एखाद्या वेळीच येणारी संधी मला मिळत आहे. मला अपंगांच्या समस्या सोडवता येतील असं एक मोठं व्यासपीठ मिळत आहे. आतापर्यंत मला त्रास देणाऱ्या समस्या, माझ्या वाट्याला आलेला पक्षपाताचा अनुभव आणि नोकरी नाकारणे, प्रवास करताना अपंगांना येणाऱ्या अडचणी मी पाहतच होतो.

दुसरीकडे मला हेही माहिती होतं की, जर मी हे कामं स्वीकारलं तर माझी आवड, ज्याच्याकरता मी इतकी मेहनत केली ती पत्रकारिता सोडून द्यावी लागेल. एका आठवड्याने मी फाउंडेशनमध्ये काम करण्याचा निर्णय घेतला. भारतीय पत्रकारितेच्या क्षेत्रात एक पत्रकार कमी झाल्याने तसा विशेष काहीही फरक पडणार नाही परंतु अपंगांच्या चळवळीत एक जास्तीचा माणूस कदाचित तिला अधिक मजबूत करू शकेल असं मला वाटलं. १९९२ चा मे महिना होता. राजीव गांधी फाउंडेशनमध्ये माझी नेमकी जबाबदारी काय आहे, याबद्दल मला काहीही सांगण्यात आलं नव्हतं; पण अपंगांसाठी त्यांनी काय करावं असं मला वाटतं ते मी त्यांना सांगावं आणि सर्वप्रथम आम्ही कोणती गोष्ट केली तर देशभरात या क्षेत्रात काय काम होत आहे ते पाहिलं. आम्हाला जाणवलं की, अपंगांच्या क्षेत्रात खूप काम सुरू

होतं; परंतु दुर्दैवाने ते सारं दयेने व देणग्यांनी प्रेरित होतं. पुष्कळ स्वयंसेवी संस्था अपंगांसाठी शाळा चालवत किंवा व्यावसायिक प्रशिक्षण कार्यक्रम करत होत्या; पण ते प्रशिक्षण कार्यक्रम अपंगांना मेणबत्त्या किंवा पाकिटे, दिवा बनवायला शिकवत होते. अशा प्रकारच्या व्यावसायिक प्रशिक्षणानंतर कुणाला नोकरी मिळू शकते का?

आम्हाला जाणवलं की, अपंगांच्या हक्काचा कोणताही कायदा नाही. पुढील अनेक वर्षांच्या प्रवासाची ती सुरुवात होती. त्या दरम्यान आम्ही इतर अनेक गोष्टींसोबत ओडिशामधील कालाहंडी जिल्ह्यात विकसनशील अपंगत्व असलेल्या मुलांसाठी शाळा स्थापन केली आणि लाइफलाइन एक्सप्रेस सेवेला पुनरुज्जीवित केलं. ही एक अशी रेल्वेगाडी होती ज्यामध्ये चालते-फिरते रुग्णालय होते आणि पोलिओ, मोतीबिंदू व बहिरेपणा दुरुस्तीच्या शस्त्रक्रिया देशातील कानाकोपऱ्यांतील दुर्गम भागात जाऊन करण्यात यायच्या; पण लवकरच आम्हाला जाणवलं की, ही रेल्वेगाडी निरंतर शस्त्रक्रिया करत राहिली तरी एकूण अपंग लोकसंख्येच्या अगदी थोड्या लोकांशीदेखील संपर्क करू शकणार नाही. आम्हाला जाणवलं की, देशातील अपंगांसाठी सर्वसमावेशक राष्ट्रीय धोरण आखणं अत्यंत निकडीचं आहे.

या बाबतीत कायदा केला पाहिजे म्हणून आम्ही भारत सरकारचा पाठपुरावा सुरू केला. श्रीमती गांधी आमच्या फाउंडेशनच्या अध्यक्षा, त्यांनी विशेषत: काँग्रेस पक्षाचं सरकार असताना अपंगांसाठी खूप मोठं सहकार्य केलं. १९९२ ते १९९५ उण्यापुऱ्या तीन वर्षांच्या कालावधीत आम्ही कायद्याचा मसुदा तयार केला आणि संसदेतून मंजूरसुद्धा करून घेतला. त्या वेळी माझं वय फक्त तीस वर्षे होतं आणि हा मैलाचा दगड पार करणं माझ्या दृष्टीने खूप महत्त्वाची कामगिरी होती. अपंग व्यक्तींसाठींचा १९९५ चा कायदा हा भारताच्या इतिहासातील अपंग व्यक्तींच्या अधिकाराबाबतचा पहिला कायदा होय. मात्र, श्रीमती इंदिरा गांधी प्रधानमंत्री असताना याबाबत काही छोटी धोरणे आखली गेली होती. उदाहरणार्थ १९७१ च्या बांगलादेश स्वातंत्र्य युद्धानंतर त्यांनी सरकारी नोकऱ्यांमध्ये अपंगांकरता तीन टक्के जागा आरक्षित केल्या. दुर्दैवाने या धोरणाची अंमलबजावणी करणाऱ्यांनी या नोकऱ्या केवळ क आणि ड वर्गातच दिल्या जातील असं सांगितलं, म्हणजेच केवळ तळागाळातील नोकऱ्याच! याचा अर्थ असा होता की, अपंग व्यक्ती केवळ माळी किंवा शिपायी होऊ शकतात, अधिकारी आणि प्रभावी अधिकारी अजिबात नाही!

तर १९९५ च्या कायद्यानुसार सरकारी नोकऱ्यांच्या सर्व पातळ्यांवर अपंगांकरता तीन टक्के जागा आरक्षित करण्यात आल्या आहेत. या कायद्यामुळे अपंग विद्यार्थ्यांना विद्यापीठे, महाविद्यालये, आयआयटी, आयआयएमसारख्या संस्थांमध्ये तीन टक्के आरक्षण देण्यात आलं. १९९५ पर्यंत भारतातील आयआयटी, आयआयएम व इतर व्यावसायिक महाविद्यालयांमध्ये एकही अपंग विद्यार्थी नव्हता. यामुळेच त्यांच्यासाठी

हा कायदा खऱ्या अर्थाने वहिवाट मोडणारा क्रांतिकारी कायदा ठरला.

राजीव गांधी फाउंडेशनमुळे अल्पावधीतच खूप जास्त प्रमाणात लोकांना जाणून घेण्याची संधी मला मिळाली. मी देशातील अतिदुर्गम भागांत प्रवास करून परिस्थिती जाणून घेण्यासाठी अपंग व्यक्ती, त्यांचे पालक, शिक्षक, व्यावसायिक आणि सेवाभावी संस्था या सर्वांना भेटलो. कायद्याचा मसुदा तयार करणाऱ्या तज्ज्ञांना फाउंडेशनतर्फे बरीच माहिती पुरवली. हा कायदा संसदेच्या हिवाळी अधिवेशनात मंजूर करण्यात आला. त्याच दरम्यान आम्हाला भारतात जनगणनेत अपंग व्यक्तींची दखल घेतली जात नसल्याची जाणीव झाली. नव्वदच्या दशकाच्या मध्यापर्यंत कुणाकडेही भारतातील अपंगांच्या संख्येबाबत काहीही माहिती नव्हती. सरकारकडे फक्त राष्ट्रीय नमुना सर्वेक्षणामधून प्राप्त झालेली आकडेवारीच होती. त्यानुसार अपंगांची संख्या एक टक्क्यापेक्षाही कमी होती.

त्याच वेळी मी 'अदृश्य अल्पसंख्याक' (Invisible Minority) हा सिद्धान्त मांडला. कारण आपल्या देशात अपंगांची संख्या पाच ते सहा टक्के असूनही त्याची कुठेही नोंद नव्हती. आम्ही अदृश्य होतो कारण कुणालाही आम्ही महाविद्यालये, विद्यापीठे, सिनेमागृह, रेल्वे स्थानके किंवा एअरपोर्टवर दिसत नव्हतो. रहदारीच्या सिग्नलवर भीक मागणारे अपंगच लोकांना माहीत होते. लोकांचा अपंगांप्रती असलेला दृष्टिकोन म्हणजे दया आणि दानधर्म, हे सिग्नलवरील अपंग त्याचेच प्रतीक होते. त्याच वेळी आम्ही एक नवीन वाक्प्रचार तयार केला 'एक चळवळ, दानापासून हक्कांपर्यंतची'. ही मोहीम विस्तारत पुढे जाऊन आम्ही अपंगत्व मानवी अधिकारांचा प्रश्न आहे असं सांगितलं. भारतातील अपंगांसाठी हा बदलाचा काळ होता.

सन १९९२ ते १९९७ दरम्यान मी राजीव गांधी फाउंडेशनमध्ये सेवेत होतो. तोपर्यंत कायद्याने अपंगांसाठी सार्वजनिक क्षेत्रात रोजगार मिळणे शक्य झाले होते; परंतु झपाट्याने विकसित होणाऱ्या खासगी क्षेत्रात अशी काही व्यवस्थाच उपलब्ध नव्हती. त्यानंतर खासगी क्षेत्राशी समन्वय साधून, त्यांना प्रोत्साहन देऊन अपंगांना रोजगार मिळवून देण्यावर लक्ष केंद्रित करणारी तसेच त्यांच्यावर लक्ष ठेवून असणाऱ्या संस्थेची कल्पना पुढे आली. अशा प्रकारे नॅशनल सेंटर फॉर प्रमोशन ऑफ एम्प्लॉयमेंट फॉर डिसेबल पीपल (एनसीपीइडीपी) या संस्थेचा जन्म झाला.

एनसीपीइडीपी संस्था १९९७ मध्ये स्वतंत्र संस्था म्हणून स्थापन झाली. या संस्थेला पहिली दोन वर्षे फाउंडेशनकडून वित्तपुरवठा होईल आणि त्यानंतर मात्र ती स्वतंत्रपणे वाढेल असं ठरलं. श्रीमती सोनिया गांधी या कामाबद्दल इतक्या कटिबद्ध होत्या की, त्यांनी या संस्थेचं पहिलं अध्यक्षपद स्वीकारण्याचं मान्य केलं. मीसुद्धा संस्थापक विश्वस्तांपैकी एक होतो; पण १९९७ मध्ये मी कार्यकारी संचालक

म्हणून सूत्रं हाती घेतली. हा १७ वर्षांचा प्रदीर्घ प्रवास असून संघर्ष, विजय आणि काही पराभव यांनी तो खचून भरलेला आहे. जरी अनंत अडचणी आल्या तरी हा प्रवास महत्त्वपूर्ण आहे. या दरम्यान आम्ही हाती घेतलेल्या कामाचा बराचसा भाग म्हणजे शासकीय धोरणांच्या चौकटीमधील त्रुटी शोधायच्या आणि अपंगांना या देशात त्यांचे अधिकार मिळावेत म्हणून शासकीय धोरणांमध्ये योग्य ते बदल घडवून आणायचे हा होता.

आम्ही शासकीय अधिकारी, उद्योग नेतृत्व आणि देशातील कानाकोपऱ्यांतील अपंगांचे विविध संघ यांच्यासोबत संबंध प्रस्थापित करून एनसीपीइडीपीला वाढवलं. प्रत्येक टप्प्यावर अपंगांच्या क्षेत्रात ज्या प्राप्ती झाल्या त्यासाठी त्यांनी अत्यंत महत्त्वाची भूमिका पार पाडली आहे. आमचं लक्ष केंद्रित ठेवणं अत्यावश्यक होतं म्हणून आम्ही ठरवलं की, संयुक्त राष्ट्रसंघाने घोषित केलेल्या अपंग दिनी म्हणजेच ३ डिसेंबरला अपंग व्यक्तींचं यश साजरं करायचं आणि भविष्यातील वाटचालीची कार्यक्रमपत्रिका निश्चित करायची. व्यक्ती आणि संस्थांना त्यांच्या अपंगांच्या प्रगतीसाठी त्यांनी दिलेल्या योगदानाचा गौरव करण्यासाठी एनसीपीइडीपी हेलन केलर पुरस्कार देण्यात येतो. हा पुरस्कार केवळ माझ्यासाठीच नाही तर या क्षेत्रात काम करणाऱ्यांसाठी आनंदाचा स्रोत आहे.

दरम्यानच्या काळात १९९५ चा कायदा या १५ वर्षांच्या कालावधीनंतर अनावश्यक ठरला आहे. युपीए सरकारच्या कार्यकालावधीमध्ये हा जुना कायदा देशाच्या आत्ताच्या परिस्थितीमध्ये अपंगांसाठी काहीही उपयोगाचा नाही असं सांगितलं.

मंत्र्यांना हे पटवून देण्यासाठी सात महिने लागले. त्यानंतर अभ्यास करण्याकरता एक समिती नेमण्यात आली; या समितीने नवीन मसुदा तयार करण्यासाठी दोन वर्षे घेतली. त्यानंतर सरकारने मसुद्याला अंतिम स्वरूप देण्यासाठी आणखी एक वर्षं घेतलं आणि मग ते सल्ला-मसलतीसाठी विविध मंत्रालये तसेच राज्यांमध्ये पाठवलं. अपंगांसंबंधित नवीन कायदा आता कॅबिनेटसमोर प्रलंबित आहे आणि तिथे मान्यता मिळाल्यावर तो संसदेत जाईल.

या संपूर्ण प्रक्रियेमध्ये एनसीपीइडीपीचा सुरुवातीपासून म्हणजे समितीचे सदस्य होणं, कागदपत्रं सादर करणं, देशभर विचारविनिमय घडवून आणणं, आमच्या स्वत:च्या ज्ञानाचा पाया विस्तारणं आणि मानवी दृष्टिकोनातून जितक्या आग्रहीपणे मुद्दे मांडणे शक्य आहे तितक्या आग्रहाने मांडणं, या सर्वांमध्ये अगदी जवळून सहभाग आहे; परंतु इतकी सारी मेहनत घेऊनही कधी कामं होतात तर कधी नाही. संयुक्त राष्ट्रसंघाचे अपंग व्यक्तींच्या अधिकाराबाबतचे संकेत अंगीकारणारा भारत हा सातवा देश आहे. पहिल्या काही महत्त्वाच्या आणि जबाबदार देशांपैकी एक आणि आता आपले हे आंतरराष्ट्रीय दायित्व आहे. तरीही ही बाब स्पष्ट करणारी धोरणं

आवश्यकच आहेत. जेणे करून कुठेही कच्चा दुवा राहणार नाही. त्याच बरोबर सर्वसमावेशक कायदे आणि धोरणे काही मर्यादेपर्यंतच चांगले असतात; त्यानंतर विविध विभाग/मंत्रालयांमधून तळागाळापर्यंत कायद्याची कशा प्रकारे अंमलबजावणी होते हे पाहणं निकडीचं ठरतं. आतापर्यंत आमच्या अभ्यासात असं दिसून आलं आहे की, एकूण १६ मंत्रालयांचा अपंगांच्या जीवनावर थेट परिणाम होतो आणि आम्ही त्यांच्यासोबत काम करण्यास सुरुवात केली आहे. जेणे करून अपंगांच्या बाबतील धोरणांविषयी त्यांच्यात जाणीव जागृती करता येईल. जाणीव जागृतीची व्याख्याने, फलक मोहिमा किंवा उच्च पातळीवरील संमेलने, अधिवेशने इत्यादींनी जितका बदल घडून येणार नाही त्यापेक्षा अधिक कायदे आणि धोरणांमार्फत घडून येईल.

अपंगांच्या अधिकारांबाबत भारत अजूनही नवजात अर्भकाच्या पातळीवर आहे. आम्ही आत्ताशी कुठे अपंगत्वाकडे गांभीर्याने पाहायला सुरुवात केली आहे आणि सध्या माझी इतकीच इच्छा आहे की, अपंगांसाठीचा नवीन कायदा लवकरात लवकर मंजूर व्हावा. आपल्याला ५०-६० धोरणांची आवश्यकता आहे; असं झाल्यास खरोखरच आपल्याला अपंगांचं जीवनमान उंचावण्याची इच्छा असल्याचं आपल्या कृतीतून दिसून येईल.

अपंगांचा शासकीय जनगणनेमध्ये समावेश करून घेण्यासाठी आम्हाला किती झगडावं लागलं, हे मला चांगलंच आठवतंय. कारण १९९० पर्यंतच्या आपल्या सर्व जनगणनेमध्ये अपंगांचा कधीच उल्लेखही केलेला नव्हता किंवा त्यांचं अस्तित्वच मान्य केलं गेलं नव्हतं. सन १९९८ मध्ये जनगणना समितीला आम्ही लेखी निवेदन दिलं की, याचा पुढील २००१ च्या जनगणनेत समावेश करण्यात यावा. पुढील जनगणनेत अपंगत्वाच्या प्रश्नाचा आम्ही समावेश करणार नाही असं उत्तर आल्यानं मी भयचकित झालो. सन २००० मध्ये आम्ही रस्त्यावर उतरून युद्धच पुकारलं, सातत्याने सहा महिने आम्ही आमच्या मागण्यांसाठी आवाज उठवला.

लवकरच या प्रश्नाचं राष्ट्रीय प्रश्नामध्ये रूपांतर झालं. संपादकीय लेख लिहिले गेले, मोर्चे काढले गेले आणि समस्या थेट गृहमंत्री एल. के. अडवाणी यांच्यापर्यंत जाऊन पोहोचली आणि त्यांचं म्हणणं जनगणना समितीला मान्य करावं लागलं. त्यानंतर जनगणनेसाठीची प्रश्नावली छापखान्यामध्ये जाण्यापूर्वी यावर तोडगा निघाला. अखेर अपंग लोक अस्तित्वात असून त्यांचा समावेश जनगणनेमध्ये केला पाहिजे हे सरकारला मान्य करावं लागलं!

हा अपंग चळवळीचा सर्वांत मोठा विजय होता. सन २००१ मध्ये जेव्हा जनगणनेची आकडेवारी समोर आली तेव्हा २.१ टक्के लोकसंख्या अपंग असल्याचं दिसून आलं. त्यानुसार भारतातील एकूण अपंग लोकसंख्या जेमतेम २१ लाख ठरली. आमच्या दृष्टीने हा आकडा फारच कमी होता. अखेर आम्हाला वाटलं की,

भारतातील साधारण ५-६ टक्के लोक केवळ एक किंवा दोन बाबतींत अपंग आहेत; पण जनगणनेत त्या सर्वांचा समावेश अपंग म्हणून करण्यात आलेला नाही.

अर्थात यामुळे एक झालं की, यापुढे आम्ही अस्तित्वातच नाही असं काही सरकार भासवू शकत नव्हते. त्यानंतर पटापट घडामोडी घडायला लागल्या– नियोजन आयोग अपंगत्वाकडे वेगळ्या दृष्टिकोनातून पाहायला लागले. मागील दहा पंचवार्षिक योजनांमध्ये अपंगत्वाचा साधा उल्लेखही नव्हता! भारतातील सार्वजनिक ठिकाणे अपंगांकरता सोईची व्हावीत यासाठी अर्थमंत्रालयाने अधिकाधिक निधी उपलब्ध करून दिला. तरीसुद्धा ही प्रक्रिया पूर्ण होण्यास कित्येक दशकांचा कालावधी लागेल. अथक लढा दिल्यानंतरच अपंगत्वाच्या मुद्द्याला ११व्या व १२ व्या पंचवार्षिक योजनेमध्ये महत्त्व प्राप्त झालं आणि आमच्या संघर्षामुळे अपंग लोकांसाठी खूप जास्त स्रोत उपलब्ध झाले.

आज आम्हाला जाणवतं की, अपंगांच्या सर्व समस्या सोडवण्यासाठी सर्व निर्णय समाजकल्याण मंत्रालयाने स्वत:च घेणं, ही गोष्ट काही योग्य नाही. एकट्या समाजकल्याण मंत्रालयाला भारतातील सर्व समस्या सोडवणं शक्य नाही. ज्या त्या मंत्रालयासंदर्भातील विशिष्ट विषयाबाबतची समस्या त्या मंत्रालयाने सोडवायला हवी. उदाहरणार्थ समजा, भारतातील विद्यापीठे आणि महाविद्यालयांसंदर्भातील बाब असेल तर मनुष्यबळ संसाधन विकास मंत्रालयाने ती हाताळली पाहिजे. आम्ही आधीपासून सांगतो आहोत की, अपंगत्व हा सर्व काही प्रभावित करणारा मुद्दा आहे; परंतु वास्तविक जीवनातच नाही तर शासकीय पातळीवरदेखील या समस्येला तिचे स्थान दिले जात नाही. यामुळेच पुढील काही वर्षे आम्ही या धोरणांमधील त्रुटी दूर करण्याकरता वाहून घेणार आहोत. अर्थात हे बोलण्यापेक्षा करणे महाकठीण आहे; तरीही आम्ही हेच करणार आहोत.

मी माझ्या आजपर्यंतच्या आयुष्यात जे काही मिळवलं आहे त्यातलं काहीही नियोजनपूर्वक केलेलं नाही. अलिगढमधील मध्यमवर्गीय कुटुंबातील मुलगा अमेरिकेत जाईल, तिथे ४.० जीपीए - Grade Point Average (सरासरी ४.० श्रेणी प्राप्त करणारा) विद्यार्थी होईल याची तर मी कल्पनाही केली नव्हती. तसेच जगभरातील संधी उपलब्ध असताना मायदेशी परत येईन, राजीव गांधी फाउंडेशनशी जोडला जाईन आणि माझं काम मला अशा एका असामान्य मिशनकडे घेऊन जाईल, जे माझं जीवनच बदलून टाकेल; या सर्वांची मी कल्पनादेखील केली नव्हती. माझा विश्वास आहे की, जीवनात चढ-उतार, पेचप्रसंग येतच असतात; पण त्या क्षणी आपण आपल्या परीने उत्तम काम करणं आपल्या हातात असतं. कधीकधी मला माझ्याच आयुष्याची गोष्ट खरी वाटत नाही, मी इतका पुढे आलोय यावर आणि ज्या गोष्टी करू शकलो त्यावरदेखील विश्वासच बसत नाही. कधीकधी मी सार्वजनिक

आयेशा – स्मितहास्य हेच जीवनातील कोणत्याही समस्येचे उत्तर आहे.

एकत्रितपणे मौज करू शकणारे कुटुंबीय एकत्र नांदतात.

तिचा जिवलग मित्र.

कुटुंबीयांसह अंकित.

अंकित – उज्ज्वल भविष्याच्या दिशेने.

'हेलन केलर' पुरस्कार स्वीकारतानाचा अभिमानास्पद क्षण.

आयुष्यभराचा दोस्त. अश्विन कायम सोबत असणाऱ्या जोडीदार भारतसोबत.

अश्विन

जॉर्ज अब्राहम

जॉर्ज अब्राहम कुटुंबीयांसह

२०१२ च्या पॅराऑलिम्पिकमध्ये रजत पदक दाखविताना गिरीश.

गगनाला भिडताना, ‘मला रिओमध्ये सुवर्ण पदक हवे आहे.’

२०१२ पॅराऑलिम्पिकमध्ये रजत पदक पटकाविल्यानंतरचा हर्षोल्हास.

कधीच नाही म्हणू नका... सर्व काही शक्य आहे... इच्छा तिथे मार्ग.

हंस दलाल- वाघ, वाघ, तेजोमय होत आहे.

जावेद अबिदी – दिव्यांगाच्या अधिकाराकरिताचा लढा.

मालथी होला – जीवनाचे सार सकारात्मकता.

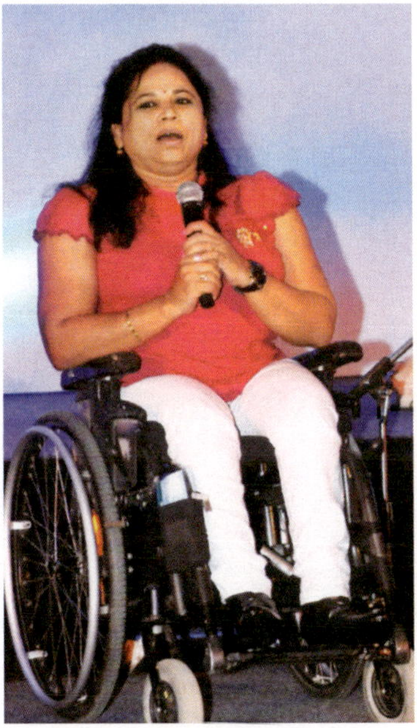

जेत्यांची विजेती.

मालविका अय्यर – तिच्या संपर्कात येणाऱ्या प्रत्येकाकरिता स्फूर्तिस्थान.

फॅशनची जाण.
मालविका म्हणते, 'दिव्यांगांनादेखील स्टायलीश कपडे घालावेसे वाटतात.'

नवज्योती वार्षिक स्थापनादिन महोत्सवामध्ये सादरीकरण करताना मोहम्मद शरीफ.

नवज्योतीच्या परिसराबाहेर. संस्थेने त्याची संगीताशी ओळख
करून दिली अन् जीवनच बदलून टाकले.

रित्विक आणि रोशन राजन – संगीताच्या जादूने हृदये काबीज करत चालले आहेत.

जर संगीत हेच प्रेमाचे खाद्य असते.

सिद्धार्थ जी. जे. - लोकप्रिय वक्ता

जगाला त्याची गोष्ट सांगताना.

संदीप – आयुष्य सुंदर आहे जर तुम्ही लोकांना हसवू शकलात.

जीवन म्हणजे हास्य...

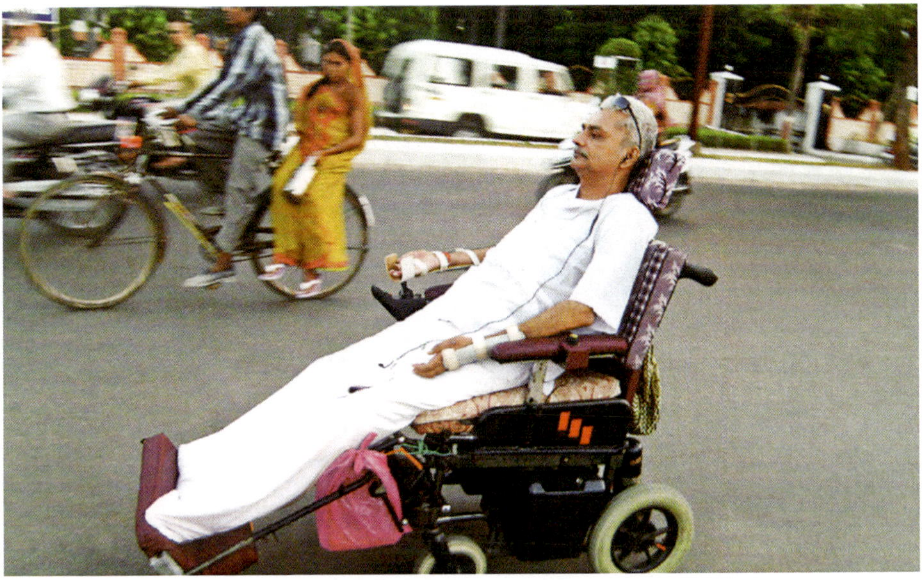

सुनील देसाई- जीवन म्हणजे नेहमीच काही सुखकर प्रवास नसतो.
कोणत्याही पश्चात्तापाशिवाय जगणे, हीच गुरुकिल्ली आहे.

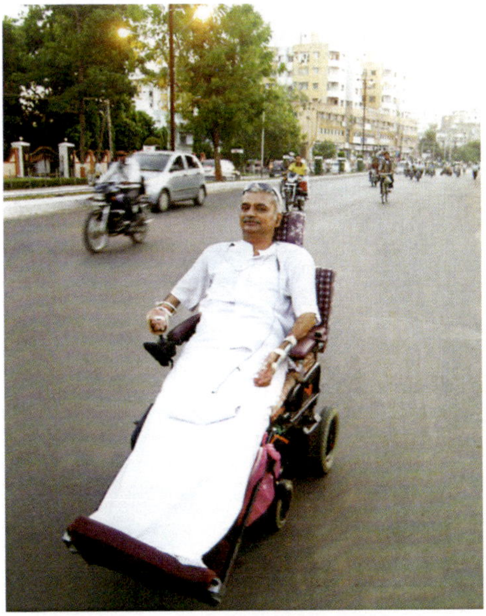

समाजाप्रती आस्था. त्यांच्या परिसरात दैनंदिन फेरफटका मारताना देसाई.

मेडिसीन मॅन सुरेश अडवाणी- हॉस्पिटलमध्ये रुग्णांच्या फाइल्स पाहताना.

प्रत्येक क्षणाचा पूरेपूर उपभोग घ्या...

कार्यक्रमांना जातो, मोर्च्यांना जातो तेव्हा लोक मला येऊन भेटतात. माझं अभिनंदन करतात आणि त्यांना माझ्याकडून प्रेरणा मिळते असं सांगतात. अशा वेळी मला वाटतं, माझ्यामध्ये दोन वेगवेगळ्या व्यक्ती वास करत आहेत. छोट्या शहरातला एक मुलगा ज्याला पत्रकार व्हायचं होतं आणि दुसरा अपंगांच्या अधिकारांसाठी लढणारा कार्यकर्ता. मी माझ्या वडिलांचं आयुष्य पाहिलंय, एके काळी ते किती सामर्थ्यवान होते आणि ते सगळं कसं त्यांच्याकडून निसटून गेलं आणि आयुष्याच्या उत्तरार्धात ते कसे असहाय झाले होते. त्यातून मी शिकलोय की, या कशानेच काहीही फरक पडणार नाही. मला पटलंय की, जीवनात विविध अवस्था असतात आणि त्या सर्वच अस्थायी असतात; त्यामुळेच या सगळ्याचा एका विशिष्ट टप्प्यानंतर मला काहीही फरक पडत नाही.

तुमच्याकडे तुम्हाला जे पटतंय ते करण्याचं, जे बोललंच पाहिजे ते बोलण्याचं आणि जे केलंच पाहिजे ते करण्याचं सामर्थ्य असायला हवं. तुम्हाला अभिव्यक्ती स्वातंत्र्य हवं. एनसीपीइडीपी शासनाकडून एक पैसाही निधी घेत नाही, यामुळेच आमच्या मागण्यांसाठी आवाज उठवण्यास आम्ही मुक्त असतो आणि शासनाकडून मदत घेणाऱ्यांना जे मुद्दे मांडता येत नाहीत तेही आम्ही मांडू शकतो. त्याच बरोबर ज्या कुणाकडून आमच्या अभिव्यक्ती स्वातंत्र्यावर गदा येण्याची शक्यता वाटते अशा कुणाकडून मदतही घेत नाही.

माझ्यासाठी प्रत्येक दिवस नवा असतो; तो त्याच्या सोबत नवे आव्हान घेऊन येतो. अगदी आजसुद्धा मला माझं काम करताना वीस वर्षांपूर्वी वाटला होता तेवढाच उत्साह, जोम आणि उत्कंठा वाटते. आव्हाने, लक्ष्य, तुमच्या भोवतालचे लोक आणि वेळ बदलत असते आणि तुम्हाला त्यानुसार जुळवून घ्यावं लागतं. अतिशय नम्रतेने मला सांगावसं वाटतं की, काही बदल घडवून आणण्यात माझा सहभाग आहे त्याबद्दल मला बरं वाटतंय. त्याच बरोबर मला असंही जाणवतं की, मला हवं होतं तितकं किंवा करता आलं असतं तितकं मी करू शकलो नाही, अजूनही करण्यासारखं खूप काही शिल्लक आहे.

अगदी आजही कमीतकमी वेळात शक्य तितका अधिकाधिक बदल घडवून आणण्याची इच्छा मला कार्यरत ठेवते. अपंगांच्या क्षेत्रात आम्हाला ५० वर्षांचा अनुशेष भरून काढायचा आहे; आम्हाला घाई करायला हवी. कदाचित इतका वेळ भारत वाट पाहू शकणार नाही. माझ्या पिढीतील अपंगांनी पूर्वजांच्या अभावाच्या वृत्तीची किंमत मोजली आहे; पण आज आम्ही जे काही करतोय ते आमच्या पुढच्या अपंग पिढीसाठी. बदल दिसायला सुरुवात झालीय. एकट्या दिल्ली विद्यापीठामध्ये एक हजार अपंग विद्यार्थी शिक्षण घेत आहेत. आपल्या उच्च शिक्षण संस्था आयआयटी, आयआयएम व महाविद्यालये आता अपंगांसाठी खुली झाली आहेत

आणि बदल होत असल्याचं हे लक्षण स्वागतार्ह आहे. अपंग व्यक्ती विविध विभागांत अधिकारपदावर नेतृत्व करत आहेत. माझ्यासाठी बदलाचे सर्वांत मोठे लक्षण म्हणजे अपंग व्यक्ती नागरी सेवांमध्ये उच्च पदावर आहेत. काही वर्षांपूर्वी हे असं काही होऊ शकतं अशी कल्पना करणंदेखील शक्य नव्हतं. वास्तवात दहा वर्षांपूर्वीच्या पहिल्या बॅचमधील काहीजण तर न्यायदंडाधिकाऱ्यांच्या पदापर्यंत पोहोचले आहेत. ही मुलं आणि मुली आपल्या देशाचे सचिव आणि राजदूत बनतील. मला आशा आहे की, एकदा का ते उच्चपदावर पोहोचले तरीही ते कोण आहेत आणि त्यांची अपंगत्व ही ओळख ते विसरणार नाहीत.

◆

मालथी होला

पदकांचं तेजच मालथी होलाचं व्यक्तिमत्त्व दाखवण्यासाठी वापरलं आहे. तीनशेपेक्षाही अधिक पदकं मिळवून मालथीने या जगावर कायमस्वरूपी स्वत:चं नाव कोरलं आहे. पदकाच्या मध्यभागी जो वलयाकार आहे, ते म्हणजे एक प्राचीन चिन्ह असून त्याचे अनेक अर्थ आहेत. जसं की पवित्र प्रवास, जाणीव, सर्व वैश्विकतेचा समावेश आणि अधिक सूक्ष्म अर्थ म्हणजे तिच्या रथाचं चाक. स्पर्धामधून सहजच धावणारी मालथी म्हणते, 'माझी इच्छा आहे की, मी पाखरांसारखं एका ठिकाणाहून दुसऱ्या ठिकाणी उडत जावं' त्यामुळेच पदकाच्या दोरीला पक्ष्याच्या पंखासारखा आकार दिला आहे. मालथीने खरोखरच आकाशात उत्तुंग भरारी घेतली आहे, हेच ते दर्शवत आहे आणि ती तिचे पंख फडफडवत विविध ठिकाणी वैभवाची मशाल घेऊन मने जागृत करत पोहोचली आहे!

बेंगळुरु येथील क्रांतिवीरा स्टेडियमजवळील कॉफी शॉपमध्ये मालथी होलाला भेटायला जाताना मला उशीर झाला होता. मी तिथं पोहोचले आणि पाहते तो काय? खूप वेळा सांगूनही अपंग ग्राहकांकरता कॅफेबाहेर रॅम्पची व्यवस्था करण्यात आली नाही म्हणून तिने कॅफेच्या कर्मचाऱ्यांना फैलावर घेतलं होतं.

मालथीने तिच्या आयुष्यातील बराचसा काळ व्हीलचेअरवर घालवला असला तरी तिची इच्छाशक्ती दुर्दम्य आहे, जी तिला विविध क्रीडा प्रकारांत भारताचे प्रतिनिधित्व करण्यासाठी जगाच्या कानाकोपऱ्यांत घेऊन गेली आहे. यामध्ये पॅराऑलिम्पिक आशियाई आणि कॉमनवेल्थ खेळ आणि वर्ल्ड चॅम्पियन्स यांचा समावेश आहे. तिने थक्क करणारी कामगिरी करून तीनशेपेक्षाही अधिक पदकांची कमाई केली आहे! मालथी सन्माननीय अर्जुन आणि पद्मश्री पुरस्कारांची मानकरी असून क्रीडाक्षेत्रात तिला 'चॅम्पियन ऑफ चॅम्पियन्स' म्हणून ओळखलं जातं.

परंतु यापैकी कशानेही तिचं समाधान झालेलं नाही. तिचं म्हणणं आहे की, प्रत्येक दिवशी काहीतरी करण्याचं राहिलं असल्याचं तिला दिसतं. जेणे करून व्हीलचेअरमधील छोट्या मुलीच्या मदतीला उभ्या राहिलेल्या समाजाचं ऋण फेडता येईल. आपल्या देशात अपंग व्यक्ती कामाच्या ठिकाणी जबाबदारीच्या पदावर आढळून येणं दुर्मीळ आहे, तरी या क्षेत्रात बदल घडवून आणण्यासाठी काही मोजकेच कर्मचारी उत्प्रेरक आहेत. मालथी स्वत: बेंगळुरुच्या सिंडिकेट बँकेत मॅनेजर म्हणून काम करते; परंतु काही मित्रांसमवेत तिने स्थापन केलेल्या 'मातृ फाउंडेशन' या धर्मादाय संस्थेतून वीस अपंग विद्यार्थ्यांचं संगोपन करणं ही तिची मोठी महत्त्वाची कामगिरी आहे.

लहानपणी आमच्या मागच्या अंगणातील आंब्याच्या झाडावरून पडलेले आंबे उचलण्यासाठी धावणाऱ्या माझ्या मित्रांमध्ये मलाच पहिलं यायचं असायचं. मला पाखरांसारखं बिनधास्तपणे एका ठिकाणाहून दुसऱ्या ठिकाणी उडावंसं वाटायचं; परंतु जसजशी मी मोठी झाले मला जाणीव झाली की, पळण्यासाठी पाय आणि

उडण्यासाठी पंखांची गरज असते. मी दुखावले पण हार मानली नाही. मला माहीत होतं की, एके दिवशी मी जरूर पळणार... म्हणूनच मी क्रीडाक्षेत्रात आले आणि माझ्या आयुष्यात काहीतरी वेगळं करण्याचं ठरवलं. होय, आम्ही वेगळे आहोत; पण आमचं वेगळेपण 'चमकदार उदाहरणच' असलं पाहिजे. ती तिच्या 'अ डिफरंट स्पिरीट' या आत्मचरित्रामध्ये म्हणते.

सन १९५८ मध्ये उडिपीजवळील छोट्याशा खेड्यातील पालकांच्या पोटी अगदी सर्वसामान्य मुलगी म्हणून माझा जन्म झाला. आम्ही खूपच गरीब होतो.

माझी आई मला नेहमी सांगायची की, मी अगदी लवकरच चालायला लागले होते. नवव्या महिन्यात तर धावायलादेखील सुरुवात केली होती; त्यामुळेच मला सांभाळणं त्यांना फारच अवघड होऊन बसलं होतं. मी १४ महिन्यांची असताना मला भयंकर ताप आला, वास्तविक माझ्यावर पोलिओने आघात केला होता, माझं मानेखालचं सर्व शरीर लुळं पडलं होतं. मी पाच वर्षांची होईपर्यंत मला माझ्या शरीराचा केवळ एकच अवयव हलवता येत होता आणि तो म्हणजे माझी मान.

चार मुलांचं पोट भरायचं, उत्पन्नाचं काहीच साधन उपलब्ध नव्हतं म्हणून माझे आई-वडील बेंगळुरु शहरात आले, जेणे करून माझ्या वडिलांना तिथे असलेल्या त्यांच्या चुलतभावाच्या उडिपी हॉटेलमध्ये काम करता येईल. ते अशिक्षित होते. त्यांना कोणतं का होईना कामं मिळालं म्हणून ते खूश होते. माझ्या आईने मला म्हणजेच तिच्या सर्वांत छोट्या मुलीला जीवनात काहीतरी संधी मिळवून देण्याची जबाबदारी घेतली; त्यामुळेच दररोज दुपारी ती मला कडेवर घ्यायची आणि शहराच्या दुसऱ्या टोकाला असणाऱ्या व्हिक्टोरिया रुग्णालयात घेऊन जाण्यासाठी बस पकडायची. तिथं माझ्यावर विजेच्या धक्क्यांचे उपचार करण्यात यायचे. तिला कुणीतरी सांगितलं होतं की, त्यामुळे माझ्या हातापायांत ताकद येईल. हे उपचार दररोज चार तास चालायचे. विजेच्या शॉकनी मी किंचाळत असताना ती माझ्या शेजारी असायची.

साधारण दोन वर्षं असंच सुरू होतं आणि एके दिवशी चमत्कार व्हावा तसा माझ्या शरीराच्या वरच्या भागात जीव आला. ताकद आणि नियंत्रण आलं.

मी पाच वर्षांची असताना दवाखान्यातील डॉक्टरांनी माझ्या पालकांना सांगितलं की, मला चेन्नईतल्या 'ईश्वरी प्रसाद दत्तात्रय ऑर्थोपेडिक सेंटर'मध्ये दाखल केलं तर एकाच छताखाली माझं राहणं, खाणं, औषधोपचार आणि शिक्षण यांचीदेखील सोय होईल; त्यामुळे मला जीवनात काही चांगली संधी मिळेल. हे केंद्र शारीरिक

अपंगत्व असलेल्यांना शारीरिकदृष्ट्या अधिक स्वावलंबी होण्यास मदत करते, इतकेच नाही तर त्यांना जीवनोपयोगी कला कौशल्य शिकवून त्यांचं पुनर्वसनही करते. माझ्या आई-वडिलांसाठी हा फारच कठीण निर्णय होता; पण त्यांना माझं आयुष्य अधिक चांगलं व्हावं असं वाटत असल्याने माझ्या जीवनातील पुढील १५ वर्षे मी विविध श्रेणीतील १००-१५० अपंग मुलांसोबत काढली. सुरुवातीला माझ्यासाठीही ते फार कठीण होतं आणि आई-वडिलांची फार आठवण यायची; परंतु माझ्या मिळून मिसळून राहण्याच्या स्वभावामुळे लवकरच केंद्रातील इतर मुलांशी बंध जुळले.

मी सर्वांत खोडकर आणि बेशिस्त मुलगी होते. तरीही माझ्याशिवाय केंद्रात पानही हलत नसायचे, खेळात नाही की अभ्यासेतर कार्यक्रमातही नाही. कारण मी या सर्वांमध्ये चांगली होते. मला तबला आणि व्हायोलिन वाजवता यायचं. मी संगीत आणि नृत्यांच्या विविध कार्यक्रमांमधून भाग घ्यायचे. माझ्या वेदना कमी करून मला आनंद देणाऱ्या शिक्षण संस्थेने मला नवीन जीवन दिलं. या केंद्रामध्ये असताना माझं जीवन खडतर किंवा आव्हानात्मक आहे असं मला कधी वाटलंच नाही. मला वाटतं, जर मला माझ्या घरीच ठेवलं असतं तरी मी आनंदी राहिले असते; पण केंद्रामध्ये राहून मला जो अनुभव आणि शिक्षण मिळालं ते कधीच मिळालं नसतं.

एका अर्थाने तिथं राहिल्यामुळेच मी हे आजचं जीवन जगू शकतेय. माझ्या सुरुवातीच्या आयुष्यात मी दयेवरच होते; पण माझ्यापेक्षाही अधिक वाईट स्थितीतील मुलांना पाहून मी किती नशीबवान आहे हे मला समजलं. त्या मुलांच्या दुःख आणि यातना पाहिल्यावर मी माझी भूमिका मित्रत्वाची आणि काळजी घेणाऱ्याची आहे हे गृहीतच धरून टाकलं. त्यांना त्यांच्या दैनंदिन कामात मदत करायला, त्यामध्ये बहुधा वैयक्तिक स्वच्छता ठेवण्यात मदत करण्याची कामं असायची. केंद्रात फारच मर्यादित कर्मचारी वर्ग होता आणि आमच्यातील प्रत्येकाकडे शंभर टक्के लक्ष देणं त्यांना शक्य नव्हतं. तेव्हा मी स्वतःसुद्धा जमिनीवर रांगायचे पण त्यामुळे इतर गरजवंतांना मदत करण्यापासून मी स्वतःला थांबवू शकत नव्हते.

केंद्रामधील सुरुवातीच्या त्या वास्तव्यात मला पहिल्यांदाच अनुकंपेमुळे मन हळवं होण्याचा अनुभव आला आणि अल्प कालावधीतच मी अनेक सहनिवासींची मित्र बनले. विविध प्रकारे अपंग असलेल्या इतक्या सगळ्या मुलांच्या सहवासात राहताना, प्रत्येकाची वेगवेगळ्या प्रकारे काळजी घेणं आवश्यक असतं हे मी शिकले. जरी विरोधक जबरदस्त असला तरी मी नेहमीच कमजोरांची बाजू घ्यायचे. अगदी आजही कुणी कमकुवत व्यक्तीला त्रास देत असेल किंवा फसवत असेल तर अशा पुंडांना धडा शिकवण्यापासून मी स्वतःला रोखूच शकत नाही. घरापासून दूर केंद्रामध्ये घालवलेल्या त्या १५ वर्षांनी मला जरा लवकरच मोठं करून टाकलं

आणि नेतृत्व घेण्यास शिकवलं.

माझ्या तिथल्या वास्तव्यात मला एक गोष्ट प्रकर्षाने जाणवली की, काही मुलांचे पालक त्यांना भेटायला कधीच आले नाहीत. त्यांनी त्यांच्या मुलांच्या पुढच्या सर्व जबाबदाऱ्यांमधून हात झटकून टाकले होते; त्यामुळेच बाकीची आम्ही सर्व मंडळी उन्हाळ्याच्या सुट्टीत आमच्या कुटुंबीयांसोबत वेळ घालवायचो तेव्हा ते एकटे दुकटेच केंद्रात राहायचे; त्यामुळेच सुट्टी संपल्यावर परत येताना मी आईच्या हातचा खूप सारा खाऊ घेऊन यायचे आणि या मुलांसोबत वाटून खायचे.

माझ्यासाठी माझे वडील सर्वस्व होते. केंद्रातील माझ्या वास्तव्यादरम्यान आणि नंतरही अगदी त्यांच्या मृत्यूपर्यंत, त्यांचा माझ्यावर संपूर्ण विश्वास होता आणि चेन्नईमधील केंद्रामध्ये माझे हात-पाय बरे व्हावेत म्हणून एकापोठापाठ शस्त्रक्रिया होत असताना ते कायम माझ्यासोबत माझ्या बाजूला असायचे. माझी आई क्वचितच मला भेटायला यायची कारण शस्त्रक्रियेमुळे रया गेलेलं माझं शरीर पाहण्याची तिच्यात हिंमतच नव्हती. लहानपणी तिने माझ्या भयंकर वेदना अनुभवल्या होत्या आणि आता परत ते सर्व अनुभवणं तिला शक्य नव्हतं. त्याच बरोबर आणखी एक कारण होतं, केंद्रामध्ये इतक्या अपंग मुलांना एकत्र पाहून तिला फार कसंतरीच व्हायचं. माझ्या आयुष्यातील त्या वर्षांमध्ये माझी भावंडं म्हणजे माझ्यासाठी मायेचा, प्रेमाचा स्रोत आणि आधार होती. कधी एकदा सुट्टी सुरू होऊन मी घरी येते म्हणून ते वाट पाहत असायचे आणि खूप लाड करून मला बिघडवायचे.

मी महाविद्यालयामध्ये जाऊन चांगलं शिक्षण घ्यावं हेच माझ्या बाबांचं स्वप्न होतं. चेन्नई केंद्रातील पंधरा वर्षांच्या प्रदीर्घ वास्तव्यानंतर मी घरी परतले आणि त्यांच्या मार्गदर्शनाप्रमाणे महाराणी कनिष्ठ महाविद्यालयात प्रवेश घेतला. मला दररोज माझ्या दुसऱ्या मजल्यावरील वर्गात जाणं फारच कष्टाचं आणि अवघड वाटायला लागलं. माझ्यातील सर्व उत्साह, जोम मावळला. मी अगदी डोळ्यांत पाणी आणून त्यांना सांगितलं की, बाबा मला हे शक्य नाही, मी शिक्षण सोडते; पण त्यांना काहीही फरक पडला नाही, ते त्यांच्या निर्णयावर ठाम होते आणि त्यांनी सांगितलं की, मी महाविद्यालयात जाऊन माझ्या समस्येबद्दल सांगून पाहायला हवं. ते म्हणाले, 'जीवनाकडे तुम्ही जे मागाल तेच तुम्हाला मिळतं. तुम्ही जर विचारलंच नाही तर कुणालाही तुम्हाला काय हवं ते कळणारच नाही आणि त्यामुळेच ते तुम्हाला जे हवं आहे ते कधीच देऊ शकणार नाही.' दुसऱ्या दिवशी मुख्याध्यापकांना भेटून मी माझी अडचण सांगितली. मला वाटलं होतं की, काहीसा थंड प्रतिसाद मिळेल आणि काहीही मदत होणार नाही; पण काय आश्चर्य दुसऱ्याच दिवसापासून महाविद्यालयाने वर्ग खाली हलवला जेणे करून मला वर्गात हजर राहण्यास काहीही अडचण येणार नाही.

हा छोटासा सल्ला मी कायम स्मरणात ठेवलाय. आजवरच्या अनुभवांमधून समजलं की, हा खूपच अमूल्य धडा आहे. प्रत्येक वेळी जेव्हा मला असं वाटलं की, माझ्याकडे दुर्लक्ष केलं जातंय किंवा माझा हक्क हिरावला जातोय; तेव्हा मी ठामपणे माझ्या हक्कांसाठी उभी राहते. सन १९७९ मध्ये जेव्हा सरकारने निर्णय घेऊन सर्व प्रकारच्या अपंग खेळाडूंना अर्जुन पुरस्कारासाठी अपात्र ठरवलं तेव्हा माझा प्रचंड संताप झाला. अपंग व्यक्तीला आयुष्यात काहीही मिळवण्यासाठी इतरांपेक्षा दुप्पट मेहनत करावी लागते, असं असतानादेखील आम्ही स्वत:ला अत्यंत कठीण शारीरिक आणि मानसिक परिस्थितीमध्ये झोकून देऊन देशाला गौरव प्राप्त करून देतो. मला हे अत्यंत अन्यायकारक वाटलं आणि या विवेकशून्य नियमाला आव्हान देताना मी एकदाही फिरून विचार केला नाही. सत्ताधाऱ्यांच्या विरोधात लढण्यासाठी मला फार फार हिंमत गोळा करावी लागली; पण शेवटी जेव्हा मी जिंकले तेव्हा तो केवळ माझ्या एकटीचा विजय नव्हता तर देशातील सर्व अपंगांचा विजय होता. त्यानंतर दशकभराने १९९५ मध्ये जेव्हा अर्जुन पुरस्कारासाठी माझ्या नावाची घोषणा झाली तेव्हा ती वेळ दुसऱ्यांदा जल्लोष करण्याची होती. मी माझा मुद्दा निर्विवादपणे सिद्ध केला होता!

साधं जिन्यावरून चढता येत नव्हतं त्या दिवसापासून पुढे येत मी बराच लांबचा पल्ला गाठलाय. या प्रवासात मला कशाची मदत झाली असेल तर ती आहे खेळाचे उपचारात्मक मूल्य जाणून घेण्याची. खेळाचे हे जग मला माझ्या दैनंदिन आयुष्यातील वेदनांचा विसर पाडते. माझं महाविद्यालयीन शिक्षण पूर्ण झाल्यानंतर साधारण दशकभराने मी व्हीलचेअरवरील ॲथलिट म्हणून नावारूपाला आले. एक पॅरॉऑलिम्पिक खेळाडू म्हणून जगभरातील लोक मला ओळखू लागले. लोक जेव्हा मला सांगतात की, ते माझ्याकडे प्रेरणादायी, प्रोत्साहन देणारी व्यक्ती म्हणून पाहतात, तेव्हा मी माझं स्थान निर्माण करण्याकरता केलेल्या या प्रवासातील सर्व संघर्ष, मन बधिर करणाऱ्या वेदना, दुजाभाव, समाजाची तटस्थता याबद्दल विचार करते. आज जर मी सांगितलं की, तीनशेहून अधिक राष्ट्रीय आणि आंतरराष्ट्रीय पदकं उसनवार घेतलेल्या व्हीलचेअरच्या साहाय्याने मिळवली आहेत तर बऱ्याचजणांचा विश्वासदेखील बसणार नाही. हा प्रवास इतका कठीण होता.

चेन्नईमधील केंद्रामध्ये माझं खेळांसोबतचं नातं सुरू झालं. तिथं आम्हाला शारीरिकदृष्ट्या चपळ राहण्यासाठी प्रोत्साहन द्यायचे. जेणे करून आमची शारीरिक क्षमता आणि सहनशक्ती वाढेल. संयुक्त राष्ट्रसंघाच्या आंतरराष्ट्रीय अपंग दिनी ३ डिसेंबरला होणाऱ्या क्रीडा स्पर्धांमध्ये भाग घ्यायला मला आवडायचं. १९७५ मध्ये बेंगळुरुमध्ये, माझं चेन्नईमधील १५ वर्षांचं वास्तव्य संपल्यानंतर पहिल्यांदा अपंगांसाठी राष्ट्रीय क्रीडासंमेलन भरवलं होतं आणि त्यामध्ये भाग घेण्याची संधी मला मिळाली,

या स्पर्धांचं आयोजन 'नॅशनल सोसायटी फॉर इक्वल ऑपर्च्युनिटी फॉर हॅन्डीकॅप (एनएएसईओएच)' यांनी केलं होतं. मी कधी कल्पनाही केली नव्हती की, त्या क्रीडा स्पर्धामधून मी मिळवलेल्या अमूल्य अशा दोन सुवर्ण आणि एका रौप्यपदकामुळे पुढे ॲथलिट आणि क्रीडा स्पर्धांसोबत माझं जीवनभराचं नातं जोडलं जाईल आणि या जगातलं माझं समीकरणच बदलून जाईल. राष्ट्रीय क्रीडा स्पर्धांमधून अनेक वर्षे भाग घेतल्यानंतर– यामध्ये एकदा तर कोणत्याही महिला स्पर्धक नसल्याने पुरुष स्पर्धकांसोबत स्पर्धा करून– १०० मीटर धावण्याच्या स्पर्धेत भाग घेऊन जिंकले होते. १९८८ मध्ये दक्षिण कोरियामध्ये झालेल्या पॅराऑलिम्पिकमध्ये भाग घेण्याची संधी मला मिळाली. मात्र, ही गोष्ट एकाच वेळी आनंददायकही वाटत होती आणि त्याचबरोबर नाउमेदही करत होती. मला जेव्हा आंतरराष्ट्रीय स्पर्धांमधून भाग घेण्याची संधी मिळाली तेव्हा मला जाणवलं की, ते किती कठीण आहे. भारतातील अपंग क्रीडापटूंना प्रशिक्षकही मिळत नाहीत. त्यांना प्रत्येक गोष्ट स्वत:ची स्वत:च शिकावी लागते. अगदी स्पष्ट धोरण आणि तंत्र वापरून खेळणाऱ्या प्रतिस्पर्ध्यांपुढे माझा निभाव लागणं शक्यच नव्हतं. त्याचबरोबर आणखी एक गोष्ट मला जाणवली की, धावण्याच्या शर्यतीमध्ये व्यवस्थित भाग घ्यायचा असेल तर मला एक विशिष्ट प्रकारची व्हीलचेअर भाड्याने घ्यायला लागेल. हे सगळं करायला माझ्या हातात काहीच दिवस होते आणि मला कोणतंही पदक मिळवता आलं नाही, यात काही आश्चर्य नव्हतं; परंतु २०० मीटरची स्पर्धा ५६.१० सेकंदांमध्ये पूर्ण करणं मला जमलं, एक असं रेकॉर्ड आजपर्यंत या श्रेणीतील कुणीही महिला खेळाडू मोडू शकली नाही.

त्यानंतर जणू काही नवीन जगच माझ्यासाठी खुलं झालं. डेन्मार्क येथील १९८९ वर्ल्ड मास्टर गेम्समध्ये मी धावण्याच्या शर्यतीमध्ये दोन, गोळाफेक आणि भालाफेकमध्ये मिळून चार सुवर्णपदकं मिळवली. पुढे जाऊन मात्र मी धावण्याच्या शर्यतीमध्ये भाग घ्यायचा नाही असं ठरवलं कारण प्रचंड महागडी व्हीलचेअर भाड्याने घेणं काही मला परवडणारं नव्हतं.

चीनमधील बीजिंग इथे १९९४ च्या आशियाई क्रीडा स्पर्धेचा अनुभव संस्मरणीय होता. माझी क्रीडाक्षेत्रातील कारकीर्द इतकी मोठी होईल असं मला स्वप्नातही वाटलं नव्हतं. पुण्याला झालेल्या प्रशिक्षणात मी जीव ओतून काम केलं. थाळीफेकमध्ये रौप्यपदक मिळून माझ्या कष्टांचं चीज झालं. आनंदाने माझी बोलतीच बंद झाली होती. त्या दिवशी मी स्वत:लाच वचन दिलं की, दररोज प्रशिक्षण घेणं हेच माझं जीवन असेल. १९८८ च्या आशियाई क्रीडा स्पर्धांमध्येसुद्धा मी माझ्या यशाची पुनरावृत्ती केली. पुढे अशाच प्रकारे बेल्जियम, बर्मिंगहॅम आणि मॅंचेस्टर येथील ओपन चॅम्पियनशिपच्या स्पर्धांमध्ये भाग घेऊन सुवर्ण आणि रौप्यपदकांची कमाई करत मी माझ्या कामगिरीचा आलेख चढता ठेवला.

सन २००६ च्या क्वालालंपूर येथील आशियाई क्रीडा स्पर्धांची आठवण मी माझ्या हृदयाच्या कुपीत अगदी जपून ठेवलीय. स्पर्धेला जाण्यापूर्वी प्रशिक्षणासाठी माझ्या हातात फक्त दोन महिनेच होते. कोणतीही स्पर्धा जिंकू शकेन असं वाटत नव्हतं. सर्व प्रतिस्पर्धी ज्याच्या त्याच्या देशातील अगदी दिग्गज खेळाडू होते. मला वाटत होतं की, मला इथे जिंकण्याची अजिबातच संधी मिळणार नाही. तरीही मला गोळाफेक आणि भालाफेकमधील दोन रौप्यपदकं मिळाली. इतर विजेत्यांसोबत पोडियमवर उभं राहताना माझा ऊर अभिमानाने भरून आला. मी ४८ वर्षांची असूनही जणू काही माझ्या धमन्यांमधून नवीन आत्मविश्वास धावत होता. वय आणि अपंगत्व सर्व काही मनात असतं. जर तुमच्याकडे दृढनिश्चय असेल तर तुम्हाला हवं ते मिळवण्यापासून तुम्हाला कोणीही अडवू शकत नाही.

एक क्रीडापटू म्हणून त्यानंतरही मी बरीच पारितोषिके मिळवली. माझ्या कारकिर्दीत अनेक चढउतार आले. १९७९ मध्ये जेव्हा मला अर्जुन पुरस्कार देण्यात आला तेव्हा तो माझ्यासाठी दुहेरी विजय होता. माझ्या देशाच्या शासनाने माझ्या क्षमतेची, हुशारीची घेतलेली ती दखल होती. अशी दखल घेतली जावी असं मला कधीपासून वाटत होतं. या सन्माननीय पुरस्कारासाठी अपंग व्यक्ती पात्र नाही या शासनाच्या नियमाविरुद्ध मी कडवी झुंज दिल्यानंतर मला हा पुरस्कार दिला गेला. हे जास्त सुखावह वाटत होतं. खरं म्हणजे तसं पाहिलं तर जेव्हा आम्ही देशाला गौरव प्राप्त करून देण्यासाठी दुप्पट मेहनत करतो तेव्हा आम्हाला दुय्यम दर्जाचं नागरिकत्व देणं मला मान्य नव्हतं. अखेर शासनाला माघार घ्यावी लागली आणि तेव्हापासून बऱ्याच अपंग व्यक्तींनी हा पुरस्कार मिळवला आहे.

जानेवारी २००१ मध्ये पद्मश्री पुरस्कारांच्या यादीत जेव्हा माझं नाव जाहीर झालं, तेव्हा माझ्या जीवनातील संघर्ष आणि वेदनेचं सार्थक झाल्यासारखं वाटलं. मी माझ्या देशाला आणि कुटुंबीयांना सन्मान प्राप्त करून दिला. मला जीवनात काहीतरी करता यावं म्हणून माझ्या घरच्यांनी खूप काही केलंय. त्या संस्मरणीय दिवशी जेव्हा मला आपल्या देशाचे राष्ट्रपती शंकरदयाळ शर्मा यांनी पुरस्कार प्रदान केला, माझ्या वडिलांना आनंदाश्रू थोपवता आले नाहीत. त्यांनीच मला सामर्थ्य दिलं आणि परिस्थिती कशीही असली तरी तुम्ही तिच्यापुढे नामोहरम होऊ नका, ही शिकवण दिली. त्यांची छोटीशी मुलगी आज मोठी झाली होती. तिने घरामध्ये वैभव आणलं होतं. मला वाटतं की, मला मिळालेला पद्मश्री पुरस्कार म्हणजे मी माझ्या आई-वडिलांना दिलेली सर्वांत अमूल्य भेट होय.

पण माझ्या आयुष्यात जसे विजयाचे महान क्षण आले तसेच अशाही वेळा आल्या आहेत की, ज्यामुळे माझं मन एकदम खचून गेलं. आता चांगल्या आणि वाईट दोन्ही गोष्टी मी समभावाने घ्यायला शिकलेय. २००५ मध्ये बर्मिंगहॅम ओपन

चॅम्पियनशिपमध्ये मी गोळाफेक आणि थाळीफेकमध्ये सुवर्णपदक जिंकले तेव्हा मी खूप आनंदात होते; परंतु तो आनंद अल्पायुषी ठरला. त्याच दिवशी संध्याकाळी आमच्या टीमला आमच्या राहण्याच्या ठिकाणी घेऊन जाणाऱ्या बसमध्येच मी पडले आणि माझ्या उजव्या मांडीचं हाड मोडलं. मला बघितल्याबरोबर डॉक्टर म्हणाले की, ताबडतोब शस्त्रक्रिया करावी लागेल. माझ्यासाठी ते फारच भयंकर दुःस्वप्न होतं. माझ्या जवळ माझं कुणीही नसताना, परदेशात होणारा खर्च उभा करण्याचा कोणताही मार्ग दिसत नव्हता. मी त्यांना सांगितलं की, मला तात्पुरतं बॅन्डेज वगैरे बांधून द्या म्हणजे दुसऱ्याच दिवशी मी विमान पकडून भारतात परतेन. माझ्यासाठी तो प्रवास अत्यंत वेदनादायक होता; पण त्याही परिस्थितीत मला एका माणसाने फार दयाळूपणे त्यातल्या त्यात माझी थोडी तरी सोय व्हावी म्हणून त्याची बिझनेस क्लासची सीट मला दिली. रुग्णालयात पोहोचल्याबरोबर डॉक्टरांनी तातडीने माझ्यावर शस्त्रक्रिया केली, माझ्या आयुष्यातील ३२ वी शस्त्रक्रिया; मोडलेलं हाड पट्टी टाकून जोडलं. दुर्दैवाने त्यानंतर लगेच तीन महिन्यांनी मला आणखी एका शस्त्रक्रियेला सामोरं जावं लागलं. कारण माझ्या शरीराने त्या पट्टीला स्वीकारलं नाही आणि त्यामुळे जंतुसंसर्ग होऊन माझं शरीर वेदनेने ठणकत होतं. माझ्यासाठी सर्वांत वाईट गोष्ट अशी होती की, त्या अपघातानंतर आणि लगोलग झालेल्या दोन शस्त्रक्रियांमुळे क्रचेस घेऊन चालू शकणाऱ्या मला संपूर्णतः व्हीलचेअरवर अवलंबून राहावं लागणार होतं.

परंतु जीवनातील प्रत्येक वेदनेचा उपयोग मी पुढील ध्येय गाठण्यासाठी पायरीसारखा केला. प्रत्येक शस्त्रक्रियेने मला अधिक खंबीर, दृढनिश्चयी आणि लवचीक बनवलं. तुमचा आत्मविश्वास किंवा दृढनिश्चय कुणीही तोडू शकत नाही, ही गोष्ट मला फारच लवकर उमजली. प्रत्येकामध्ये काहीतरी उणीव, अकार्यक्षमता असतेच असते. काही लोकांमध्ये ती दिसून येणारी शारीरिक अपंगत्वाच्या रूपात असते तर काहींमध्ये दिसून न येणाऱ्या भावनिक, वैचारिक अपंगत्वात असू शकते. माझ्या मते सर्वांत वाईट अपंगत्व म्हणजे न्यूनगंड होय, जे तुम्ही स्वतःच स्वतःवर लादत असता आणि ही गोष्ट शारीरिक अपंगत्वापेक्षाही जास्त हतबल, असहाय करणारी असते.

जीवनात आपल्याला सर्वांनाच संकटांचा सामना करावा लागतो; पण तुम्ही त्यावर कशी मात करता, हे जास्त महत्त्वाचं असतं. दीनवाणं होऊन, तुमच्या समस्यांसाठी समाजाला दोष देऊन काहीही साध्य होत नाही. तुमच्यावर जर कशाचा परिणाम झाला आहे तर उपाय शोधण्याची किंवा संबंधित लोकांसमवेत काम करण्याची जबाबदारी तुमचीच आहे. माझ्यासाठी तर संघर्ष कायमचाच आहे. अगदी साधं कुणासोबत चहा अथवा कॉफी घ्यायला जाणंदेखील अवघड आहे कारण

कॅफेचे किंवा हॉटेलचे मालक व्हीलचेअरवरील लोकांना तिथे येता यावं म्हणून साधा रॅम्पही पुरवत नाहीत. अपंगांना त्यांच्या हॉटेलात येता यावं म्हणून त्यांना अधिक सोई दिल्या पाहिजेत हे त्यांच्या मालकांना समजावण्याचा मी सर्वतोपरी प्रयत्न केला आहे. अर्ज, विनंत्या, कायद्याचा धाक आणि सर्व प्रकारचा पाठपुरावा केला आहे; पण काही उपयोग झाला नाही. माझ्यासाठी पुढचा रस्ता सोपा आहे, त्यांना नीट समजेपर्यंत मी दबाव टाकत राहायला हवं.

मी माझ्या आयुष्याबद्दल कुरकुर करत नाही. काही करणं वा मिळवणं अशक्य आहे असं मी मानत नाही आणि मला माझ्या पायांचा काहीही उपयोग नाही म्हणून मी इतरांपेक्षा कोणत्याही प्रकारे कमी आहे, अशा प्रकारच्या विचारांना थारा देत नाही.

खूप वर्षांपासून एक विचार माझं मन खात होता की, मी खूपच स्वार्थी जीवन जगतेय. मी माझ्या यशाचा आनंद घेतेय आणि समजा, मी एखादं पदक जिंकलं की ५० टक्के श्रेय माझं असतं आणि उरलेलं माझ्या राज्याचं, देशाचं असतं. प्रसारमाध्यमे असा उल्लेख करायची की, कर्नाटकाची किंवा भारताची मालथी होला आणि असंच काही; परंतु रात्री जेव्हा अंथरुणावर आडवी व्हायचे तेव्हा माझी झोप उडून जायची. मला इतकं सारं देणाऱ्या समाजाची मी कोणत्याही प्रकारे परतफेड करत नाही. अपंगांच्या जगातून मला इतकं काही मिळालं होतं की, कोणत्यातरी प्रकाराने मला हे देणं फेडायचं होतं. मला पूर्ण जाणीव आहे की, मी एक सर्वसामान्य नाशवंत जीव असून मी हे जग बदलू शकणार नाही; पण स्वत:ला बदलणं माझ्या अखत्यारीत आहे.

काही वर्षांपूर्वी मी ठरवलं की, दररोज काही वेळ मी इतरांच्या सेवेसाठी देईन. अत्यंत हलाखीच्या परिस्थितीतही माझे बाबा नेहमी म्हणायचे की, तुम्ही कितीही गरीब असाल किंवा तुम्हाला कितीही शारीरिक समस्या असू देत शिक्षण ही एक अशी गोष्ट आहे जी तुम्हाला तुमच्या पायावर उभं राहण्यास मदत करू शकते. कुठेतरी माझ्या मनात विचार आला की, मी अपंग मुलांची देखभाल करायला हवी आणि त्यांना शिक्षण द्यायला हवं, जेणे करून त्यांच्या उपजीविकेसाठी त्यांना कुणावरही अवलंबून राहायला लागणार नाही.

मला एकटीला हे सर्व जमेल याची खात्री नव्हती; पण माझा मित्र कृष्णा रेड्डीच्या रूपात मदत उपलब्ध होती. तो म्हणाला की, अगदी पहिल्या दिवसापासून तो या उपक्रमात माझी मदत करेल. इतर काही मित्रही पटकन धावत आले. मला काही कळण्याच्या आत 'मातृ फाउंडेशन' स्थापन झालं आणि २००५ मध्ये चालायलाही लागलं. केवळ आठ वर्षांच्या आत मी वीस मुलांची आई झाले, ही सर्व मुलं खेड्यांमधून आलेली आहेत, जिथं अपंग मुलं म्हणजे केवळ आर्थिक ओझं समजत नाहीत तर त्यांना शाप मानलं जातं.

जेमतेम आवक आणि खाणारी तोंडं भरमसाट; अशामध्ये मूल अपंग असेल तर त्यास झोपडीतला कैदी म्हणूनच वागवतात. कुणालाही त्याच्या मूलभूत गरजांकडे लक्ष देण्यासही वेळ नसतो आणि त्यांना काही शिकवण्यासाठी तर नसतोच नसतो. अशा परिस्थितीमध्ये जरी त्या मुलांमध्ये काही तल्लख बुद्धिमत्ता असली तरी वस्तुस्थितीच्या माऱ्यापुढे ती टिकाव धरू शकत नाही. मागील काही वर्षांपासून अशा मुलांना आम्ही आमच्या केंद्रावर घेऊन येतो. त्यांना शिकवतो व पोषक आहाराने, शिस्तीने आणि आत्मविश्वासाने त्यांचं संगोपन करतो, जेणे करून त्यांचा स्वाभिमान जागृत होईल. दिवसा ते सर्व मुख्य प्रवाहातील सर्वसाधारण शाळेमध्ये जातात आणि संध्याकाळी ते आम्ही त्यांच्यासाठी बांधलेल्या घरी येतात. सध्यातरी या होस्टेलवर पायाभूत सुविधा उपलब्ध करून दिलेल्या आहेत; परंतु कालांतराने मला त्यात त्यांच्यासाठी अधिकाधिक सोईसुविधा उपलब्ध करून द्यायच्या आहेत. त्यांच्या वयाच्या मुलांना हव्या असणाऱ्या सर्व गोष्टी द्यायच्या आहेत.

प्रत्येक पायरीवर आव्हाने आहेत कारण वीस मुलांना सांभाळण्यासाठी निधी उभारणं काही सोपं काम नाही. बँक मॅनेजर म्हणून मला मिळणारा पगार काही पुरत नाही; त्यामुळेच या मुलांसाठी भिकेचा कटोरा हातात घेऊन लोकांना भेटत राहणं हेच माझं आयुष्य झालंय. शासनाकडून आम्हाला कोणतीही मदत मिळत नाही कारण पोलिओ झालेल्या मुलांनी नियमानुसार त्यांच्या कुटुंबीयांसोबत राहणंच अपेक्षित आहे. यामुळेच माझी सर्व भिस्त वैयक्तिक दात्यांच्या औदार्यावरच असते. उदाहरण द्यायचे तर एका सहृदयी प्रेमळ कुटुंबाने जमिनीचे दोन तुकडे दान केलेत आणि त्यावर मोठं मातृगृह उभं राहतंय. दुसरा एक मित्र आला अन् त्यानं आर्किटेक्टशी जोडून दिलं. ज्याच्या मदतीने अपंगांना सहजच वापरता येईल असं अपंग मैत्र जपणारं घर आम्ही बांधतो आहे. या प्रवासात मी बरीच कोडगी आणि लवचीक बनलेय; तसंही मुलांसाठी मी पैसा मागतच नाही तर वस्तू मागते जेणे करून त्यांना जीवनाच्या संघर्षात टिकून राहता येईल- तांदळाची गोणी, डाळ, साखर किंवा भाज्या इत्यादी. वर्षातून एकदा आम्हाला त्यांच्या शाळेची फी भरायची असते. माझं सुदैव असं की, माझ्या सोबत बँकेत काम करणारे सहकारी आणि बँकेचे ग्राहक मला या कामात मदत करतात. मी अविवाहित असल्याने मला इतर कोणत्याही आर्थिक जबाबदाऱ्या, बांधिलकी किंवा आर्थिक चिंता नसल्यामुळे माझा अर्धा पगार मी या मुलांची देखभाल करण्यासाठी खर्च करू शकते.

आपल्यापैकी प्रत्येकाचा जन्म काही खास कारणासाठी झालाय असा माझा विश्वास आहे. मला वाटतं, या मुलांना चांगलं जीवन देता यावं म्हणूनच माझा जन्म झाला आहे. चेन्नईमधील केंद्रातील कुटुंबीयांनी टाकून दिलेल्या मुलांची आठवण आजही माझ्या मनात आहे. मला वाटतं की, मला ज्या प्रकारे शक्य आहे

त्या प्रकारे मी मुलांसाठी चांगलं जग निर्माण करण्याचा प्रयत्न करत आहे.

जमिनीवर रांगणारी अपंग मुलं पाहून उर्वरित जगाला सहानुभूती वाटत असेल तर मी त्याच्याशी समानभूत असते कारण मला माहीत आहे की, त्या मुलाला कोणत्या शारीरिक तसेच मानसिक दिव्यातून जावं लागत आहे. मी ते आयुष्य जगलेय आणि इतर कुणापेक्षाही मला त्यांचं दुःख अधिक समजू शकतं. मी हे काम करायला घेतलं कारण मला वाटतं, मी त्यांना मोठं करू शकेन आणि ते कोणत्या सुंदर जगात जन्माला आले आहेत ते दाखवू शकेन. मला वाटतं की, उर्वरित जगासाठी त्यांचं जीवन उदाहरण ठरावं. मला जगाला सांगायचं आहे, आमच्याकडे पाहा आणि आमच्यासारखे राहू शकत नसाल तर किमान तसा प्रयत्न तरी करा.

जेव्हा मातृ संस्थेत आल्यामुळे या मुलांचं आयुष्य किती प्रभावित झालं आहे ते पाहते तेव्हा वाटतं, मागील काही वर्षांचा माझा प्रवास समाधानाचा झाला आहे. आमच्याकडे आलेल्या बऱ्याच मुलांना ठोस वैद्यकीय उपचारांची गरज होती आणि आम्ही त्यांच्यापैकी काहीजणांना थोडी तरी आत्मनिर्भरता यावी म्हणून कराव्या लागणाऱ्या अनेक शस्त्रक्रियांकरता निधी उभारू शकलो. यापैकी काहींना, अगदी हाताच्या बोटांवर मोजता येतील एवढ्यांना आम्ही प्रशिक्षण आणि शिक्षण देऊ शकलो, ज्यामुळे ते त्यांच्यापुरतं कमावू शकतात. जरी ती रक्कम फार मोठी नसली तरी त्यांना आता कुणावर अवलंबून राहण्याची आवश्यकता उरलेली नाही. आता आम्ही मातृ प्रकल्प पुढच्या टप्प्यात नेण्याची स्वप्न पाहतोय. व्यावसायिक प्रशिक्षणाची योजना तसेच सर्वसमावेशक शाळा सुरू करण्याचा मानस आहे. ज्यामुळे माझी मुलं मुख्य प्रवाहात येतील आणि त्यांच्या अव्यंग बांधवांनादेखील या थोड्याशा कमनशिबी भावंडांना समजून घेण्याची संधी निर्माण होईल व त्यांच्यात जाणीव जागृती होईल.

मला जाणवतंय की, माझ्यातील सकारात्मकतेमुळे या प्रवासात माझा खूप फायदा झाला आहे. मी पाहिलंय की, खूप लोक उदार आहेत पण ते मागे हटतात कारण त्यांना खात्री नसते की, ज्यांच्यासाठी किंवा ज्या कामासाठी ते पैसा देत आहेत, तो त्याच कामासाठी वापरला जाईल. मी शिकले आहे की, जग हे आरशासारखं असतं- जर तुम्ही यामध्ये आत्मविश्वासाने, हसतमुखाने आणि उत्साहाने पाहिलं तर तिथलं जग चांगलं असेल परंतु तेच जर तुम्ही रुसून किंवा चिडून पाहिले तर ते तुमच्याकडे तसेच पाहील.

मी जिथून आले आहे, अव्यंग व्यक्तीही प्राप्त करू शकणार नाही असं यश मिळवण्याचा प्रवास म्हणजे एक शोधाचा प्रवास आहे. मी केवळ त्या क्षणांपुरतं जगते आणि मी वास्तव स्वीकारायला शिकलेय. मी कधीच कुरकुर करत, रडत नाही की शिरा ताणून आरडाओरडा करत नाही. जीवन मला एखादा सुंदर क्षण वा अनुभव देणार असेल तर मी त्याचा पुरेपूर अनुभव घेते आणि आनंदात जगते. कारण

त्यातून मला आनंद मिळतो. दु:खाला तर मी माझ्या आयुष्यातून हद्दपारच करून टाकलंय. काही वर्षांपूर्वी मी प्रेमात पडले होते आणि आमचा साखरपुडाही झाला होता; परंतु अचानक एके दिवशी ते संबंध संपुष्टात आले कारण एकाएकी त्याला अपंग व्यक्तीशी विवाह करायचा नव्हता. त्या वेळी मी खूप वाईट अवस्थेतून गेले. मी इतर चारचौघींसारखी का जगू शकत नाही, हा प्रश्न मी स्वत:लाच विचारत होते. तेव्हा मी माझ्या पालकांना, जगाला आणि सबंध विश्वाला शिव्याशाप देत होते. मलाही विवाहितेचं जीवन जगायचं होतं, मला माझ्या मुलांना जन्म द्यायचा होता; त्यांना वाढवायचं होतं आणि मला हे कळत नव्हतं की, देवाने माझ्यापासून हे सर्व सुख का हिरावून घेतलं; पण असं म्हटलंच आहे की, गडद काळोख्या रात्रीनंतर सूर्योदय होतो. माझ्या प्रेमाने माझ्याशी प्रतारणा केल्यानंतर दुसऱ्याच आठवड्यात देवाने मला आशियाई क्रीडा स्पर्धांमधून आपल्या देशाचे प्रतिनिधित्व करण्याची संधी दिली. तेव्हा त्या क्रीडा स्पर्धांच्या प्रशिक्षणासाठी मला बेंगळुरु शहर सोडून दुसऱ्या शहरात जायला लागणार होतं. आज मागे वळून बघताना जाणवतं की, मला माझा प्रेमभंग झालाय हे विसरण्याची देवाने फार सुंदर संधी दिली. मी दिवसभर मैदानात मेहनत करत राहायचे, स्वत:ला सिद्ध करण्यासाठी नव्हे तर नकाराचं आणि फसवणुकीचं दु:ख विसरण्यासाठी. खरं म्हणजे मी राष्ट्रीय पातळीवरील क्रीडापटू होते; पण तेव्हा मात्र मी माझ्या दु:खात आकंठ बुडाले होते आणि विचार करायचे की, मी असा काय गुन्हा केला की देवाने मला त्याची इतकी कठोर शिक्षा दिली. परंतु जीवनातील चमत्कार तर पाहा. माझ्या वैयक्तिक जीवनातील इतक्या गंभीर हानीनंतर काही महिन्यांतच मी सन्माननीय क्रीडा स्पर्धांमध्ये देशाचं प्रतिनिधित्व केलं आणि सुवर्णपदक पटकावलं. ते पदक माझ्या संघर्षाचं आणि कठीण परिश्रमपूर्वक घेतलेल्या प्रशिक्षणाचं समर्थन करत होतं; पण माझ्यासाठी या पदकाचं मूल्य वेगळं आहे; त्यामुळे मी माझ्या दु:खावर मात करू शकले. चमत्कार व्हावा तसं मी माझ्या त्याच्यासोबतच्या संबंधांना सकारात्मकतेने पाहू शकले. तो आता सुखाने नांदत असून दोन मुलांचा बाप आहे.

माझं अपयशी प्रेम म्हणजे माझ्या जीवनाच्या कथेतलं एक प्रकरण मात्र आहे. आता मला जे काही घडलं त्याबद्दल कोणताही खेद नाही आणि माझ्या अपेक्षेप्रमाणे त्याचं रूपांतर होऊ शकलं नाही याबद्दल खंतही नाही.

आज परत मागे वळून पाहताना वाटतं की, तेव्हा ते तसं घडलं त्यामागेदेखील काही कारण होतं. जर माझं त्याच्याशी लग्न झालं असतं तर माझं जग घराच्या चार भिंतींमध्येच सामावून गेलं असतं आणि स्वार्थीपणे मी फक्त आमचीच मुलं वाढवत बसले असते. आज जरी मी त्यांना प्रत्यक्ष जन्म दिला नसला तरी आज मी वीस मुलांची आई आहे. येणाऱ्या काही वर्षांमध्ये मला आणखी खूप मुलांची आई व्हायचंय-

किमान शंभर तरी मुलांची आई! कदाचित हे स्वप्न मूर्खपणाचं असेल; पण ते माझं स्वप्न आहे आणि केवळ व्यवहारीच स्वप्न पाहा असं मला कुणी सांगू शकत नाही.

मी माझ्या मुलांना सांगते की, त्यांच्या शरीराचा अगदी छोटासा भाग अपंग आहे; परंतु त्यांचा निर्धार आणि आत्मविश्वास नाही. मी त्यांना सांगते की, त्यांची स्वप्नं आणि ध्येयं त्यांच्या हृदयात इतकी प्रखर असली पाहिजेत की त्यामुळे त्यांना रात्री झोप लागता कामा नये. अंत:स्फूर्ती आणि प्रेरणा तुमच्या आत असते. देवाने तुमच्यात बीज रुजवलंय आणि त्या बीजाचं आत्मविश्वास, श्रद्धा, वक्तशीरपणा आणि शिस्तीने संगोपन करणं तुमचं काम आहे. तुम्ही असं करायला लागाल तेव्हा इतरांना दोष देण्याऐवजी तुम्ही तुमच्या आयुष्याची जबाबदारी घ्यायला सुरुवात कराल आणि आयुष्य अधिक सुकर होईल.

जेव्हा मुलांच्या शाळांना सुट्टी असते तेव्हा मी माझ्या मुलांना घेऊन फिरायला जाते. तिथं त्यांना बाहेरचं जग पाहायला आणि अनुभवायला मिळतं; त्यातून ती शिकू शकतात. त्यांचं मन कुतूहलानं भरलेलं आहे आणि त्यांना संसद, ताजमहाल, मोठ्या शहरातील जीवन पाहायचं आहे. एवढ्या सगळ्या अपंग मुलांना घेऊन रेल्वेचा प्रवास करणं सोपं नसतं; पण या प्रवासाचा उपयोग मी त्यांना रेल्वेतील अस्वच्छ शौचालय वापरणं, चालत्या गाडीत चालणं इत्यादी गोष्टी शिकवण्यासाठी करते. शिवाय माझ्याकडे उत्तम मदतनिसांचा गट आहे. ते व्हीलचेअरवरील मुलांना रेल्वेगाडीत चढवण्यात आणि उतरवण्यात पटाईत आहेत. त्याच बरोबर त्यांच्या गरजांबाबत संवेदनशील आहेत. त्यांच्या सोबतच्या प्रत्येक सहलीनंतर मला जीवनाबद्दल अधिक काहीतरी शिकायला मिळतं. आपले अनुभवच आपल्याला घडवत असतात; त्यामुळेच माझा असा विश्वास आहे की, संधी मिळताच आपल्यापैकी प्रत्येकाने तिचा जास्तीतजास्त उपयोग करून घ्यायला हवा.

मला तर वाटतं, अपंग म्हणून जन्माला येणं ही देवाची देणगी आहे. मी जर इतर सर्वांप्रमाणेच सर्वसामान्य म्हणून जन्माला आले असते तर खाणं-पिणं, झोपणं आणि स्वकेंद्रित जीवन जगले असते. आपण फक्त एकदाच जगतो आणि मला वाटतं, ते राजासारखं जगण्यापेक्षा सेवकांसारखं जगावं!

मी माझा प्रवास सुरू केला तिथपासून खूपच लांबचा पल्ला गाठला आहे; परंतु मी फारच असमाधानी जीव आहे कारण करण्यासारखं बरंच काही अजून बाकी आहे. अपंग म्हणून जगतानाचा प्रत्येक दिवस संघर्षाचा आहे; पण प्रत्येक क्षण मला जीवनाबद्दल काहीतरी शिकवून जातो. ज्या दिवशी मला समाधानी आणि भरून पावल्यासारखं वाटेल तो माझ्या आयुष्यातील शेवटचा दिवस असेल. माझी सर्वोत्तम कामगिरी अजूनही बाकी आहे.

◆

मालविका अय्यर

रेखाचित्र मालविकाला उमलणाऱ्या कोवळ्या फुलाच्या स्वरूपात दर्शवतेय. स्फोट दर्शवणाऱ्या काळ्याकुट्ट पार्श्वभूमीला टोकदारपणे खोडून काढत, पांढऱ्या रंगात हे फूल उमललंय. रेखाचित्रामध्ये मालविकाचा संपूर्ण अनुभव सामावला आहे. पार्श्वभूमी स्फोट दर्शवते आणि त्या कठीण परिस्थितीमधून गेल्यानंतरही कष्टाने कोरीव काम करून तिने तिचं आनंदी, यशस्वी आणि प्रेरणादायक जीवन फुलवलेलं दिसतंय.

चित्राच्या एका बाजूला असलेल्या पेन्सिल आणि खोडरबराच्या माध्यमातून मालविकाचं शैक्षणिक कर्तृत्व दाखवलंय.

काही गोष्टींवरून माणसाची कुवत समजून येते. उदाहरणार्थ संकटकाळातलं तुमचं वागणं, प्रतिसाद. जेव्हा जीवनात अचानक उद्‌भवलेल्या अडचणी किंवा संकटामुळे तुमच्या-माझ्यासारखे गलितगात्र होऊन जातात तेव्हाच काही असेही असतात जे या संकटावरच स्वार होऊन पुढील वाटचाल सुरूच ठेवतात आणि त्या संकटाला कधीच स्वत:वर स्वार होऊ देत नाहीत.

मी चेन्नईतल्या मालविकाला भेटायला तिच्या घरी जायला निघाले तेव्हा दुपार उलटून गेली होती. चेन्नईतल्या गजबजलेल्या गर्दीच्या गल्ली-बोळांतून टॅक्सीवाला फिरत होता आणि आता मला शंका यायला लागली होती की, माझ्याकडचा पत्ता तर बरोबर आहे ना! 'निळ्या रंगाचं घर आहे, ते पाहा.' मालविकानेच असं सांगितलं होतं म्हणून टॅक्सीत बसल्या बसल्या माझे डोळे निळ्या रंगाच्या घराचा शोध घेत होते. अखेर माझी टॅक्सी गल्ली-बोळांतून, फेरीवाल्यांच्या ठेल्यांमधून रस्ता काढत काढत माझी वाट पाहत असलेल्या मालविकाच्या निळ्या रंगाच्या घरासमोर येऊन थांबली.

'हाय, मी मालविका' म्हणत तिने कडक हस्तांदोलन करत, बोलक्या डोळ्यांनी हसून माझं स्वागत केलं. तिथं मालविका तिच्या आईसोबत राहत होती. आम्ही दोन-चार पायऱ्या चढून आत गेलो. अर्धाअधिक चहाचा कप रिता होत आल्यावर माझ्या लख्खपणे लक्षात आलं की, किशोर वयात झालेल्या एका अपघातामुळे मालविकाने तिचे दोन्ही हात गमावलेत. तिच्या एकंदर शारीरिक हालचालींवरून तसेच हाताच्या पकडीमधून अजिबात असं वाटलं नाही की, मी कृत्रिम हातांशी हस्तांदोलन करतेय. त्यानंतर पुढचे काही तास ती तिचा– रुग्णालयातील अंथरुणावर खिळून राहिलेली असहाय मुलगी ते आज तिच्या सान्निध्यात येणाऱ्या लोकांचे आणि इतर गोष्टींचे जीवन आनंदाने भरून टाकणारी तरुणी, हा आशेचा प्रवास उलगडत होती आणि मी मंत्रमुग्ध होऊन ऐकत आणि पाहतही होते.

ca

इंडिया इन्क्लूजन समिट (आयआयएस) च्या संयोजकांनी मला नोव्हेंबर २०१३च्या कार्यक्रमाचे सूत्रसंचालन करण्यासाठी बोलावलं आणि भारतातील लाखो अपंगांची प्रेरणा म्हणून माझी ओळख करून दिली तेव्हा मला माझ्याबद्दल खूप अभिमान वाटला. मी इतरांपेक्षा श्रेष्ठ आहे असं काही नाही तर या व्यासपीठावरून मी जगाला दाखवून देऊ शकले की, अपंग व्यक्तींसाठी तिचं अपगंत्व त्या परिस्थितीमध्ये ओझं अथवा अभिशाप नसतं. मी माझ्या आयुष्यातील प्रत्येक दिवस साजरा करते. प्रत्येक दिवशी करण्यासारखं खूप काही असतं. कितीतरी गोष्टी आहेत ज्यांच्याकरता मी ऋणी असलं पाहिजे आणि आपल्या देशातील माझ्यासारख्यांचं आयुष्य अधिक चांगलं करण्यासाठी मी खूप काही करू शकते. मला तर वाटतं की, 'अपंगत्व' इतर लोकांच्या मानसिकतेमध्ये असतं. या देशातील बहुसंख्यांच्या वास्तवापेक्षा माझं वास्तव वेगळं आहे. फरक फक्त एवढाच आहे की, मीही इतरांसारखीच आहे, ते बनले आहेत त्याच मातीतून (साहित्यातून) मी बनले आहे. लहानपणी मी राजस्थानमधील बिकानेरच्या रहिवासी कॉलनीमधून भटकायचे, मी तिथे माझे आई-बाबा आणि मोठ्या बहिणीसोबत राहायचे. तेव्हा मला जगातील कोणतीही चिंता नव्हती. मी झाडांवर चढायचे, शेजारपाजारच्या मुलांसोबत रस्त्यावर खेळायचे, पोहायचे, स्केटिंगचे धडे घेत होते; पण अभ्यासात मात्र काडीचाही रस नव्हता. आमच्या इथल्या स्थानिक शस्त्रास्त्रांच्या कारखान्याला आग लागली, छोटे छोटे बॉम्ब इस्तत: विखुरले गेले आणि त्यातलाच एक ग्रेनेड उचलून मी घरात आणल्यावर हे सर्व बदललं. आम्हाला वाटलं की, तो ग्रेनेड निकामी झालेला असेल; त्यामुळे मी तो उचलून आणला आणि आमच्या गॅरेजमध्ये ठेवला. स्फोट होईपर्यंत तो भयानक शांतपणे पडून होता आणि त्याच्या स्फोटाने माझं जीवन कुणीही कल्पना केली नसेल इतकं बदलून टाकलं.

आजही मला तो दिवस अगदी जसाच्या तसा आठवतोय. मी अशीच भटकत गॅरेजमध्ये गेले. ग्रेनेड उचलून माझ्या गुडघ्यावर ठेवला आणि मी बसणार इतक्यात

स्फोट झाला. माझ्या संबंध शरीराने पेट घेतला आणि भयंकर वेदनांनी मी तळमळत होते. स्फोटाचा आवाज ऐकल्याबरोबर माझे बाबा आणि त्यांचा मित्र धावत आले; माझी अवस्था पाहिल्याबरोबर तडक मला जीपमध्ये टाकून जवळच्याच सरकारी रुग्णालयात घेऊन गेले. तेव्हा माझ्या लक्षात आलं की, माझा डावा पाय केवळ कातडीच्या छोट्याशा तुकड्याला धरून लटकतोय. मला आठवतंय, तेव्हा मी म्हणाले होते, 'प्लीज माझा पाय धरा, तो खाली पडतोय.'

माझ्या आई-बाबांनी मला सांगितलं की, रुग्णालयातील त्या पहिल्या रात्री डॉक्टरांनी त्यांना सांगितलं होतं की, ८० टक्के रक्त वाहून गेल्यामुळे मी जगेन याची त्यांना शाश्वती नव्हती; पण कशीबशी का होईना मी तग धरून राहिले. दुसऱ्या दिवशी डॉक्टर म्हणाले, जंतूसंसर्ग झालेला असू शकतो म्हणून माझा डावा पाय कापून टाकावा लागेल. माझे आई-बाबा तर कोसळलेच; पण तरीही त्यांनी त्या डॉक्टरांच्या सल्ल्यानुसार न वागता, स्वत:च्या जबाबदारीवर मला जयपूर येथील मोठ्या रुग्णालयात नेलं. तिथल्या डॉक्टरांनी हळूहळू एकेक तुकडा जोडून काही दिवसांत माझे पाय वाचवण्यात यश मिळवलं. रुग्णालयात पडल्या पडल्या मला अचानक जाणीव झाली की, मी माझे कोपरापासून पुढचे हात तर गमावले आहेतच; पण माझे पायदेखील मला परत वापरता येण्याची काही आशा वाटत नव्हती. माझ्या पायांमध्ये अनेक फ्रॅक्चर होते; उजवा पाय तर लुळा पडला होता, अणकुचीदार खिळे आत खोलवर घुसले होते आणि काही ठिकाणच्या हाडांचा तर चुराच झाला होता, या सर्वांमुळे माझ्या पायांचा आकार एकदम बेढब झाला होता.

बरं होण्यास खूप वेळ लागला. एका किशोरवयीन मुलीसाठी सतत दोन वर्षं अंथरुणाला खिळून असणं हा खूप मोठा काळ आहे. याच बरोबर माझं आयुष्य थोडं तरी सुरळीत होण्याच्या आशेने अनेक शस्त्रक्रियांमधूनही जावं लागलं. जयपूरमधील सुरुवातीच्या काही महिन्यांनंतर, जेव्हा माझी स्थिती अधिक सुधारण्यासाठी डॉक्टर आणखी काहीही करू शकत नव्हते तेव्हा माझ्या आईने मला चेन्नईमध्ये हलवण्याचा निर्णय घेतला. तिथे आईच्या माहेरची माणसं राहत होती. सुदैवाने जयपूरमध्ये सुरू केलेले उपचार चेन्नई शहरातील बोन अ‍ॅन्ड जॉइंट क्लिनिकमधील डॉक्टरांनी पूर्ण केले. रुग्णालयात सहा महिने, त्यानंतर दीड वर्ष घरी अंथरुणाला खिळून राहावं लागलं. २००३ च्या डिसेंबर महिन्यात डॉक्टरांनी मला सांगितलं की, क्रचेसच्या मदतीने मी थोडं थोडं चालायला सुरुवात करू शकते. माझ्यासाठी तर हे म्हणजे आयुष्यच नव्यानं सुरू करण्यासारखं होतं.

इकडे माझ्या घरी बिकानेरमध्ये माझ्या बरोबरचे सर्वजण बोर्डाच्या परीक्षेची तयारी करत होते आणि अचानक मला माझी दहावीची परीक्षा द्यावीशी वाटू लागली; परंतु आठवीपासून अपघातानंतर मी शाळेतच जाऊ शकले नव्हते; त्यामुळे परीक्षा

देण्याचा काही मार्ग नव्हता. या क्षणी आईने मध्यस्थी केली आणि ती कामाला लागली. तिने अनेक शाळांमधून बऱ्याच चकरा मारल्या; कारण वर्षाचा बराचसा भाग उलटून गेल्यावर एका मुलीला, विशेष म्हणजे धड चालता न येणाऱ्या आणि दोन्ही हात नसलेल्या मुलीला प्रवेश द्यायला कोणतीही शाळा तयार नव्हती. तेव्हा माझ्या चुलतभावाने आम्हाला बाहेरून दहावीची परीक्षा देणाऱ्यांची तयारी करून घेणाऱ्या कोचिंग क्लासबद्दल सुचवलं. तिथेही खूप आर्जवं, विनंत्या करून मी कोचिंग क्लासच्या सरांना मला एक संधी देण्यासाठी विनवलं. त्या दिवशी मी जेव्हा कोचिंग क्लासच्या वर्गात पाऊल ठेवलं तेव्हा दीड वर्षानंतर पहिल्यांदाच मी घराबाहेर पडत होते. माझ्याच वयाच्या इतर खऱ्याखुऱ्या मुलांना पाहून कसंतरीच वाटत होतं. त्या वेळी माझा अवतार अगदीच कसातरी होता. अस्ताव्यस्त केस, अजागळासारखे ढगळ कपडे घातलेले होते. अंथरुणात पडून असल्यामुळे माझ्या केसांची काळजी घेणं कठीण झाल्याने त्यांनी माझे सुंदर लांबसडक केस कापून टाकले होते आणि त्यात भर म्हणजे हातही नव्हते, इतका वेळ एकट्याने घालवल्याने मला धड बोलताही येत नव्हतं.

एका किशोरवयीन मुलीसाठी हा खूप कठीण काळ होता. माझ्या आईला ताबडतोब परिस्थिती लक्षात आली आणि आम्ही अस्वस्थ होऊन घाईत कृत्रिम हातांचा शोध घ्यायला सुरुवात केली आणि मला योग्य होईल अशी मायोइलेक्ट्रिक हातांची जोडी मिळेपर्यंत शोध सुरूच ठेवला. नवीन कपडे आणि नवीन कोऱ्या हातांसहित मी पूर्वीसारखीच आनंदी मुलगी झाले. एक-दोन महिन्यांनंतर परीक्षेचा निकाल लागल्यावर माझ्या आत्मविश्वासाला जबरदस्त चालना मिळाली. माझा विश्वासच बसत नव्हता की, मी ९७ टक्के गुण मिळवले होते. गणित व विज्ञानात तर पैकीच्यापैकी गुण मिळवले होते. मला वाटतं, तो माझ्या आयुष्याला कलाटणी देणारा क्षण होता. याआधी मी अभ्यासात इतकी चांगली कामगिरी कधीच केली नव्हती म्हणून आनंदापेक्षाही मला जास्त धक्काच बसला होता. कोचिंग क्लासचे सर तर इतके आनंदित झाले होते की, त्यांनी स्थानिक वर्तमानपत्रात माझ्या यशाबद्दल कळवून टाकलं आणि मला काही कळण्याच्या आत मी प्रसिद्ध व्यक्ती बनले. हात नसलेली बहादूर मुलगी, जिनं परिस्थितीवर मात करून घवघवीत यश प्राप्त केलंय.

त्या सर्व वेळात मी प्रसिद्धीच्या झोतात राहण्याची मजा घेतली; पण ते जेव्हा मला माझे थोटके हात दाखवायला सांगायचे तेव्हा मात्र थोडं बुजल्यासारखं व्हायचं. मला वाटायचं की, या गोष्टीला इतकं महत्त्व का द्यायचं; पण आज मला वाटतं, ते ठीकच होतं कारण त्या अपघाताने आणि माझ्या कोणत्याही परिस्थितीमध्ये हार न मानण्याच्या वृत्तीमुळे मला एक नवीन जीवन मिळालं होतं. सतत रुग्णालयात

ये-जा सुरू असताना त्या परिस्थितीमधून बाहेर येणं तितकं सोपं नव्हतं. नातलग, मित्रमंडळी इतकंच काय अगदी अनोळखी लोकसुद्धा माझ्याकडे अगदी एकटक रोखून पाहायचे आणि नको ते सल्ले द्यायचे. ती मुलगी आहे आणि आता तर अपंगदेखील आहे, तुम्ही कधीच तिचं लग्न लावून देऊ शकणार नाही. अशाच प्रकारच्या गोष्टी ते माझ्या पालकांना सांगायचे आणि प्रचंड भीतीने मी कोमेजून जायचे. माझ्या जीवनातील या दुःखद परिस्थितीमध्ये माझ्या पालकांनी आणि घरच्यांनी मला कसंबसं सुरक्षित ठेवलं.

मला कृत्रिम हात मिळाल्यानंतर लगेचच मी स्वतःला तयार करायला आणि मित्र जमवायला सुरुवात केली. तशी मी बोलकी असल्याने मित्र बनवणं माझ्यासाठी कधीच कठीण नव्हतं; परंतु कधीकधी मला माझ्या हातामुळे खुजं असल्यासारखं वाटायचं. मी कधीही कोणत्याही अपंग व्यक्तीला भेटले नव्हते, खास करून हात नसलेल्या आणि आता वास्तवात मी स्वतःच त्या परिस्थितीत होते. कधीकधी मी माझ्या हातांनी त्रासायचे. सुदैवाने ती अवस्था अल्प काळच टिकली आणि विचारांच्या दलदलीत अडकण्यापेक्षा मी वाणिज्य आणि अर्थशास्त्र घेऊन बारावीची परीक्षा दिली.

जेव्हा पदवीकरता प्रवेश घेण्याची वेळ आली तेव्हा मी माझ्या पालकांना सांगितलं की, दिल्ली येथील सेंट स्टीफन महाविद्यालयामधून अर्थशास्त्र विषय घेऊन पदवीधर व्हायचं आहे. माझे पालक आनंदाने तयार झाले आणि जेव्हा मी माझ्या आईला विचारलं की, माझं शिक्षण होईपर्यंत ती माझ्यासोबत राहील का, ती लगेचच तयार झाली. अशी आहे माझी आई! ज्या दिवशी मला अपघात झाला त्या दिवसापासून तिने तिच्या आयुष्यातील– तिचा नवरा, माझी बहीण आणि इतर सर्वांना सोडून दिलं. तेव्हापासून आतापर्यंत ती माझी अगदी विश्वासू मैत्रीण आणि रूम पार्टनर आहे. ती कायमच माझ्या बाजूने उभी असते. मी खूपच सुदैवी आहे की, मला माझ्या कुटुंबीयांचं आणि मित्रांचं भरपूर प्रेम मिळालं. अचानक माझे हात गेले आणि बूटही घालता येत नव्हते असे वेडेवाकडे पाय झाले म्हणून त्यांनी कधी माझ्याशी वागण्यात पक्षपात केला नाही, तशा प्रकारची वागणूक दिली नाही.

पदव्युत्तर शिक्षण घेईपर्यंत दिल्लीमध्ये घालवलेल्या पाच वर्षांमध्ये मला खूप शिकण्यासारखा अनुभव मिळाला. मी दिल्ली स्कूल ऑफ सोशल वर्क इथून पदव्युत्तर शिक्षण घेतलं. अभ्यासक्रमातील प्रत्यक्ष फिल्डमध्ये काम करण्याने माझा माझ्या देशातील आणि भोवतालच्या वास्तवाशी परिचय करून दिला.

माझा या क्षेत्रात काम करण्याचा पहिला अनुभव मी सेंटर फॉर चाइल्ड ॲन्ड ॲडलेसंट वेल बीइंग, दिल्ली येथे घेतला. जिथे मी लर्निंग डिसॅबिलिटी आणि ऑटिस्टिक स्पेक्ट्रम डिसऑर्डरने (शिकणं शक्य नसलेली आणि स्वमग्नतेची

समस्या असलेली मुलं) प्रभावित झालेल्या मुलांना शिकवलं, अर्धा अभ्यासक्रम पूर्ण होईपर्यंत मी या विषयाच्या प्रेमातच पडले आणि या क्षेत्रातील कामाने मला विविध प्रकारच्या लोकांशी भेटण्याची संधी मिळाली. प्रत्येकाचा स्वत:च्या अशा वेगळ्या समस्यांचा संच होता. हळूहळू मला जाणवू लागलं की, विविध प्रकारच्या अपंगत्वाच्या बाबतीत आपला समाज कसा ग्रह करून आहे.

मी या क्षेत्रामध्ये प्रत्यक्ष कामाचा अनुभव घेण्यासाठी गेलेल्या पहिल्या काही ठिकाणांपैकी एका ठिकाणी, तिथली महिला अधिकारी मी अपंग असल्याने मला कामावर ठेवण्यास कचरत होती. तिला दुसऱ्या कुणाशी तरी बोलताना मी ऐकलं की, तिला वाटत नव्हतं की, मी विशेष काही काम करू शकेन म्हणून तिला दुसऱ्या कुणाची तरी त्या कामावर निवड करायची होती; परंतु मी किती काम करू शकते ते पाहून दुसऱ्याच दिवशी तिचं मत बदललं. ती आपण होऊन माझ्याकडे आली आणि म्हणाली की, जेवढं काम मी केलंय तेवढं मी करू शकेन अशी तिने कधी कल्पनाही केली नव्हती.

अपंगांबद्दल लोकांच्या मनात कितीतरी गैरसमज असतात; परंतु त्यांना माहिती नसते की, अव्यंग व्यक्तींइतकेच आम्हीही कार्यक्षम असतो. आम्हाला फक्त आमची कौशल्ये आणि हुशारी वापरण्याची संधी मिळायला हवी.

चेन्नईमध्ये मी एम.फिल.साठी प्रवेश घेतला आणि ऑर्थोपेडिक अपंगत्व (शारीरिक अपंगत्व) असलेल्यांच्या जीवनमानासंदर्भातील माझ्या स्वत:च्या अनुभवांवरच संशोधन करायचं ठरवलं. माझ्या एम.फिल.करता केलेलं संशोधनाचं काम, विविध पुनर्वसन केंद्रांना दिलेल्या भेटी आणि अनेक अपंगांच्या घेतलेल्या भेटींमुळे मला माझा शोध घेण्यास मदत झाली. अपंग व्यक्ती दु:खी, निराश किंवा उदास असतात हा पारंपरिक समज खोटा ठरवण्यात मला यश आलं. याउलट मला तर असं आढळून आलं आहे की, सर्वसामान्य लोक त्यांच्या जीवनाबद्दल खूप तक्रारी करत असतात. अपंग व्यक्तींनी त्यांच्या आयुष्यातील वास्तव खूपच समजूतदारपणे स्वीकारलेलं असतं. अगदी आजदेखील अपंग व्यक्तींची जीवन जगण्याची ओढ आणि उत्साह पाहून मी चकित होते. मीसुद्धा स्वत:ला आहे तसंच स्वीकारलं तेव्हापासून मी अधिक आनंदी झालेय. मला वर्षातील सर्वोत्तम संशोधन म्हणून रोलिंग कप देण्यात आला, तेव्हा मला एकदम उतराई झाल्यासारखं वाटलं आणि आनंद झाला की, अपंग व्यक्तींचा मुद्दा मी उर्वरित लोकांपर्यंत पोहोचवू शकले!

जर मला माझा जीवनक्रम बदलून टाकणारा आणि माझं आयुष्य दु:खी होणार नाही याची खबरदारी घेणारा एकच घटक शोधायचा झाला तर माझ्या मते तो घटक म्हणजे सर्वसमावेशकता! मी आणि माझी आई अपघातानंतरच्या लगेचच्या दिवाळीला आमच्या घरी होतो, तेव्हाचा प्रसंग मला आठवतोय. मी अंथरुणाला खिळून होते.

मला खूपच वेदना होत होत्या, तेव्हाच शेजारीण आम्हाला पार्टीचं निमंत्रण देण्यासाठी आली. त्या क्षणी माझी आई समाजामध्ये मिसळण्यास तयार नव्हती, तिची मन:स्थिती ठीक नसल्याने तिने आम्ही येणार नाही असं सांगितलं. काही दिवसांनी दुसऱ्या शेजाऱ्यांकडे पार्टी होती; पण आम्हाला निमंत्रणच नसल्याचं आम्हाला प्रकर्षाने जाणवलं. तेव्हा आम्हाला खूप वाईट वाटलं कारण आम्ही समाजातील प्रत्येक समारंभात किंवा घटनेमध्ये सामील व्हायचो. माझी आई शेजारी गेली आणि तिने थेट विचारलं की, आम्हाला बोलावलं नाही याबद्दल तिला नवल वाटतंय. त्या वेळी शेजारीण म्हणाली, 'मागच्या वेळी आम्ही तुम्हाला बोलवायलो आलो होतो तेव्हा तुम्ही खूप चिडलेल्या होतात म्हणून आम्हाला वाटलं की, तुमचं कुटुंब दु:खात असल्यामुळे तुम्हाला कोणत्याही प्रकारच्या आनंद सोहळ्यात यापुढे सहभागी व्हायचं नाही.' त्या वेळी आईच्या आणि माझ्या लक्षात आलं की, आपल्या स्वत:च्या वागण्यावरच लोकांच्या प्रतिक्रिया अवलंबून असतात. लोकांना तुम्ही आवडू शकता; पण तुम्हीच जीवनापासून विन्मुख झालात, कवाड बंद करून बसलात तर कुणालाही तुम्ही कधीच आवडणार नाही. त्या दिवसानंतर आम्ही कशालाही नाही म्हटलं नाही.

सर्वांमध्ये मिसळून राहण्याचा परिणाम माझं आयुष्य बदलणारा ठरलाय. माझे आई-वडील मला असंच घरी ठेवू शकले असते. मला शिक्षण देण्याची किंवा दुसरी कौशल्ये शिकवण्याची चिंता केली नसती; पण त्याऐवजी मला असे पालक मिळाले की, ज्यांनी मला विविध अनुभव घेऊ दिले, चांगलं शिक्षण दिलं आणि सर्वसामान्य बालपण दिलं; मी भाग्यवान आहे. माझ्या शाळा आणि इतर व्यासपीठावरील भाषणांमध्ये, अगदी टेड-एक्सच्या भाषणामध्येदेखील सर्वांमध्ये मिसळून राहण्याबद्दल आणि त्यामुळे अपंगांच्या जीवनावर होणाऱ्या परिणामांबद्दल मी आवर्जून सांगत असते. ॲबिलिटी फाउंडेशन या स्वयंसेवी संस्थेने 'सेलिब्रेटिंग इन्क्लूजन' या विषयावर शॉर्ट फिल्मची स्पर्धा आयोजित केली, तेव्हा माझ्या आईने माझ्या दैनंदिन जीवनावर एक मिनिटाची फिल्म बनवण्याचं ठरवलं. अगदी सकाळी उठल्यापासून सार्वजनिक वाहनांमधून कॉलेजला किंवा कामावर जाण्यापूर्वी मी माझी सकाळची कामं कशी करते, नंतर मित्रांना भेटते. मला ती कल्पनाच हास्यास्पद वाटली; पण ती तिच्या निर्णयावर ठाम होती. जेव्हा तिच्या या फिल्मचा 'द फीनिक्स' वार्षिक पुरस्कारासाठी निवडलेल्या फिल्ममध्ये समावेश झाला तेव्हा मी अवाकच झाले.

माझ्या एम.फिल.च्या कामाने लोकांच्या हृदयाची तार छेडली गेली; या वास्तवाने उत्साहित होऊन मी आता पीएच.डी.करता प्रवेश घेतलाय. त्यातून मी 'अंतर्भाव' हा विषय अभ्यासताना देशातील 'अंतर्भाव' झालेल्या अपंगांना कसं वाटतं, सर्वसामान्य अव्यंग लोकांचा अपंगांबद्दलचा दृष्टिकोन काय आहे ते शोधून

काढण्याचा प्रयत्न करणार आहे.

काही वर्षांपासून मला विविध शाळा-महाविद्यालयांमध्ये एक प्रेरक वक्ता म्हणून माझ्या जीवनाबद्दल बोलण्यासाठी बोलावतात. बऱ्याच लोकांना माझा जीवनप्रवास प्रेरक वाटतो. मला तर वाटतं की, आपल्यापैकी प्रत्येकालाच प्रेरणेची आवश्यकता असते. एकदा मी एका रुग्णालयामध्ये गेले होते, तिथे एक मुलगी माझ्या जवळ येऊन बसली आणि म्हणाली, एका आठवड्यापूर्वी तिने मला टीव्हीवरच्या कार्यक्रमात पाहिलं. ती लगेचच रडायला लागल्याने मला धक्काच बसला. पुढे रडत रडत तिने सांगितलं की, तिचा तिच्या कुटुंबीयांशी वाद झालाय कारण ती अजूनही त्यांच्यावरच अवलंबून आहे. यामुळेच ती निराश आणि हतबल झाली होती. त्यानंतर मात्र तिने निर्धाराने डोळे पुसले आणि म्हणाली की, आता तिला भीती वाटत नाही. 'जर तुझे दोन्ही हात गमावूनदेखील तू आयुष्यात इतकं काही साध्य केलं आहेस, तर मी स्वत:ला असुरक्षित का मानावं? मी अव्यंग आहे आणि मी माझं आयुष्य घडवेन.'

मी बऱ्याचदा लोकांना सांगते की, आयुष्य इतकं छोटं आहे तेव्हा वेळेचा अधिकाधिक उपयोग न करणं हा गुन्हा आहे. अपघाताच्या आधी मी कथ्थक नृत्याचं प्रशिक्षण घेतलं होतं आणि अपघातानंतरच्या या वर्षांमध्ये मला नृत्याची फारच उणीव भासत होती. आता मी पुन्हा नृत्याला सुरुवात केलीय फरक फक्त इतकाच आहे की, हातांचा फार वापर कराव्या लागणाऱ्या कथ्थकऐवजी मी पाश्चिमात्य नृत्य शिकतेय. मी पूर्वीइतकी सहज नाचू शकले नाही तरीसुद्धा मी खूश आहे; कारण नृत्य माझ्या रक्तातच भिनलंय.

मला खूप जास्त काळ अंथरुणाला खिळून राहावं लागल्याने आत्मचिंतन तसेच जीवनाबद्दल विचार करण्यासाठी माझ्याकडे वेळच वेळ होता. त्या सर्व प्रक्रियेमधून जात असताना मला कविता करण्यात रुची असल्याचा शोध लागला. यावरून हेच सिद्ध होतं की, तुमच्या जीवनातील प्रत्येक गोष्टीचं तुम्ही संधीत रूपांतर करू शकता. तुम्ही योग्य वृत्तीची अगदी जाणीवपूर्वक कसून जोपासना केली पाहिजे. माझ्या आईने माझ्यात व माझ्या मोठ्या बहिणीमध्ये कधीच भेदभाव केला नाही आणि कधीच माझ्यावर दया दाखवली नाही की माझी बाजू घेतली नाही. तिच्या कठोर वृत्तीने तिने मला स्वतंत्र आणि स्वावलंबी केलं. तिने असं केलं याचा मला आनंद वाटतो कारण दया भयंकर गोष्ट असते. एकदा का तुम्हाला ती मिळाली की तुम्हाला ती अधिकाधिक हवीहवीशी वाटू लागते आणि तुमच्या दैनंदिन गोष्टींसाठीही तुम्ही इतरांवर अवलंबून राहता.

माझ्या आत्मनिर्भर असण्याने आणि स्वावलंबी पवित्र्यानेच मला माझ्या जीवनाच्या भावी जोडीदाराच्या जवळ आणलं आहे. आगामी एक-दोन वर्षांमध्ये आम्ही विवाहबद्ध होऊ. मी त्याला सोशल नेटवर्किंग साइटवर भेटले आणि आम्ही प्रत्यक्ष समोरासमोर

भेटण्याआधी बराच काळ आमची मैत्री होती. आम्हाला जीवनभरासाठी एकत्र राहायचे आहे. मी जेव्हा जाहीर केलं की, मला बॉयफ्रेंड आहे, मी त्याच्याशी विवाहबद्ध होणार आहे तेव्हा जवळजवळ प्रत्येकानेच पहिला प्रश्न हाच विचारला की, तोही माझ्यासारखाच अपंग आहे का? एक अपंग व्यक्ती एका अव्यंग व्यक्तीच्या प्रेमात पडणं आणि लग्न करणं अगदी शक्य आहे, त्याचप्रमाणे या उलटही होऊ शकतं, ही गोष्ट सर्वांना पटवून द्यायला मला बराच वेळ लागला. माझं भाग्यच आहे की, मी अशा माणसाला भेटले आहे की त्याच्या कुटुंबीयांनीही माझा तत्काळ स्वीकार केला.

येणाऱ्या वर्षांमध्ये मला समुपदेशनाच्या क्षेत्रात काम करायचं आहे कारण मला वाटतं, माझं या क्षेत्रातील काम आणि स्वत:चं जीवन यामुळे मी अधिक संवेदनशील झाले आहे. स्किझोफ्रेनिया रिसर्च फाउंडेशनसोबतच्या माझ्या कारकिर्दीने माझ्या मनावर खोलवर ठसा उमटवलाय कारण या आजारामुळे रुग्णांना किती प्रतिकूल परिस्थितीचा सामना करावा लागतो याची मला जाणीव झाली आहे. कधीतरी मला या क्षेत्रातसुद्धा काम करायला आवडेल.

हल्ली मी अशा प्रकल्पात गुंतलेय ज्याचा अर्थ शब्दश: 'माझी बाही ठीकठाक करणे' (Right up my sleeve) असा आहे. गेली अनेक वर्षे माझ्या कृत्रिम हातांना व्यवस्थित बसतील असे कपडे शोधण्यासाठी धडपडतेय; पण काहीही उपयोग होत नाही. जे लोक कृत्रिम हात किंवा पाय वापरतात त्यांना माहिती आहे की, त्यांचे सॉकेट मोठे असल्याने कपड्यांच्या बाह्या थोड्या मोठ्याच असाव्या लागतात. अखेर एकदा आम्ही तयार कपड्यांचा नाद सोडला. मी आणि आईने मिळून माझे कपडे डिझाइन तसेच शिवण्याचे काम सुरू केले, जेणे करून माझ्या कृत्रिम हातांना व्यवस्थित होतील आणि चांगलेही दिसतील. मला आधीपासूनच फॅशनमध्ये रुची आहे. आता मी नॅशनल इन्स्टिट्यूट ऑफ फॅशन टेक्नॉलॉजी आणि ॲबिलिटी फाउंडेशन यांनी सुरू केलेल्या प्रकल्पामध्ये अपंगांचे कपडे डिझाइन करण्यासाठी मदत करते आहे. मी दुहेरी भूमिकेत आहे, मी त्यांची मॉडेल आणि सल्लागारही आहे. जेणे करून अपंगांना केवळ अंग झाकण्यासाठीच नव्हे तर सुंदरही दिसता यावे असे कपडे डिझाइन करायला हवेत, हे त्यांना समजले पाहिजे.

या प्रवासामध्ये प्रत्येक पायरीवर मला नेहमीच स्वत:ला क्षमतेच्या मर्यादेपर्यंत ढकलावं लागलंय; दरवेळी मला माझ्यातीलच नवीन सामर्थ्याचा आणि हुशारीचा शोध लागलाय. माझ्या अपघातानंतर मी जेव्हा नुकतीच चालायला सुरुवात केली होती तेव्हा माझ्या घराच्या पायऱ्या चढून जाणं माझ्यासाठी सर्वांत मोठं मिशन होतं. त्या वेळी तेच पर्वतारोहणाइतकं अशक्यप्राय वाटत होतं; पण आज मी धावत संपूर्ण जिना चढू शकतेय. सर्वाधिक महत्त्वाचं असतं ते म्हणजे प्रेरणा घेऊन प्रेरित राहणं.

अगदी काही महिन्यांपूर्वीच मी उटीमध्ये तीन किलोमीटरच्या ट्रेकलाही गेले होते. जरी माझे पाय प्रचंड दुखले; त्यामुळे दुसरा संबंध दिवस मला झोपून काढावा लागला तरी मी त्या अनुभवाचा आनंद घेतला.

माझ्याकडे इलेक्ट्रॉनिक हात असले म्हणजे ते काही माझ्यासाठी सर्व गोष्टी करू शकत नाहीत. मी ते केवळ लिहिण्यासाठी, चारचौघांमध्ये जाताना आणि कॉस्मेटिक्स लावायला वापरते. बाकीची सर्व कामे मी माझ्या खऱ्या हातांनी करते, जरी ते थोटके असले तरीसुद्धा त्यांनीच करते. मी त्यांनी खूप सहजच टाइपिंग करू शकते, वास्तविक माझा एम.फिल.चा प्रबंध मी त्यांनीच टाइप केला आहे.

माझ्या शारीरिक अपंगत्वाची भरपाई म्हणून मी नेहमीच चांगलं, सुंदर दिसावं आणि टापटीप राहावं असं मला वाटतं. जेव्हा मी छान दिसते तेव्हा मला खूप समर्थ वाटतं. यातूनच कॉस्मेटिक्स आणि मेकअपमध्ये रुची निर्माण झाली. आज मी माझ्या कृत्रिम हातांनी काजळ, मस्कारा तसेच आयलायनरदेखील लावते. मात्र, अजूनही टिकली लावण्यासाठी मला माझ्या आईच्या मदतीची आवश्यकता असते.

बऱ्याचदा लोक विचारतात की, मला कशातून प्रेरणा मिळते. जे माझ्याशी एखाद्या अव्यंग व्यक्तीशी वागतात अगदी तसेच वागतात, अशा लोकांकडून मला प्रेरणा मिळते. मला वाटतं की, एक गोष्ट आपल्या सर्वांनाच समजली पाहिजे ती म्हणजे ज्या क्षणी तुम्ही आमच्याशी वेगळं वागता त्या क्षणी वास्तवात आम्ही तुमच्या आयुष्यातून दूर फेकले जात असतो. वास्तविक अपंगांना तुमच्या सहानुभूतीची नाही तर अशा जागेची गरज किंवा असं स्थान हवं असतं जिथे त्यांचं मूल्यमापन केलं जाणार नाही किंवा ते कोण आहेत आणि काय करू शकतात याचं सामाजिक समालोचन होणार नाही.

माझ्या आयुष्याचा उद्देश स्पष्ट आहे, संघर्ष करत राहिलात की तुम्ही टिकून राहाल आणि शरण गेलात तर तुमचं अस्तित्वच शिल्लक राहणार नाही.

◆

मोहम्मद शरिफ

मोहम्मद शरिफ डाव्या हाताचा अंगठा वर करून त्यांची सकारात्मक वृत्ती तसेच आव्हाने झेलण्याची तत्परता आणि त्यांच्या यशाचं प्रतिबिंब दर्शवत आहेत. त्यांच्या या हावभावाच्या सभोवतीने संगीताची एक नोंद त्यांची संगीताची आवड आणि संगीतातून त्यांना मिळालेली ओळखही दाखवून देत आहे. संगीताच्या नोंदीलाच वाढवत नेऊन पियानो दाखवला आहे. मात्र, त्यास केवळ एकच हात दाखवला आहे (त्यांच्या शारीरिक स्थितीचं सूक्ष्म प्रतिनिधित्व). यामुळेच हे रेखाचित्र अगदी परिपूर्ण झालं असून गोष्टीतील सर्व घटक एकत्र दाखवले आहेत.

उन्हाने लाही लाही झालेल्या धरणीमातेला शांत करण्यासाठी वाऱ्याची छोटीशी झुळूकदेखील नव्हती, उन्हाळ्याच्या अशा एका दुपारी घामाने चिंब झालेली मी मोहम्मद शरिफ यांना भेटले. माझा त्या दिवसाचा पहिला अर्धा भाग दिल्लीला आणि नंतर टॅक्सीने न संपणारा प्रवास करत गुडगावबाहेर असलेल्या छोट्याशा खेड्यामध्ये पोहोचण्यात गेला होता.

जिथं मी माझे मित्र फिरोज यांना भेटणार होते. तिथं त्यांनी निवृत्त पोलीस अधिकारी किरण बेदी यांच्या नवज्योती या स्वयंसेवी संस्थेसोबत मिळून स्वत:च्या मुलाला समर्पित असलेलं एक संगीत विद्यालय स्थापन केलं आहे. किरण बेदी यांच्याकडे कौतुकाने पाहत पाहतच मी मोठी झालेय; परंतु तिथे पोहोचल्यावर खेड्यातील मुलांनी हृदयाच्या तारा झंकारणारे सुफी संगीत गायला सुरुवात केल्याबरोबर माझ्या मनाचा आणि शरीराचा थकवा पार कुठल्याकुठे पळून गेला. या मुलांना त्यांच्या हसतमुख, सक्षम शिक्षकांचं मार्गदर्शन लाभलं होतं. मोहम्मद शरिफ पेटीवर मुलांची साथ देत होते.

या मुलांनी आपलं गाणं संपवलं आणि श्रोत्यांच्या टाळ्यांच्या कडकडाटाचा हात जोडून अभिवादन करत स्वीकार केला. त्या वेळी काहीतरी माझ्या लक्षात आलं, ते म्हणजे शरिफ डावा हात आणि उजवा पाय वापरून पेटी वाजवत होते! त्यांना उजवा हातच नव्हता!

माझं सुरुवातीचं आयुष्य उत्तर प्रदेशातील विस्मृतीच्या पडद्याआड गेलेल्या नानपारा नावाच्या एका छोट्या खेड्यात गेलं. तिथं मी, माझी पाच भावंडं आणि आई-वडिलांसोबत राहायचो. त्या सुरुवातीच्या दिवसांतील एकच गोष्ट प्रकर्षाने लक्षात राहिलीय, ती म्हणजे अठरा विश्वे दारिद्र्य आमच्याकडे आ वासून पाहत होतं. माझे आई-वडील अशिक्षित होते आणि त्यांच्या सहा मुलांच्या दोन वेळच्या अन्नाचा बंदोबस्त करण्यासाठी जमीनदाराच्या शेतावर काबाडकष्ट करत होते; त्यामुळे दिवसाचा बराचसा वेळ ते बाहेरच असायचे, म्हणून आम्ही भावंडं दिवसभर शेजारीच राहणाऱ्या आजी-आजोबांसोबत असायचो. मागे वळून पाहताना मला वाटतं की, गरिबी आणि सर्वांत मूलभूत गरजांचाही सातत्याने अभाव या गोष्टींनी आमची साथ कधीही सोडली नाही. आमच्याकडे जेमतेम दोनवेळचं अन्न सोडल्यास काहीही नाही हे जाणवायला आम्ही फारच लहान होतो. तरीही मित्रांसमवेत शेतातून हुंदडण्यात माझे दिवस अगदी मजेत जात होते. शाळेत जाणं भाग आहे म्हणूनच आम्ही जायचो आणि एकंदर आमच्या जगण्यामध्ये अभ्यासाला फारच कमी महत्त्व होतं.

एके दिवशी हे सारं बदललं. आमचे आजी-आजोबा फारच म्हातारे असल्याने बाजारहाट आणि इतर दैनंदिन कामं करणं त्यांना शक्य नव्हतं म्हणून आम्ही मुलं धावत धावत काम करून त्यांना मदत करायचो. त्या विशिष्ट दिवशी गिरणीत गहू घेऊन जाण्याची माझी पाळी होती, म्हणजे गहू दळून आणल्यावर आमची नानी आमच्यासाठी चपात्या करू शकेल. मी आणि माझ्या मित्राने दळणाची पिशवी गिरणीमालकाकडे दिली आणि त्या विजेवर चालणाऱ्या अजस्र यंत्रामध्ये गहू कसे दळले जातात हे पाहत तिथंच घुटमळलो. गरगर फिरणाऱ्या पट्ट्यामुळे ते यंत्र चालतं आणि शेवटी जादू व्हावी तसं पांढरंशुभ्र पीठ दुसऱ्या बाजूने खाली पडतं. आज एवढ्या वर्षांनंतरही त्या अजस्र यंत्रात मी नेमका कसा सापडलो ते मला कळलं नाही. एका क्षणाला आम्ही बाजूला उभे होतो, दुसऱ्याच क्षणी माझा उजवा हात त्या यंत्रात खेचला जात होता, काय होतंय ते कळायच्या आत माझा हात यंत्रात

अडकला आणि खांद्यापासून उपटला गेला! मला आठवतंय की, ते यंत्र माझा हात गिळून टाकत होतं. लहान बालकाच्या डोळ्यांनी मी अवाक होऊन पाहत होतो आणि दुसऱ्या बाजूने त्या यंत्राने माझा हात बाहेरही फेकला. एकच गलका झाला, आजूबाजूचे सर्व लोक ओरडत होते आणि माझा मित्र मला वाचवण्याचा प्रयत्न करत होता. बस! त्यानंतर काय झालं काही माहीत नाही. जेव्हा मला जाग आली तेव्हा मी दवाखान्यात होतो. माझे पालक माझ्याजवळ होते. आई तर स्फुंदून स्फुंदून रडत होती. मी बऱ्याचदा शुद्धीवर यायचो आणि परत बेशुद्ध व्हायचो असं खूप दिवस सुरू होतं. शेवटी एके दिवशी मी पूर्ण शुद्धीवर आलो. त्या वेळी माझ्या बाबांनी मला सांगितलं की, माझ्या कुर्त्याची बाही पट्ट्यात अडकली आणि मी त्यात ओढला गेलो. त्यानंतर त्यांनी जे सांगितलं त्याने तर मला धक्काच बसला, मला वाचवण्याचा प्रयत्न करणाऱ्या मित्राचा हातही गिरणीत अडकला. सुदैवाने त्याचा हात फ्रॅक्चर होण्यावरच निभावलं; परंतु मी मात्र त्या अपघातात माझा संपूर्ण हातच गमावला होता.

मी पूर्ण शुद्धीवर आलो तेव्हा माझे वर्गशिक्षक माझ्या पलंगाजवळ होते. ते खूपच दयाळू होते. त्यांच्याकडे त्यांच्या विद्यार्थ्यांना सांगण्यासाठी सदैव चांगल्या चांगल्या गोष्टी असायच्या. त्या दिवशी दवाखान्यात ते असं काही बोलले ज्यामुळे मला माझ्या आयुष्याचा सूर गवसला. ते म्हणाले, 'आपल्यासोबत सर्व प्रकारच्या घटना घडतात. कदाचित देवाने तुझ्या नशिबात हेच लिहिलं असेल; पण त्याचा अर्थ असा होत नाही की, यामुळे तुझं बाकीचं सारं आयुष्यच संपलं आहे. तुला या आघातातून सावरून पुढे गेलं पाहिजे. तुझं पुढचं आयुष्य सुरू करायला मी तुला मदत करेन.' खेड्यातील एक साधे शिक्षक देत असलेला संदेश मला समजला नाही; पण दवाखान्यातील पलंगावर पडल्या पडल्या माझ्या मनात विचार येत होता की, माझा उजवा हात गमावल्यामुळे आता आयुष्यातील बाकी मजासुद्धा संपली. मला वाटत होतं की, आता मी शाळेत जाऊ शकणार नाही, गल्लीत मित्रांसमवेत विटी-दांडू खेळू शकणार नाही, कोणतंही वाद्य वाजवू शकणार नाही. माझ्या समाजाचा पारंपरिक व्यवसाय ढोलकं बनवून विकणं हा आहे. गरिबीमुळे आम्ही आमचा परंपरागत व्यवसाय करू शकत नव्हतो; पण मला माझ्या वडिलांकडून ढोलकं वाजवायला शिकण्याची खूप इच्छा होती. दवाखान्यातील पलंगावर मी जागा झालो आणि मला जाणवलं की, आता माझ्याकडे फक्त एकच हात आहे. मी विचार करत होतो की, आता ते कधीही शक्य नाही.

परंतु जेव्हा दुसऱ्याच दिवशी माझ्या शाळेतील दयाळू सर पेन्सिल घेऊन आले आणि त्यांनी डाव्या हाताने मला पेन्सिल धरायला आणि लिहायला शिकवायला सुरुवात केली तेव्हा त्यांच्या शब्दांनी तर जादूच केली. ती एक अत्यंत कष्टप्रद आणि निराशाजनक प्रक्रिया होती; पण त्यांनी कधीच धीर सोडला नाही की माझा

नादही टाकला नाही. दवाखान्यातून घरी परतल्यावर स्पष्ट, स्वच्छ लिहिण्याचा प्रचंड सराव केला आणि लवकरच माझ्या प्रयत्नांना यश आलं. मी डाव्या हाताने अगदी सहज लिहायला लागलो आणि शाळेत जाऊ शकलो.

या अपघातानंतर दोन वर्षांनी आमच्या चांगल्या भविष्याच्या शोधात माझ्या वडिलांनी गाव सोडून मोठ्या शहरात जायचं ठरवलं. आम्ही मुलं पालकांच्या या निर्णयाने गोंधळून गेलो कारण ते तर त्याच खेड्यात लहानाचे मोठे झाले होते. एके दिवशी अब्बा म्हणाले की, मी आता अपंग असल्याने माझ्यासाठी या छोट्याशा खेड्यात भविष्याच्या फारच कमी संधी आहेत. दिल्लीला जाणाऱ्या रेल्वेगाडीत आम्ही नेमकं कधी बसलो ते माहीत नाही; परंतु त्या प्रवासानेच माझ्या उर्वरित आयुष्याचा क्रम ठरवला.

दिल्ली आमच्या कल्पनेप्रमाणे अजिबात नव्हती. आम्हाला वाटलं होतं की, रस्त्याच्या दुतर्फा उत्कृष्ट घरं असतील; पण वास्तव एकदम वेगळं होतं. आम्ही भव्य अशा लाल किल्ल्याच्या परिसरातील यमुना पुष्ट नावाच्या गरीब झोपडपट्टीत राहत होतो. आमच्या सभोवताली आमच्यापेक्षाही खूपच गरीब लोक राहत होते. सगळीकडे घाण आणि चिखल होता. काही माणसांच्या आणि तरुण मुलांच्या टोळ्या बिनदिक्कतपणे उघडउघड कायद्याचे उल्लंघन करीत, गुन्हेगारी कृत्यं करायचे. ते कुणालाही घाबरत नव्हते, महिलांची छेड काढायचे, लोकांना लुटायचे आणि तिथं त्यांचंच राज्य आहे अशा तोऱ्यात राहायचे, हे पाहून आम्हाला धक्का बसला. आज मागे वळून पाहतो तेव्हा मी देवाचे आभार मानतो की, आमच्यापैकी कुणीही त्या गँगमध्ये समाविष्ट झालं नाही. दिवसा लाल किल्ल्यावरच्या शाळेत जायचं, संध्याकाळी आपापला अभ्यास करत बसायचं. माझ्या वडिलांनी आमच्या पारंपरिक व्यवसायाची कास धरली. ते ढोलकं बनवून विकू लागले. हेच काम करणाऱ्या आमच्या वस्तीतील इतर लोकांसोबत मिळून काम करू लागले. अशा रितीने अखेर मला आमच्या पारंपरिक व्यवसायाची झलक पाहायला मिळाली.

मला आठवतंय, अगदी लहानपणापासून मला गाण्याची आवड होती आणि मी नेहमी एका कानाला रेडिओ लावून सगळीकडे फिरायचो. आमच्या घरी सतत रेडिओ सुरू असायचा. जुन्या चित्रपटांतील गाणी किंवा इतर सांगीतिक कार्यक्रमांनी आमची करमणूक होत राहायची. मला गायला खूप आवडायचं. माझे वडील घरी असले की, मी त्यांना माझी गाणी ऐकवून हैराण करायचो. मी कधी कल्पनादेखील केली नव्हती की, माझं दैव मला संगीताच्या कारकिर्दीत आणून सोडेल.

सन १९८७ मध्ये मी इयत्ता सातवीमध्ये असताना आयपीएस अधिकारी किरण बेदी आमच्या वस्तीत आल्या आणि त्यांनी त्यांच्या नवज्योती या स्वयंसेवी संस्थेची शाखा सुरू केली. त्या वेळी त्या आधीपासूनच गुन्हेगारांचे पुनर्वसन करणं, महिला

आणि मुलांना त्यांचे जीवनमान सुधारण्यास मदत करणं आणि विकासाच्या संधी उपलब्ध करून देणं अशा कामांसाठी प्रसिद्ध होत्या. आमच्या वस्तीत रोजगार मिळवण्यासाठी देशभरातून स्थलांतरित झालेले कामगार होते आणि काम मिळाले नाही की, ते गुन्हेगारीकडे वळायचे; तेव्हा त्यांनी आमच्या वस्तीत लक्ष घालणं अगदीच आवश्यक झालं होतं. त्यानंतर अगदी चमत्कार व्हावा तसं झालं. नवज्योतीच्या स्वयंसेवकांमार्फत मला नवज्योती शाळेत मुलांना शिकवण्याची संधी मिळाली. सुरुवातीला या कल्पनेनेच जीव दडपल्यासारखा झाला होता; पण नंतर मला मुलांसोबत राहायला आवडू लागलं आणि त्या मुलांनादेखील मी खूप आवडायचो. अंक आणि बाराखडीसोबत मी त्यांना अभिनयसुद्धा शिकवायचो. अभिनय ही माझी आणखी एक आवड आणि लवकरच आम्हाला त्यात फार मजा वाटू लागली. म्हणतात ना, जे देवावर विश्वास ठेवतात, अशांवर देवही लक्ष ठेवतो. नवज्योतीमधील स्वयंसेवकांना माझी अभिनयाची आवड लक्षात आली. त्यांनी माझी आवड विकसित करण्यासाठी मला जवळच्याच अभिनय शाळेत पाठवलं. मी अभिनयाचं प्रशिक्षण घेऊन आल्याबरोबर नवज्योती शाळेत माझी नाट्यशिक्षक म्हणून नेमणूक केली; तो क्षण माझ्यासाठी अत्यंत आनंदाचा होता आणि मी ते आव्हान स्वीकारलं. मी पथनाट्य तसेच उत्स्फूर्त सादरीकरण करण्यासाठी मुलांना मार्गदर्शन करायचो.

सन १९९० मध्ये नवज्योती शाळेत जेव्हा पहिल्या संगीत शिक्षकाची नियुक्ती करण्यात आली तेव्हा माझ्याही आयुष्यात एका नवीन अध्यायाला सुरुवात झाली. आता मीही शाळेतील एक शिक्षक असल्याने ते जेव्हा वर्गावर शिकवत तेव्हा मी त्यांच्याकडे जाऊ शकत नव्हतो; परंतु शाळा सुटल्यावर मी त्यांच्याकडे जाऊन त्यांचं गाणं ऐकायचो आणि कधीकधी त्यांना माझं गाणं ऐकण्याची विनंती करायचो. अर्जुन कुमारजी एक खूपच उदार शिक्षक होते आणि एकदम मोठ्या मनाचा माणूस! त्यांनी फार लवकर माझी गाण्याची आवड हेरली आणि एके दिवशी मला म्हणाले की, संगीताच्या बाबतीत गंभीर असलास तर पेटी (हार्मोनियम) वाजवायला शिक. प्रथम मला वाटलं की, ते माझी गंमतच करताहेत; पण त्यांनी मला सांगितलं की, डावा हात आणि उजव्या हाताऐवजी उजवा पाय वापरून पेटी कशी वाजवायची, हे ते मला शिकवतील. त्यांचा माझ्यावरील विश्वास पाहून मलाही हुरूप आला आणि लवकरच आम्ही आमच्या उद्योगात व्यग्र झालो. ते फारच आव्हानात्मक, भीतिदायक आणि वेदनादायक काम होतं. सुरुवातीच्या काही दिवसांत तर माझ्या पायाच्या बोटांना फोड आले, ते फारच वेदनादायक होतं. नंतर ते अधिकच खराब झाले आणि काही दिवस तर चालणंदेखील अशक्य होऊन गेलं; पण मी माझ्या निर्णयावर ठाम होतो आणि पेटी वाजवणं सुरूच ठेवलं.

सोबतच त्यांच्याकडून मी सरगम, अलंकार आणि राग शिकलो. एके दिवशी

जेव्हा त्यांनी मला सांगितलं की, त्यांनी माझ्यासाठी 'अलाहाबाद प्रयाग संगीत समिती'मध्ये संगीत शिकण्यासाठीचा अर्ज भरला आहे, तेव्हा मला खूप आनंद झाला. मला तिथं प्रवेश मिळाला तो दिवस माझ्या आयुष्यातील सर्वांत आनंदाचा दिवस होता. मी कायमच गायक आणि संगीतकार व्हायचं स्वप्न पाहत आलो होतो आणि त्या संगीत शिक्षण संस्थेत मी जी वर्षे दिली त्यांनी माझी महत्त्वाकांक्षा पूर्ण केली. मी जेव्हा त्या शिक्षण संस्थेतून बाहेर पडलो तेव्हा वयाच्या २२ व्या वर्षी माझं संगीतातील पदव्युत्तर पदवी (मास्टर्स डिग्री) पर्यंतचं शिक्षण पूर्ण झालं होतं आणि जीवन अनंत शक्यतांनी भरलेलं होतं.

मी अलाहाबादहून परत आल्याबरोबर लगेचच किरण बेदी यांनी माझी नवज्योती विद्यालयात संगीत शिक्षक म्हणून नियुक्ती केली आणि माझ्या आयुष्यातील नव्या अध्यायाला सुरुवात झाली. गेल्या पंधरा वर्षांपासून मी नवज्योतीमध्ये येणाऱ्या गरीब मुलांना केवळ संगीत शिकवतोय असं नाही तर माझ्यासारख्या वेगळ्या पद्धतीने अत्यंत भयावह वातावरणामध्ये जीवन जगणाऱ्या लहान मुलांच्या आयुष्यात आनंदच निर्माण करतोय. यामुळेच संगीत हा त्यांच्यासाठी त्यांच्या नित्य परिस्थितीमधून दोन घटका बाहेर पडण्याचा, सुटकेचा मार्ग असून कदाचित भविष्यात उदरनिर्वाहाचा मार्गही ठरू शकतो. ज्याप्रमाणे मी लग्नकार्य, सांस्कृतिक कार्यक्रमांमधून आणि कव्वाली कार्यक्रमांमध्ये गातो, या मुलांनाही त्यांचं स्वत:चं असं व्यासपीठ मिळेल आणि त्यांचे स्वत:चे विद्यार्थी मिळतील, ज्यांना ते त्यांची कौशल्ये शिकवू शकतील.

गेल्या काही वर्षांपासून मी नवज्योतीमध्ये दररोज गरीब कुटुंबातील तीस मुलांच्या तीन-चार बॅचना संगीत शिकवतो आणि त्या मुलांच्या जीवनाला काही अर्थ बहाल करण्याचं काम मला दिलं आहे म्हणून मी कृतज्ञ आहे. जेव्हा मी त्यांना गुणगुणताना किंवा एखादं वाद्य वाजवताना ऐकतो, तेव्हा मला माझी स्वत:ची मुलं संगीतातून आनंद घेताना जसा अभिमान वाटतो अगदी तसाच तेव्हाही वाटतो. नवज्योतीसोबतच्या या एवढ्या वर्षांमध्ये मी नक्कीच एक हजार मुलांना तरी शिकवलं असेल. आता मी मोजदाद करायचंच सोडून दिलंय; पण प्रत्येक मुलाला शिकवताना मला वेगळाच आनंद मिळतो. नवज्योती केंद्रात जेव्हा आम्हाला विशेष बुद्धिमत्ता असलेली मुलं आढळून येतात तेव्हा आम्ही त्यांना संगीत विद्यालयामध्येसुद्धा पाठवतो, जेणे करून त्यांचे अंगभूत कौशल्य आणि हुशारीला अधिक झळाळी मिळेल. उत्तर-पश्चिम दिल्लीतील भावना रिसेटलमेंट कॉलनीतील नवज्योती केंद्रामध्ये सद्दाम नावाच्या ८-९ वर्षांच्या एका मुलाने माझ्याकडून संगीत शिकायला सुरुवात केली आणि आता वयाच्या १६ व्या वर्षी तो उत्तम पेटी वाजवतो आणि गझलही गातो. त्याला जेव्हा मी टॅलेंट शो आणि विविध स्पर्धांमधून भाग घेताना पाहतो तेव्हा मला त्याचा खूप अभिमान वाटतो.

माझ्या वडिलांनी मला एका हाताने ढोलकं वाजवायला शिकवलं आणि त्या वेळी मला समजलं की, आपण मेहनत घेतली, कष्ट केले की सर्व काही साध्य होतं. अगदी आजदेखील मी जेव्हा लोकांना सांगतो की, मी संगीतकार असून पेटी आणि ढोलकं वाजवतो; तरीसुद्धा जोपर्यंत ते मला प्रत्यक्ष वाजवताना पाहत नाहीत तोपर्यंत त्यांना या गोष्टीवर विश्वास ठेवणं कठीण जातं; परंतु त्यांच्या अविश्वासाचा किंवा मेहरबानीचा माझ्यावर परिणाम होत नाही.

कधीकधी मी राहतो त्या गल्ल्यांमधून जात असताना जेव्हा माझ्याकडून संगीत शिकलेली लहान मुलं माझ्याकडे बोट दाखवून माझं सारेगम म्हणून हसत स्वागत करतात तेव्हा माझं हृदय आनंदाने उचंबळून येतं!

ज्या ठिकाणाहून माझं कुटुंब आलं आहे आणि आमचं अठरा विश्वे दारिद्र्य पाहता आमच्यासाठी काही भविष्यच नव्हतं; पण माझ्या वडिलांनी आम्हा मुलांना शाळेत पाठवण्यासाठी अपार कष्ट केले आणि आमच्या स्वप्नांवर विश्वास ठेवला. माझी स्वत:ची सर्व मुलं शिकलेली आहेत आणि माझ्याप्रमाणेच त्यांचंही संगीतावर प्रेम आहे. माझा एक मुलगा इतका सुदैवी आहे की, नवज्योतीने त्याला शास्त्रीय नृत्यात प्रशिक्षण देण्याची व्यवस्था केली आणि आज तो पाश्चिमात्य नृत्यसुद्धा शिकतोय. यामुळेच मी दररोज परमेश्वराचे त्याच्या दयाळूपणासाठी आभार मानतो. तो नसता आणि माझ्या वडिलांनी त्यांच्या मुलांना शिकवण्याचा आग्रह धरला नसता आणि त्यांच्या स्वप्नांना पंख दिले नसते तर मी कदाचित भिकारीच झालो असतो, कारण माझे अपंगत्व पाहून दयेने लोकांनी मला भिक्षा तर दिलीच असती; पण त्याऐवजी मी शिक्षक म्हणून मानाने आणि ज्याच्या कलेसाठी त्याच्याकडे आदराने पाहिले जाते असा संगीतकार म्हणून जीवन जगतोय. या उपर मी आयुष्याकडून आणखी काय मागितलं असतं?

◆

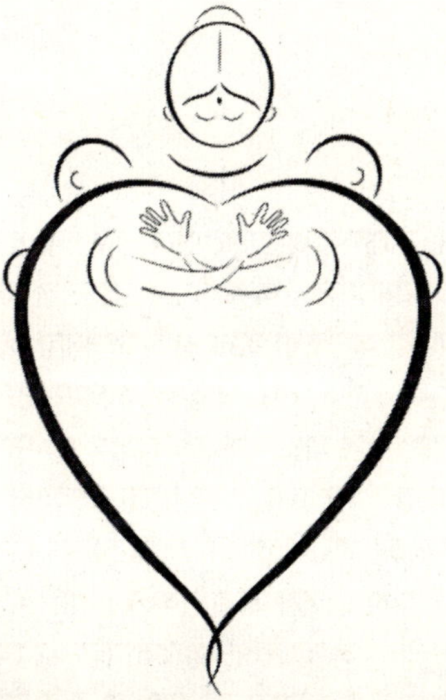

रित्विक आणि रोशन राजन

हे कथन काही एका व्यक्तिरेखेचे नाही तर तीन व्यक्तींच्या एकत्रित व्यक्तिरेखांचे आहे आणि त्यांचे एकमेकांसोबतचे दृढ संबंध म्हणजे या कथेचा गंध आहे. रेखाचित्रात अम्मा मधोमध असून ती खरोखरच या कथेचा कणा आहे अन् तिने सर्वकाही एकत्र धरून ठेवलंय. हृदयासारखा आकार तिचं नि:स्वार्थ, निरपेक्ष ममत्व म्हणून पाहता येईल आणि याच आकाराचा उपयोग तिच्या दोन मुलांना दाखवण्यासाठीसुद्धा केलेला आहे (शब्दश: ते एकमेकांसोबत आहेत) आणि तिघांनी एकमेकांना कवेत घेतलंय; दृढपणे ते एकमेकांत मिसळून एकच झाले आहेत... प्रेमाच्या अगदी शुद्ध अन् सात्त्विक स्वरूपाचं प्रतीक बनले आहेत.

बेंगळुरु शहराच्या टोकाला झाडाझुडपांनी, फुलांनी बहरलेलं आणि घरातील सदस्यांच्या एकमेकांवरील गाढ प्रेमाने वेढलेलं एक नेमस्त घर. कैक प्रकाराने या घरात राहणाऱ्या कुटुंबाची कथा अविश्वसनीय आहे. एका युवतीने एका अंध मुलाला जन्म दिला आणि सारं जीवन त्याच्यासाठी वाहून घेतलं. अनेक वर्षांनंतर तिला वाटलं की, तिचं बाळं एकाकी पडतंय म्हणून तिने पुन्हा एकदा आई होण्याचा निर्णय घेऊन एका मुलाला जन्म दिला. दुर्दैवाने तिचा दुसरा मुलगाही जन्मत:च अंध होता; यावेळी परिस्थिती अधिकच बिकट होती. तिचा दुसरा मुलगा फक्त अंध नव्हता तर त्याला इतरही अनेक व्यंगे होती. या झुंजार महिलेने निर्णय घेतला की, या दोन्ही मुलांना अशा रितीने वाढवायचं की त्यांना समाधानी आयुष्य मिळू शकेल. एके दिवशी संध्याकाळी मी त्यांच्या घरी केवळ मुलांना भेटायला म्हणून गेले; पण तिथं गेल्यावर संपूर्ण कुटुंबाचीच ओळख झाली अन् मी भारावून गेले. मी ज्या दोन तरुणांची मुलाखत घेणार होते ते अंध होते; पण त्यांना प्रत्यक्ष भेटल्यावर मला जाणवलं की, ते अंध आहेत याची त्यांना जाणीवही नसेल कारण त्यांनी जीवनाचं सर्व वैभव त्यांच्या आईच्या नजरेतून पाहिलं. त्यांनी जगाच्या कानाकोपऱ्यांपर्यंत प्रवास केलेला आहे, भिन्न प्रकारच्या श्रोत्यांना मंत्रमुग्ध केलं आहे. कदाचित त्यांनी जरी प्रत्यक्षात कधी आकाश पाहिलं नसेल तरी त्यांच्या आकांक्षांपुढे गगनही ठेंगणं आहे.

रोशन राजन

माझे पालक खूपच तरुण असताना माझा जन्म झाला. मी जन्मत:च आंधळा होतो. त्यांनी मला खूप वेगवेगळ्या डॉक्टरांकडे नेलं; पण त्यांना निराश होऊनच परत यावं लागलं; कारण सर्व डॉक्टरांनी त्यांना हेच सांगितलं की, ते माझ्या परिस्थितीत सुधारणा करण्यासाठी काहीही करू शकणार नाहीत. माझी आई नोकरदार महिला होती. तिने ठरवलं की, ती तिला जितकं शक्य आहे तितकं चांगल्या रितीने माझं संगोपन करेल आणि तिच्या लेखी याचा अर्थ असा होता की, मला कोणत्याही प्रकारची विशेष वागणूक द्यायची नाही. तिने ज्या पद्धतीने एका सर्वसामान्य मुलाला वागवलं असतं तसंच मलाही वागवलं.

ती मला सांगते की, मला वाढवणं फारच कठीण होतं; मी रात्र रात्र रडायचो अन् मग रात्रीच्या वेळी मला गुंतवून ठेवण्यासाठी ते माझ्या बाजूला टेपरेकॉर्डर सुरू करून ठेवायला शिकले. मी दोन-तीन वर्षांचा होईपर्यंत माझी सर्व प्रकारच्या संगीताशी आणि गाण्यांशी ओळख झालेली होती. ती म्हणते की, अंघोळ घालताना किंवा कपडे धुताना नळाचं ठिबकणं ऐकून पहिल्यांदा मला ताल समजला. तालाची ही समज अन् अगदी सुरुवातीलाच संगीताशी झालेली ओळख यामुळे मी आयुष्यभरासाठी संगीताच्या प्रेमातच पडलो. आज संगीत हाच आम्हा दोघांच्या आयुष्याचा सर्वांत मोठा भाग आहे. मी व माझा भाऊ रित्विक, तो माझ्यापेक्षा दहा वर्षांनी लहान आहे, तोसुद्धा आंधळा आहे; ऑटिस्टिक असल्याने तो जास्त बोलत नाही. मी तर म्हणेन की, त्याच्या बाबतीत वास्तविक संगीत हेच त्याचं जीवन आहे.

आम्ही राहायचो तिथली कोणतीही शाळा आंधळ्या मुलाला प्रवेश देत नव्हती. माझ्या आईला कळतच नव्हतं की, माझ्यासारख्या अंध मुलाचं करायचं काय? जवळच कर्नाटकी संगीत शिकवणाऱ्या एक बाई होत्या; त्यांच्याकडे ती मला घेऊन गेली. या माझ्या पहिल्या संगीत शिक्षिका खूपच दयाळू बाई होत्या. त्यांनी मला आठवड्यामधून दोनदा शिकवणीसाठी येऊ दिलं. माझ्या वयाची माझी इतर भावंडं

मुळाक्षरं गिरवत होती तेव्हा माझं संगीत शिकूनसुद्धा झालं! आता मला आठवत नाही पण माझी आई सांगते की, मी गाणं अगदी सहजच शिकलो अन् मी इतका चांगला होतो की, एकदा बाई कशासाठी तरी वर्गाबाहेर गेल्या होत्या तेव्हा मी आपणहून पुढे येऊन सर्वांकडून श्लोक म्हणवून घेतले.

मी चार वर्षांचा असताना मृदंग वाजवण्याचं शिक्षण घ्यायला सुरुवात केली आणि सर्वांसमोर वाजवण्याची पहिली संधी मला आकाशवाणीवर मिळाली. झालं असं की, एक मोठे कलाकार मृदंग वाजवायला येणार होते; पण ते वेळेवर पोहोचू शकले नाहीत. मग भजन शिकवणाऱ्या सरांनी त्या स्लॉटकरता माझं नाव सुचवलं. मला अगदी अंधूक आठवतंय की, आई मृदंग धरून उभी होती अन् मी गात होतो कारण मृदंग धरण्यासाठी मी खूपच छोटा होतो. तेव्हा मला काय कल्पना की, ज्या आकाशवाणीवर मला पहिल्यांदा कार्यक्रम करायची संधी मिळाली, तिथला मी कलाकार होऊन जाईन आणि माझा आवाज सर्वांच्या ओळखीचा होईल.

भजन शिकण्याच्या त्या पहिल्या काही वर्षांनंतर पुढे जाऊन मी अनेक वर्षं कर्नाटकी गायकी, की-बोर्ड, मृदंग आणि व्हायोलिनचं शिक्षण घेतलं. माझ्या वडिलांची बदलीची नोकरी असल्याने आम्ही हैदराबाद आणि म्हैसूर अशा वेगवेगळ्या शहरांमध्ये राहिलो आणि मी सतरा-अठरा वर्षांचा असताना आमचं कुटुंब धारवाडला राहायला गेलं. तिथं तर कर्नाटकी गायकी शिकवायला कुणी शिक्षकच मिळत नव्हते, म्हणून मग मी हिंदुस्थानी संगीत शिकायला सुरुवात केली; पण मला बरीच चिंता वाटत होती. सुरुवातीला मला ते थोडं कठीण गेलं; पण लवकरच मी हिंदुस्थानी संगीताचेही बारकावे शिकलो कारण माझा नैसर्गिक कलच संगीताकडे आहे. माझ्या वडिलांची परत बेंगळुरुला बदली होईपर्यंत म्हणजे सात वर्षे मी हिंदुस्थानी संगीत शिकत होतो.

माझा भाऊ रित्विक जन्माला आला तेव्हा मी दहा वर्षांचा होतो. तोही जन्मतःच अंध होता. तो दोन वर्षांचा झाल्यावर माझ्या पालकांना जाणवलं की, त्याला अजून काहीतरी समस्या आहेत. तो अजिबातच बोलत नव्हता आणि त्याच्या हालचालीही खूपच मंद होत्या. लवकरच डॉक्टरांनी सांगितलं की, तो ऑटिस्टिक असण्याची शक्यता आहे. अगदी रोजच्या छोट्या छोट्या गोष्टींसाठीही तो पालकांवर अवलंबून राहात होता; जसं की जेवण; त्यामुळेच त्याला घराजवळ असलेल्या विशेष मुलांच्या शाळेत पाठवायचा आमच्या पालकांना धीर होत नव्हता. अन् ती शाळाही निवासी होती. तो स्वतःचं काहीही करणं शक्यच नव्हतं.

माझं बालपण माझ्या कल्पनेप्रमाणे तरी अगदी सर्वसामान्य होतं. मोठ्या शिशुवर्गात असल्यापासून मी सर्वांसोबत सर्वसामान्य शाळेत जायला लागलो होतो. आई सांगते की, मी खूपच खोडकर होतो कारण मी इतर मुलांसोबत भांडायचो

आणि बऱ्याचदा तिला माझी भांडणं सोडवायला लागायची. मी लहान असतानाच आईने ब्रेल लिपी शिकून घेतली होती आणि मी मुख्य प्रवाहातील शाळेत जायला सुरुवात करण्यापूर्वीच तिने मला शिकवायला सुरुवात केली होती. शाळेतील शिक्षकांच्या मदतीने मी वर्गात सर्वांसोबत राहू शकलो. खरं म्हणजे वर्गात जे शिकवत असायचे त्याच्या मी खूप पुढे राहीन अशी काळजी आई घ्यायची. उदाहरणार्थ- उद्या जर वर्गात दुसरा धडा शिकवणार असतील तर त्याच्या आदल्या दिवसापर्यंत माझा आठवा धडा झालेला असला पाहिजे, हे तिने पाहिलं!

सुरुवातीला आंधळा म्हणजे काय याची मला जाणीवच नव्हती कारण आई जिथं जिथं जायची तिथं तिथं मला घेऊन जायची. बँक, पोस्ट ऑफिस आणि किराणा दुकानात तर घरी आणायच्या वाण सामानाला ती मला हात लावून पाहायला सांगायची, त्या वस्तूंशी ओळख करून द्यायची. ती मला अगदी साड्यांच्या दुकानातही घेऊन जायची. ती कोणती साडी घेतेय, तिचा रंग, डिझाइन सारं सारं समजावून सांगायची. यानंतर बऱ्याच वर्षांनी मी जेव्हा दहा-अकरा वर्षांचा होतो तेव्हा कुणाला तरी सोबत घेऊन आईसाठी तिच्या आवडत्या रंगाच्या साडीवर मॅचिंग बांगड्या, कानातले आणि टिकल्या घ्यायलासुद्धा जायचो.

प्राथमिक शाळेत असताना माझ्या वर्गातल्या काही मुलांनी मला आंधळा म्हणून चिडवायला, त्रास द्यायला सुरुवात केली. मला आठवतंय एक दिवस मी आईला विचारलं, 'आंधळा म्हणजे काय गं?' तिने मला एकदम मायेने जवळ घेतलं अन् विचारलं की, 'बाळा, तू हा प्रश्न का विचारतो आहेस?' मग मी तिला सर्व काही म्हणजे शाळेतील चिडवणं, टोमणे आणि त्रास याबद्दल सांगितलं. तिने मला विचारलं, 'तू कशाने पाहतोस आणि अनुभवतोस?' मी म्हणालो, 'मी माझ्या बोटांनी अनुभवतो.' तिनं मला विचारलं, 'आपल्याला किती डोळे असतात?' मी म्हटलं, 'दोन डोळे' त्यानंतर ती मला म्हणाली, 'जर तू दहा बोटांनी पाहतोस आणि इतर फक्त दोन डोळ्यांनी पाहतात तर काय चांगलं?' आईसोबतची ही चर्चा कैक अर्थांनी माझ्या आयुष्याला कलाटणी देणारी ठरली. त्या दिवशी ती मला म्हणाली, 'तू त्यांच्यापेक्षा सरस आहेस. तू तुझ्या दहा बोटांनी पाहतोस आणि माझ्या दोन डोळ्यांनीसुद्धा आणि ते तर फक्त त्यांच्या दोन डोळ्यांनीच पाहू शकतात. तसंही प्रत्येकजण कोणत्या ना कोणत्या बाबतीत त्याच्या पद्धतीने आंधळाच असतो.'

दुसऱ्या दिवशी मी शाळेत गेलो तेव्हा तिने मला ब्रेलमध्ये लिहिलेला एक कागद दिला अन् सांगितलं की, सर्व त्रास देणाऱ्यांना बोलावून 'हा कागद वाचून दाखवा' असं आव्हान दे. अन् जेव्हा त्यांना तो कागद वाचता आला नाही तेव्हा मी त्यांना म्हणालो, 'ही माझी भाषा आहे आणि तुम्हाला ती वाचता येत नाही म्हणजे तुम्हीदेखील आंधळेच आहात.' त्यानंतर शाळेतलं चिडवणं पूर्ण थांबलं असं नाही

पण आईसोबतच्या त्या चर्चेमुळे मला त्याचं विशेष असं काही वाटत नव्हतं. खरं म्हणजे मला असं वाटतं की, या चिडवण्याच्या प्रकाराने मी अधिक कणखर झालो.

पुढे मला अभ्यासात विशेष रुची उरली नाही. पदवी घेण्यापेक्षा आपण शिक्षणाला राम राम करावा असं मला वाटू लागलं तेव्हा माझी आई मध्ये पडली. तिचा आग्रह होता की, पदवी तर घेतलीच पाहिजे. जेव्हा मी पदवीपर्यंतचं शिक्षण घेतलं तेव्हा तिने मी इंग्रजी विषय घेऊन एम.ए. करण्याचा आग्रह धरला. काय करणार? अनिच्छेने का होईना तिच्यासाठी मी तेही केलं.

तोपर्यंत संगीतच माझा ध्यास झाला होता आणि बेंगळुरुमधील सिनेक्षेत्रात म्हणजेच विपुल संधीच्या प्रांतात माझं नशीब अजमावयाला मी तयार होतो; परंतु बेंगळुरुमध्ये वेगाने फोफावणाऱ्या माहिती तंत्रज्ञानाच्या क्षेत्राची मला भुरळ पडली. या क्षेत्राने मला स्वत:च्या पायावर उभं राहण्याच्या संधीचं वचन दिलं; पण लवकरच माझा उत्साह निराशेत बदलला, कारण मी आंधळा असल्याने संगणक वापरू शकतो यावरच विश्वास न ठेवणाऱ्या कंपन्यांनी माझा अर्ज बाद केला. तसं तर वास्तवात मी नॅशनल असोसिएशन फॉर ब्लाइंडने घेतलेल्या संगणक अभ्यासक्रमात डिस्टिंग्शन मिळवलं होतं. मी त्यांना समजावून सांगत होतो की, 'जॉ' या बोलणाऱ्या सॉफ्टवेअरमुळे दृष्टी असणारी माणसं जसं काम करतात तसंच मीसुद्धा करू शकेन; पण कशाचा काही उपयोग झाला नाही. कालांतराने मी बीपीओमध्ये चार वर्षे नोकरी करत होतो. माझ्या आईला मी शिक्षक व्हावं असं वाटतं होतं; पण शिक्षक होण्याचा मला आत्मविश्वास नव्हता.

एव्हाना रित्विक संगीतात चांगलाच रममाण झाला होता आणि आमची जोडी छान जमत होती; परंतु सिनेक्षेत्रातील करिअर आम्हाला हुलकावणीच देत होतं कारण कर्नाटकातील सिनेक्षेत्र बॉलिवूडच्या गायकांमुळे फारच प्रभावित होतं, म्हणूनच ते स्थानिक प्रतिभेला वाव देण्याऐवजी त्यांच्याकडूनच गाणी गाऊन घ्यायचे. तेव्हा मला एका गोष्टीचा त्रास व्हायचा, बऱ्याचदा मला चित्रपटातील गाण्याच्या रेकॉर्डिंगसाठी बोलवायचे; पण सिनेमा आल्यावर पाहिलं तर माझ्या आवाजाच्या जागी दुसऱ्याच कोणाचा तरी आवाज असायचा.

काही काळ आम्ही म्हैसूरला राहिलोय. मला आठवतं, तिथल्या शाळेत असताना माझे शिक्षक मला वेगवेगळ्या वर्गांमध्ये गाण्यासाठी बोलवायचे, अगदी कठीण प्रसंगी वातावरणातील ताण कमी करण्यासाठीदेखील ते मला गायला सांगायचे. आईसुद्धा मला विविध गाण्यांच्या स्पर्धांमधून भाग घ्यायला लावायची; बहुधा मला त्यामध्ये पहिलं बक्षीस मिळायचं; परंतु व्यावसायिक दृष्टीने माझी काहीही प्रगती होत नव्हती.

जेव्हा 'बेंगळुरु आर्ट लव्हर्स असोसिएशन'ने आम्हाला त्यांच्या कार्यक्रमामध्ये गाण्यासाठी बोलावलं, तेव्हा एप्रिल २००४ मध्ये पहिली संधी मिळाली. संस्थेच्या

संयोजकांपैकी कुणीतरी कुटुंबातील लग्नप्रसंगी गात असताना आमचं गाणं ऐकलं होतं. त्यांना आमचा आवाज लक्षात राहिला आणि तिथं गायला बोलावण्याइतपत प्रभावीही वाटला होता. ती संध्याकाळ खूपच छान होती. आम्ही श्रोत्यांसाठी शास्त्रीय, गजल, कव्वाली आणि चित्रपटांतील गाणी असं सर्व सरमिसळ गायलो.

रित्विक इंग्रजी सोडून कोणत्याही भाषेत बोलू शकत नसला तरी, मी आणि रित्विक आम्ही सात भारतीय भाषांमध्ये गाणी गातो; पण गाणं गाताना तो अगदी सहज, समजून घेतो अन् तंतोतंत गातो! त्याला खूप दिवस एक विशिष्ट सवय लागली होती, त्याच्याशी काहीही बोललं तरी तो गाण्यातील योग्य त्या प्रतिसादाच्या ओळी निवडून त्या गाऊन उत्तर द्यायचा. घरातल्यांना हे माहीत होतं; पण घरी येणारे पाहुणे गोंधळून जायचे की, असं कसं शक्य आहे? एखाद्या बोलता न येणाऱ्याला इतकं सहज सुंदर गाता कसं येतं?

आम्हाला काही कळायच्या आत केवळ मौखिक प्रसिद्धीमुळे आम्ही कितीतरी कार्यक्रमांमधून गायला लागलो. लायन्स आणि रोटरी क्लबसारख्या संस्थांनी आम्हाला आधार दिला, व्यासपीठ दिलं. आमच्या गाण्यातील विविधता आणि आमचं एकंदरीत सादरीकरण पाहून बेंगळुरुमधील रसिकांनीदेखील आम्हाला पाठिंबा दिला. आमच्या कार्यक्रमाबद्दल ऐकून एनडीटीव्हीला तर इतकी रुची वाटली की, त्यांनी आमच्यावर एक डॉक्युमेंटरी बनवली. त्यापाठोपाठ बेंगळुरुमधील एका संस्थेने २००५ मध्ये आम्हाला यंग अचिव्हर्स हा पुरस्कार दिला.

सन २००७ मध्ये रित्विकला एशियानेट चॅनलवरील आयडिया स्टार सिंगर कार्यक्रमामध्ये संधी मिळाली आणि त्यामुळे तो खूपच लोकप्रिय गायक बनला. जिथं जिथं गेला तिथं तिथं त्याची दखल घेतली गेली अन् कौतुकही झालं. या कार्यक्रमातील त्याच्या सहभागाने सार्वजनिक जीवनात आमचं स्थान मजबूत केलं आणि आमच्या कार्यक्रमांची मागणी वाढली. त्याच्या पुढच्या वर्षी आम्ही दोघं एका कानडी चॅनेलवरील कॉन्फिडंट सिंगर शोमध्ये झळकलो. खरं तर तो खूप काही शिकण्यासारखा अन् गमतीशीर अनुभव होता; परंतु शूटिंगकरता वारंवार कराव्या लागणाऱ्या प्रवासाची व्यवस्था पाहणं आणि इतर बाबी आईसाठी फारच कठीण झाल्यामुळे नंतर आम्ही तो सोडून दिला. गेल्या चौदा-पंधरा वर्षांमध्ये आम्ही विविध ठिकाणी किमान एक हजार कार्यक्रम केले असतील. प्रत्येक वेळी जीवनाने आम्हाला दिलेल्या संधीबद्दल आम्हाला कृतकृत्य वाटलं. सन २००८ मध्ये कधीतरी आम्ही जॉर्ज अब्राहम यांच्या अंध कार्यकर्त्यांच्या 'मॅजिक टच' या बॅन्डमध्ये सामील झालो आणि त्याच्या पुढच्याच वर्षी मला जॉर्डनच्या रॉयल पॅलेसमध्ये, जिथं श्रोत्यांमध्ये चक्क तिथला राजादेखील होता, तिथं गाण्याची संधी मिळाली. कार्यक्रमानंतर राजा आणि राणी आम्हाला प्रत्यक्ष भेटले. आमच्या अनोखेपणाचं कौतुक केलं. परदेशातील

दौऱ्यामध्ये आम्हाला वसुंधरा दास यांच्यासारख्या संगीत क्षेत्रातील दिग्गजांसोबत गाण्याची संधी मिळाल्याची आठवण मी अगदी जपून ठेवलीय. त्याचप्रमाणे माझी करिअर घडवण्याची धडपड सुरू असताना अदनान सामी यांनी दिलेल्या प्रोत्साहनाची आठवणही जतन करून ठेवलीय.

डिसेंबर २०११ मध्ये आम्ही आमचं संगीत विद्यालय सुरू केलं, ही एकदम नव्या प्रवासाची सुरुवात होती. आम्ही दोघंही आंधळे असल्याने भविष्यात आमचे हाल होऊ नयेत म्हणून आमच्या पालकांना फार काळजीपूर्वक नियोजन करणं आवश्यकच होतं. मला तर आधीच नोकरी मिळालेली असल्याने माझा प्रश्न नव्हता पण रित्विक बराचसा अवलंबून आहे म्हणूनच ती म्हणाली की, आमच्या उदरनिर्वाहासाठी कायमस्वरूपी खात्रीशीर सोय असायला हवी.

आमच्या आई-बाबांनी आमच्यासाठी आधीच बेंगळुरुमध्ये घर बांधायला घेतलं होतं. त्यांनी ठरवलं की, त्यात एक मजला आम्हाला संगीत विद्यालय सुरू करता यावं म्हणून राखून ठेवायचा. आज जेव्हा आमच्यासाठी बांधलेल्या घराच्या वरच्या मजल्यावरील भल्यामोठ्या संगीत खोलीत पालक आपल्या लहानग्यांना संगीत शिकवण्यासाठी घेऊन येतात तेव्हा आम्हाला खूप अभिमान वाटतो, या भावनेचं वर्णनच करता येत नाही. एके दिवशी आमचा स्वत:चा रेकॉर्डिंग स्टुडिओ असावा असं आमचं स्वप्न आहे. मग आम्हाला आमच्या आवडीच्या संगीताच्या क्षेत्रात पुढे काही करता येईल. तसं हे स्वप्न खूपच खर्चिक आहे आणि सध्यातरी आम्ही तितका काही पैसा कमावत नाही म्हणून ते साकार व्हायला फार वेळ आहे; पण आमचे आई-बाबा आमची सर्व मिळकत साठवून ठेवतात म्हणून मला विश्वास आहे की, एक दिवस आम्हाला आमचा रेकॉर्डिंग स्टुडिओ मिळेल. आई नेहमी सांगत असते की, प्रयत्न करत राहणं महत्त्वाचं असतं, जर तुमच्या पुढ्यात काही अडथळा किंवा भिंत आली तर ती पाडून तुम्ही पुढे जा. मला माहिती आहे की, नोकरी सांभाळून आम्हाला वाढवताना तिनेदेखील हेच केलेलं आहे.

तिने ज्या पद्धतीने आम्हाला वाढवलं त्यावरून मला समजलंय की एखाद्याला जर त्याचं ध्येय साध्य करायचं असेल तर श्रद्धा आणि सातत्य फार महत्त्वाचं असतं. डॉक्टरांनी जेव्हा तिला सांगितलं की, रित्विक आंधळा असण्यासोबतच त्याला इतरही काही अपंगत्व आहे तेव्हा तिने हार मानली नाही. त्याऐवजी तिने तिची सारी ऊर्जा त्याला ब्रेल शिकवण्यासाठी खर्च केली. त्याच्या हालचाली इतक्या मंद गतीने व्हायच्या की तिला त्याला ब्रेलचा स्टायलस धरायला शिकवण्यासाठी १८ महिने लागले. वयाच्या नवव्या वर्षी तो शब्द आणि वाक्य तयार करायला लागेपर्यंत ती त्याच्या सोबत मेहनत करत होती. अगदी आजही त्याचा बराचसा संवाद गाण्यातूनच होतो किमान तो सहज संवाद साधू शकतो हेच खूप झालं. विविध कार्यक्रमांमधून तो स्त्री आवाजात

गायचा. वयाच्या नवव्या वर्षी तो घरातला सर्वांत छोटा कमावणारा सदस्य बनला. हे आईच्या त्याच्यावरील विश्वासाचं आणि मानवी मनाच्या चिकाटीचंही द्योतक होतं.

आम्ही आमच्या आई-वडिलांकडून आत्मविश्वासाचं सामर्थ्य काय असतं, हा सर्वांत महत्त्वाचा धडा शिकलो. या आत्मविश्वासानेच तर मी काम करत असलेल्या बीपीओमध्ये म्युझिक क्लब सुरू करू शकलो. माझ्या लक्षात आलं की, माझ्या सोबत काम करणाऱ्या बऱ्याचजणांकडे गाण्याचं अंग आहे; पण कामाच्या ताणतणावाने ते कंटाळल्यासारखे झाले होते. मी विचार केला की, त्यांच्या आयुष्यातला कंटाळा मी दूर करू शकतो, म्हणूनच मी त्यांना व्हॉइस मॉड्युलेशन शिकवायला सुरुवात केली. मी एक चांगला शिक्षक असल्याने त्यांनीही गोष्टी पटकन आत्मसात केल्या आणि यथावकाश आम्ही आमचा बॅन्ड बनवला. नंतर आम्ही कॉर्पोरेट क्षेत्रातील आणि इतर ठिकाणच्या कार्यक्रमांमधून सादरीकरण करायला लागलो. ती माझ्या आयुष्यातली एकदम मस्त स्थिती होती, कारण मला वाटायचं की, मी स्वत: काहीतरी चांगलं निर्माण करतोय. कार्यक्रमांमधील यशामुळे आम्ही आमचा एक २४/७ नावाचा अल्बम तयार केला. आम्ही ज्या बीपीओमध्ये काम करत होतो त्यांनी अर्थसाहाय्य केलं; पण आमच्या हातात नसलेल्या काही गोष्टींमुळे तो कधीच प्रसिद्ध होऊ शकला नाही. असो पण ते सर्व करण्याच्या धडपडीमध्ये अमूल्य अनुभव मिळाला आणि माझा आत्मविश्वासही द्विगुणित झाला.

लोक मला बऱ्याचदा रित्विकच्या संगीताशी असलेल्या अनोख्या नात्याविषयी विचारतात. माझ्यासाठी त्याचं संगीत संपूर्णत: वेगळ्याच प्रकारचं आहे. त्याचा प्रवास बहादुरीचा आणि निर्भयतेचा आहे. तो संगीताची अलौकिक जाण असलेला पंडित मुलगा आहे. त्याच्याकडे असलेल्या संगीताच्या अलौकिक प्रतिभेमुळे कोणत्याही प्रकारचे अडथळे त्याला त्याचे स्वत:चे संगीत बनवण्यापासून अडवू शकले नाहीत. त्याचा प्रवास प्रेरणादायक आहे, आपल्यापैकी प्रत्येकजण त्यातून काही शिकू शकतो. आईला जेव्हा जाणवलं की, त्याला पटपट बोलता येत नाही; पण तो कानसेन आहे. तिने तिच्या बुद्धिमत्तेचा उपयोग करून त्याला की-बोर्ड आणि तबला शिकवला आणि तोही त्यातील कितीतरी परीक्षा उत्तम गुणांनी उत्तीर्ण झाला. मागच्याच वर्षी त्याने मिरजेतील गंधर्व महाविद्यालयामधून संगीत विशारद पदवी मिळवलीय. भारतात जेवढ्या अंधांनी ही परीक्षा दिली होती, त्यामध्ये तो सर्वाधिक गुण मिळवून प्रथम आलाय.

पण ही झाली गोष्टीची एक बाजू; दुसरी बाजू अशी की, त्याच्या इतर समस्या आणि मंद हालचाली असूनसुद्धा तिने आणि त्याने त्याला टायपिंगचा चांगला वेग येईपर्यंत हळूहळू नेटाने काम केलं, ही गोष्ट सर्वांनाच आकर्षित करते. त्याने दहावीची परीक्षा दिलीच पाहिजे असा आईचा दृढ निश्चय होता. म्हणून तिने नॅशनल ओपन स्कूलमध्ये त्याचं नाव नोंदवलं. ते खूपच कठीण काम होतं कारण त्याला

कोणतीही संकल्पना समजावून सांगणं दिव्य होतं. तिने त्याची अभ्यासाची टिपणं ध्वनिमुद्रित करून घेतली. प्रत्येक ओळ, वाक्य तीनतीनदा वाचलं, म्हणजे त्याला ते समजून घेता येईल. शब्दांच्या स्पेलिंगसाठी तिच्याकडे स्वतंत्र कॅसेट होती आणि त्याला ती सतत ऐकवायची. त्याला संगीताच्या शिकवणीला नेताना, रिक्षातून जाताना त्यांच्या दोघांचा आवडीचा उद्योग म्हणजे शब्दांचा खेळ खेळणं. रित्विक एनआयओएसमधून माध्यमिक परीक्षा डिस्टिंग्शन मिळवून पास झालाय. आज त्याची स्पेलिंग आणि शब्दांची संपत्ती खूप चांगली असून तो थोडंफार बोलू शकतो; पण त्याच्या आकांक्षांना मर्यादा नाहीत. तो सर्व जगाला सांगतो की, त्याला जस्टीन बिबरसारखा गायक व्हायचंय.

रित्विकची संगीत शिकवणी म्हणजे आईसोबतची अनोखी भागीदारी आहे. तो त्याच्या विद्यार्थ्यांना गाणं म्हणवून दाखवत असताना ते शांत राहतील आणि शिस्तीत बसतील याची खबरदारी आईच घेते. त्याच्या पाठोपाठ गाणं म्हणण्याच्या सूचना देते. आज आमच्या भागातील सर्वाधिक मागणी असलेला संगीत शिक्षक म्हणजे रित्विक आहे. ही गोष्ट आमच्या कुटुंबासाठी अत्यंत आनंदाची आहे. तो काही ऑटिस्टिक मुलांनाही शिकवतो. बेंगळुरु शहराच्या उत्तरेतील दिल्ली पब्लिक स्कूलने त्याची संगीत शिक्षक म्हणून नियुक्ती केली आहे आणि आता ही माय-लेकरांची जोडी त्यांच्या आवारातदेखील संगीताची शिकवणी घ्यायला जाते.

ही गोष्ट माझ्या आई-वडिलांसाठी खूपच समाधानाची आहे; त्यांना कायम त्याच्या भविष्याची चिंता असायची. माझ्याकडे तर आधीच मिलिटरी इंजिनिअरिंग सर्व्हिसेसची कायमस्वरूपी नोकरी आहे आणि मी माझ्या पत्नीची व छोट्याशा राजकन्येची काळजी घेऊ शकतो; पण त्यांना कायम त्याची चिंता वाटते की, ते गेल्यावर त्याचं कसं होईल. आता त्याच्या व्यवसायात त्याने स्वत:चं असं स्थान निर्माण केल्याने त्यांची चिंता थोडीतरी कमी झालीय.

आतापर्यंतचा प्रवास तसा फारच चढ-उताराचा आहे; कधीकधी उत्साहवर्धक, कधीकधी आव्हानात्मक परंतु एकंदरीत समाधानकारक आहे. आमच्या संगीताला मान्यता देणारे अनेक पुरस्कार मिळालेत आणि देवाने आम्हाला खूप काही दिलंय. दोन वर्षांपूर्वीची गोष्ट, आपले राष्ट्रपती अब्दुल कलाम आमच्या घरी आले होते आणि त्यांच्यासाठी त्यांच्या आवडीची काही गाणी म्हणण्याचा आनंद आम्हाला मिळाला. देशाच्या माजी राष्ट्रपतींसाठी गाण्याचं भाग्य किती अव्यंग व्यक्तींना मिळालं असेल? पण आजही चांगल्या सादरीकरणानंतर रसिक श्रोत्यांनी केलेला टाळ्यांचा कडकडाट आणि आमच्या आई-वडिलांनी पाठीवर थाप मारून दिलेलं आलिंगन हाच आमच्यासाठी सर्वांत मोठा पुरस्कार आहे.

◆

सिद्धार्थ जी.जे.

हे रेखाचित्र सिद्धार्थची तुलना कोळशाच्या खाणीतून जन्माला येणाऱ्या हिऱ्याशी करतेय.

तो म्हणतो, 'माझं वर्णन करणारा एकच शब्द म्हणजे योद्धा'. दबाव सहन करून अत्यंत कठीण परिस्थितीतून गेल्यानंतरच कोळशाचं रूपांतर जादू व्हावी तसं हिऱ्यामध्ये होतं तसंच काहीसं सिद्धार्थबाबत घडलंय. लोक त्याच्याकडे पैलू पाडलेल्या हिऱ्याकडे पाहावं अशा कौतुकाने पाहतात.

देशाच्या माजी राष्ट्रपतींनी एका ३३ वर्षांच्या युवकाला आपला मित्र म्हणावं असे तरुण काही नेहमी दिसून येत नाहीत. या वयाच्या अगदी थोड्याजणांकडे विस्तृत अनुभव, विशाल दृष्टिकोन किंवा परिपक्वता असते, ज्याच्यासाठी त्यांना देशातील नामांकित औद्योगिक आणि शैक्षणिक संस्थांकडून नेतृत्वावरील मार्गदर्शनपर व्याख्यानांसाठी निमंत्रित केलं जातं. 'सिद्धार्थ जी.जे.' हे सर्व काही करतो आणि त्याच्याकडे पाहिलं तर हे सर्व त्याच्याकरता खूप सहज आणि सोपी गोष्ट असल्याचंही जाणवतं. तो काही कोणत्या कंपनीचा मुख्य कार्यकारी अधिकारी, व्यवस्थापकीय संचालक किंवा तंत्रज्ञ नाही, त्याच्याकडे कोणत्याही नामांकित परदेशी विद्यापीठांतल्या पदव्या नाहीत; पण तरीही तो प्रचंड मागणी असलेला वक्ता असून त्याचं भाषण संपल्यावर सर्व श्रोते उभं राहून टाळ्यांचा कडकडाट करतात. सिद्धार्थच्या व्याख्यानांमध्ये नर्म विनोद, उपरोधिक कोपरखळ्या, कारुण्य यांची सरमिसळ असते आणि ती कोट्यवधींची उलाढाल करणाऱ्या मल्टिनॅशनल कंपन्याचं नेतृत्व करणाऱ्यांचं मनोबल उंचावणारी आणि आत्मबल तसेच स्फूर्ती वाढवणारी, प्रेरणादायक असतात. त्याच्या चाहत्यांमध्ये भारताचे माजी राष्ट्रपती अब्दुल कलाम यांचाही समावेश आहे. ते त्याचा उल्लेख, 'माझा चेन्नईतील बँकेतला मित्र' असा करतात. त्याच्यावर प्रमस्तिष्कघाताचा (सेरेब्रल पाल्सीचा) प्रभाव पडलाय. जरी मी त्या आजाराने प्रभावित लोकांच्या परिस्थितीबद्दल वाचलं होतं तरीही इतक्या जास्त प्रमाणात प्रमस्तिष्कघाताने ग्रासलेल्या व्यक्तीला यापूर्वी कधीही भेटले नव्हते म्हणूनच बेंगळुरुमधील फोफावणाऱ्या आयटी पार्कमधल्या पंचतारांकित हॉटेलमध्ये त्याची वाट पाहत असताना थोडी काळजीच वाटत होती; पण ही सर्व स्थिती तो त्याच्या हसऱ्या चेहऱ्याने लिफ्टबाहेर पडण्यापूर्वीची होती. तो लिफ्टमधून येतानाच असा आला की जणू काही खूप जुन्या मित्रालाच भेटतोय.

आम्ही न्याहरी करायला हॉटेलच्या कॅफेमध्ये एकत्रच चालत गेलो आणि सर्व नजरा त्याच्यावर खिळल्या.

सिद्धार्थचं चालणं, बोलणं आपल्यासारखं नाही तसंच बोलणंही तितकंसं स्पष्ट नाही. बहुतेक लोकांना प्रमस्तिष्कघाताने प्रभावित होणं म्हणजे काय ते माहिती नसल्यामुळे त्यांना ते मतिमंदत्व वाटू शकतं; परंतु खरं म्हणजे असं काही नसतं. लोकांच्या एकटक नजरांचा सिद्धार्थवर परिणाम होत नव्हता. आम्ही थेट कोपऱ्यातल्या टेबलाकडे गेलो. तिथं तो त्याचं सॅन्डविच आणि कलिंगडाचा ज्यूस आणि मी वाफाळत्या चहासोबत स्थिरावलो. 'मी काही चहा पीत नाही. तब्येतीसाठी तो काही इतका चांगला नसतो.' त्याने मला सांगितलं, 'त्याऐवजी मी ग्लासभर ताक घेतो, त्याने तुमचं पोट शांत होतं.' रात्रभर चेन्नई ते बेंगळुरु असा त्याच्याच शब्दांत सांगायचं तर हाडं खिळखिळी करणाऱ्या बसने प्रवास करूनही त्याच्या चेहऱ्यावर कुठेही शीण दिसत नव्हता. अशा गोष्टींची मला सवय झालीय. मी अशी दगदग करतो तेव्हा माझ्या आईला चिंता वाटते; पण मी तिला सांगतो की, मी तरुण आहे, काहीही त्रास न होता मी हे सहज करू शकतो.

सिद्धार्थची गोष्ट म्हणजे जीवनाच्या अगदी कठीण, प्रसंगी क्रूर आव्हानांना सामोरं जाणाऱ्या, आश्चर्यचकित करून टाकणाऱ्या गोष्टीपैकी एक असून आश्चर्यचकित करणारा आशीर्वाद आहे. ही गोष्ट एका अशा मुलाची आहे ज्याने कुणालाही त्याचं मनोबल खच्ची करू दिलं नाही. अशा माणसाची आहे, जो आज त्याचीच गोष्ट आणि या प्रवासात त्याने घेतलेले धडे इतर हजारो लोकांना प्रेरणा देण्यासाठी उपयोगात आणतो.

मी अगदी लहान होतो तेव्हा एक गोष्ट मला अगदी पक्की माहीत होती. दरवेळी जेव्हा माझी धाकटी बहीण काहीतरी गडबड करायची आणि बाबा तिला झोडपून काढायचे तेव्हा नंतर माझाच नंबर असायचा. सीमाला चोपून काढल्याबरोबर आप्पा मलाही अगदी तसेच चोपायचे.

आज त्यानंतर दोन दशकांनी, जेव्हा मी स्वत:च एका छोटुल्याचा बाप झालोय तेव्हा मी म्हणेन की, त्यांचं ते वागणं म्हणजे माझ्या पालकांनी मला दिलेली सर्वांत मोठी भेट होती. त्यांनी आम्हा दोन्ही भावंडांना कधीच वेगवेगळी वागणूक दिली नाही. त्यांच्या नजरेत आम्ही समान होतो आणि मी स्वत: मोठा होऊ शकतो या त्यांच्या माझ्यावरील विश्वासामुळेच मलाही मी जीवनात काही करू शकेन असा विश्वास वाटला.

तसं पाहिलं तर अपंगांना खूप असमान वागणूक देणाऱ्या या जगात मला ओळखणारे लोक म्हणतात की, मी फक्त माझ्या पायावरच उभा राहिलोय असं नाही तर नक्कीच त्यापेक्षा अधिक काहीतरी मिळवलंय. गेल्या काही वर्षांपासून मी बँकिंग क्षेत्रात सातत्याने प्रगती करतोय. पहिला प्रमस्तिष्कघातग्रस्त 'सर्टिफाइड डॉक्युमेंटरी क्रेडिट स्पेशालिस्ट होईतोवर मी माझ्या प्रगतीचा आलेख सतत उंचावता ठेवला. वास्तविक सन २००६ पर्यंत जगभरातून जितक्या लोकांनी ही परीक्षा दिली त्यातील केवळ ५४ टक्के लोकच ती उत्तीर्ण होऊ शकले आहेत. मला नेहमी सांगतात की, माझं कर्तृत्व केवळ अपंगांसाठीच प्रेरणादायक आहे असं नाही तर अपंग लोक कामाच्या ठिकाणच्या अपेक्षा पूर्ण करू शकणार नाहीत असा समज असलेल्या रोजगार निर्मात्यांनादेखील इतर अपंगांसाठी त्यांच्या संस्थेची कवाडे खुली करण्यास प्रेरित करतं. आठ वर्षांचा होईतोवर मी कधीच शाळेत गेलो नाही; पण तरीही माझ्या वयाच्या इतरांना मी पुढे गाठू शकलो. मी अर्थशास्त्र घेऊन वाणिज्य शाखेत पदवी आणि पदव्युत्तर शिक्षणात ७० टक्के मिळवले! माझी आई व बहीण मला नेहमी म्हणतात की, तुझी गोष्टही काही परीकथेपेक्षा कमी नाही!

मला समानतेने वाढवणं म्हणजे माझ्या पालकांनी श्रद्धेने मारलेली उडी होती.

माझ्या जन्मानंतर काही महिन्यांतच त्यांच्या लक्षात आलं की, त्यांचं पहिलं बाळ त्याच्या वयाच्या इतर मुलांप्रमाणे वाढीची लक्षणं दाखवत नाही. मी तीन वर्षांचा असताना मला कावीळ झाली. हे दु:ख कदाचित त्याचाच परिणाम असावा.

माझे पालक म्हणजे साधी सरळ गावची माणसं; त्यांच्या लक्षातच आलं नाही की, औषधोपचारांना जर उशीर झाला तर माझी परिस्थिती अजूनच बिकट होऊ शकते. माझ्यावर उपचार करणाऱ्या गावातील डॉक्टरची बदली झाली आणि दुसरा डॉक्टर येऊन उपचार सुरू करेपर्यंत माझं व्हायचं ते नुकसान होऊन गेलं होतं. काविळीचा उपचार सुरू असताना त्याचा काही अंश तसाच जिवंत राहिला, त्याने मला या जगातील सर्वांपासून निराळं बनवून टाकलं! शेवटी जेव्हा डॉक्टरांनी माझं निदान सांगितलं तेव्हा माझ्या मध्यमवर्गीय पालकांचं जगच कोलमडून पडलं. खरं तर मी प्रमस्तिष्कघाताने ग्रस्त होतो; पण त्यांनी सांगताना मी मतिमंद आहे असं सांगितलं. पुढे लवकरच माझ्या परिस्थितीने ते दाखवून दिलं. माझ्या शरीराच्या असंबंधित हालचाली सुरू झाल्या, कधीकधी चेहरा विकृत व्हायचा, बोलता यायचं नाही आणि हावभावावरचं नियंत्रण खूपच कमी झालं.

माझ्या या परिस्थितीने त्यांचं जीवन एकदम विखुरल्यासारखं झालं; तरीही मी मतिमंद आहे यावर विश्वास ठेवण्यास त्यांनी नकार दिला. एकंदर माझ्या वयाच्या इतर लहान मुलांप्रमाणेच बाकी इतर बाबतींत मी प्रतिसाद द्यायचो; त्यामुळे त्यांना माहिती होतं की, मी हुशार आहे, बुद्धिमान आहे; फक्त माझं दिसणं, वागणं इतरांपेक्षा वेगळ होतं

माझी गोष्ट इतर कुणाही पदव्युत्तर शिक्षण घेतलेल्यासारखीच असती जर प्रमस्तिष्कघाताने माझ्यावर इतक्या लवकर हल्ला चढवला नसता आणि मला 'सर्वसामान्य' जगण्याची संधीच दिली नसती.

इतर मुलांपेक्षा वेगळं असलेलं मूल कसं वाढवायचं याची काहीच कल्पना नसल्याने एके दिवशी शेजाऱ्याने बेंगळुरुमधील वेगवेगळ्या क्षमतेच्या विशेष मुलांना हाताळणाऱ्या शाळेबद्दल माहिती देईपर्यंत म्हणजे मी आठ वर्षांचा होईतोवर माझ्या पालकांनी मला घरीच ठेवलं होतं.

सक्षम आणि संवेदनशील शिक्षकांच्या मार्गदर्शनाने एका रात्रीत माझं जीवन बदलून टाकलं. त्यांच्या लगेचच लक्षात आलं की, त्यांच्याकडे आलेलं हे मूल बुद्धिमान आहे; पण त्याची शारीरिक स्थिती त्याला लिहू देत नाही म्हणून त्यांनी मला टाइपरायटर वापरायला शिकवलं. माझे काही शिक्षक सांगतात की, जसं मासे पाण्यात सराईतपणे पोहतात तसेच मी माझे काही धडे अगदी सहज शिकलो. एका हाताच्या केवळ एकाच बोटाने टाइप करायला शिकणं फारच कठीण होतं. एकाएकी मी फारच व्यग्र होऊन गेलो. सतत मशिनवर बोट आपटायचो, माझा

गृहपाठ संपवून अजून काहीतरी काम दे म्हणून आईच्या मागे लागायचो. जेव्हा मी माझ्या वर्गामध्ये चांगली कामगिरी करायला सुरुवात केली, ती गोष्ट म्हणजे त्यांच्या प्रयत्नांचं आणि माझ्या क्षमतांवरील त्यांच्या अढळ विश्वासाचं द्योतक होतं.

विविध घटनांनी भरलेल्या माझ्या या प्रवासाचं बरंचसं श्रेय माझ्या आईलाच जातं. साधी सरळ गृहिणी, जिने तिचा अधिकाधिक वेळ मलाच दिला. माझे धडे वाचून, मला राजे-रजवाड्यांच्या, दैत्यांच्या, सुंदर राजकन्यांच्या आणि दुष्ट राण्यांच्या कथा सांगून माझ्या उत्सुक मनाला गुंतवून ठेवलं. मला फारच लवकर कंटाळा येतो, हे लक्षात आल्यावर माझ्या बाबांनी माझ्यासाठी टाइपरायटर घरी आणला; त्यामुळे मी अगदी कसोशीने माझा अभ्यास केला आणि व्यग्रही राहिलो. बऱ्याचदा माझी आई मला माझा धडा वाचून दाखवायची व मी तो खूप उत्साहाने टाइप करायचो कारण मला टाइपरायटरचं प्रचंड आकर्षण होतं.

माझ्या आई-बाबांनी मला कधीही एकट्याला घरी ठेवलं नाही; ते जिथं जिथं गेले तिथं तिथं मला घेऊनच गेले; त्यामुळे मी वेगळा आहे किंवा सर्वसामान्य नाही असं मला कधीही वाटलंच नाही. माझ्या छोट्या बहिणीला व मला त्यांनी अगदी समान वागवलं आणि माझ्यासाठी ही गोष्ट जगात सर्वांत जास्त महत्त्वाची आहे. त्यांनी कधीच माझी तिच्याशी तुलना केली नाही आणि त्यामुळेच तिला शाळेत जाता येतं, तिला मित्र-मैत्रिणी आहेत आणि मला मात्र घरीच राहावं लागतं या बाबतीत कधी वैषम्य वाटलं नाही की चिंता वाटली नाही.

बेंगळुरुच्या स्पास्टिक सोसायटी स्कूलमध्ये मी शिक्षकांचा लाडका विद्यार्थी बनलो आणि त्याबद्दल तेव्हा काही समजत नसलं तरी माझ्या मेहनतीमुळे मला मोठ्या शिशुवर्गातून डबल प्रमोशन मिळालं; पण माझ्या बाबांची बदली चेन्नईमध्ये झाली आणि सर्व गोष्टी अचानक एकाएकी थांबल्या. मला जेव्हा सांगितलं गेलं की, मला माझी आवडती शाळा आणि प्रेमळ शिक्षक सोडून संपूर्ण अनोळखी शहरात जावं लागेल तेव्हा माझा हृदयभंगच झाला. सुदैवाने माझ्या पालकांनी तिथेही माझ्यासाठी स्पास्टिक मुलांसाठीची विद्यासागर नावाची शाळा शोधून काढली आणि तिथल्या शिक्षकांच्या दुसऱ्या संचाने माझ्या प्रगतीची जबाबदारी घेतली. तिथंसुद्धा मी अभ्यासात चांगली कामगिरी करत होतो. त्यांना जेव्हा जाणवलं की, माझ्या इयत्तेच्या मानाने मी बराच पुढे आहे तेव्हा त्यांनी मला १८ महिन्यांत सहावी, सातवी आणि आठवी इयत्तांचा अभ्यास पूर्ण करण्याची परवानगी दिली. जेव्हा मी वर्गामध्ये चांगली कामगिरी करणं सुरूच ठेवलं त्यांनी ठरवलं की, मी मुख्य प्रवाहातील शाळेत जाण्यास तयार आहे. तोपर्यंत विद्यासागर माझं जग बनलं होतं. मग मी बोस्टन मॅट्रिक्युलेशन या सर्वसाधारण शाळेमध्ये इयत्ता नववीत प्रवेश घेतला, तेव्हा पुन्हा एकदा माझं जग अस्थिर झाल्यासारखं वाटलं. इतर सर्व राहतात त्या जगातलं

ते माझं पहिलंच पाऊल होतं. ते खूपच आव्हानात्मक होतं. कामाच्या ओझ्याशी मला जुळवून घेता येत नव्हतं की वर्गातील इतर मुलांशी कशी मैत्री करायची हेही समजत नव्हतं आणि माझ्यावर विश्वास ठेवून मला सर्वसामान्य शाळेत घालणाऱ्या माझ्या सर्व लोकांची मान खाली जाऊ नये तसेच स्वत:चा स्वत:कडूनच अपेक्षाभंग होता कामा नये, या स्वत:वर लादून घेतलेल्या अतिरिक्त दबावामुळे स्वत:लाच दु:खी करून घेतलं होतं. तसं माझ्या पालकांनी कधीच माझ्याकडून कोणतीही अपेक्षा केली नाही. त्यांनी मला जसं हवं तसंच राहू दिलं आणि मी अधिकाधिक उत्तम कामगिरी करणं सुरूच ठेवलं.

उत्तमात उत्तम कामगिरी करण्याच्या माझ्या गरजेमुळे दहावीच्या परिक्षेसाठी मी इतकी मेहनत घेतली की, ८० टक्के गुण मिळवले आणि बारावीमध्ये ९० टक्के गुण मिळवले; तेही अशा परिस्थितीत की, शाळेने मला दिलेल्या लेखनिकाला त्या विषयांचा गंध नव्हता की भाषादेखील येत नव्हती. बऱ्याच ठिकाणी मला माझ्या लेखनिकाला साध्या साध्या गोष्टी समजावून सांगाव्या लागत होत्या आणि प्रत्येक उत्तराचा शब्द न् शब्द सांगावा लागत होता. जरा एखाद्या इंग्रजी न येणाऱ्या लेखनिकाला अर्थशास्त्र, गणित, अकाउंट आणि कॉम्प्युटर या विषयांचे पेपर समजावून पाहा!

पण पुढे जाऊन मला उमगलं की, आतापर्यंतची आव्हाने म्हणजे काहीच नाहीत. मी स्वामी विवेकानंद महाविद्यालयात प्रवेशासाठी अर्ज केला. माझी शैक्षणिक गुणवत्ता असूनही जेव्हा प्रवेश नाकारला गेला तेव्हा मला पहिला मोठा धक्का बसला. त्यांनी फक्त माझ्याकडे पाहिलं आणि मला अभ्यासक्रम झेपणारच नाही असं ठरवून टाकलं. माझी शाळा आणि पालक मध्ये पडले. त्यांनी त्यांना समजावलं की, मी त्यांच्या संस्थेच्या लौकिकामध्ये भर घालू शकतो, तेव्हा कुठे त्यांना पाझर फुटला आणि त्यांनी मला बी.कॉम.साठी प्रवेश दिला. माझं पुढचं स्टेशन होतं लॉयला महाविद्यालय; तिथं मी अर्थशास्त्र विषय घेऊन एम.ए. केलं. सुरुवातीला मला समाजशास्त्र विषय घेऊन एम.ए. करायचं होतं; पण मला ते सरळ नाकारण्यात आलं, कारण माझं अपंगत्व पाहता मी समाजसेवा करू शकेन यावर कुणाचाही विश्वास बसत नव्हता. माझं अपंगत्वाचं प्रमाणपत्र सांगत होतं की, मी ७० टक्के अपंग आहे; पण एक गोष्ट कुणालाही ठाऊक नाही की या गोष्टीने मला इतकं आव्हान दिलं की वास्तवात मी कोणत्याही मुख्य परीक्षेमध्ये किमान ७० टक्के गुण तरी मिळालेच पाहिजेत, हे पाहतो. मी बी.कॉम.ला ७७ टक्के आणि एम.ए. अर्थशास्त्रामध्ये ७४ टक्के गुण मिळवले तेव्हा अनेकांना आश्चर्य वाटलं पण मला नाही वाटलं कारण मी त्यासाठी मेहनत घेतली होती. कॉलेजमधील वर्षे तशी कठीणच होती; पण एम.ए. झाल्यानंतरचा काळ तर महाकठीण होता. नोकरी मिळवण्यासाठी मी मुलाखती देत होतो, एकापाठोपाठ एक नकार मिळत होते.

सुरुवातीला जेव्हा मुख्य प्रवाहातील शाळेत जायला लागलो तेव्हासुद्धा माझं मन खचलं होतं आणि मी निराशेच्या गर्तेत जायचो, बाहेर यायचो आणि परत जायचो असे हेलकावे खात होतो. हे कमी होतं की काय म्हणून कामाच्या दबावाखाली आणि लिहू शकत नसल्यामुळे धडपडत होतो ते वेगळंच! त्यात माझा बुजरा स्वभाव मला इतरांशी मैत्रीही करू देत नव्हता. तसेच माझ्या शाळा आणि कॉलेजमधल्या इतर मुलांनाही जगातील बाकी सर्वांप्रमाणेच अपंग व्यक्तींशी कसं वागायचं असतं याची कल्पना नसल्यामुळे परिस्थिती अधिकच वाईट झाली होती. माझा स्वीकार व्हावा आणि ज्याच्याशी जीवनाबद्दलच्या गुजगोष्टी कराव्यात असा सहृदय मित्र मिळण्यासाठी मला बरंच झगडावं लागलं. दुःखाची बाब म्हणजे माझं शिक्षण संपेपर्यंत असं कधी झालंच नाही. आज मी म्हणेन की, पालकांनी आणि शाळांनी अपंगांना सर्वसामान्य मुलांसोबत शिक्षण मिळेल असं खात्रीपूर्वक पाहिलं पाहिजे, कारण हाच एक मार्ग आहे ज्यामुळे दोघंही एकमेकांना समजून घेऊ शकतील आणि एकमेकांच्या परिस्थितीबाबत दोघंही संवेदनशील होतील.

विविध ठिकाणी नोकऱ्यांच्या मुलाखतींमध्ये पुनःपुन्हा मिळालेले नकार माझ्या जिव्हारी लागले. माझ्यावर होणाऱ्या या अन्यायाचा मला प्रचंड राग आला होता. मी अखंडपणे माझ्या परिस्थितीबद्दल चिडचिड, तक्रारी आणि कुरकुर करायला लागलो. त्या दरम्यान बहुधा मी रागातच असायचो, खूपखूप चिडलेला असायचो. जग मला जितका जास्त नकार द्यायचं तितका मी जास्त चिडायचो. हा माझा सर्व राग व त्रागा मी माझ्या घरच्यांवर काढायचो, विशेषतः माझी आई आणि बहीण सीमा यांच्यावर. असं खूप दिवस सुरू होतं आणि एके दिवशी मला जाणवलं, या सर्व गोष्टींचा माझ्या शरीरावर जास्त ताण पडतोय आणि त्यामुळे मी आजारी पडायला लागलोय. प्रमस्तिष्कघाताच्या प्रभावाने आधीच माझ्या शरीराच्या हालचाली आणि मेंदू यांच्यामध्ये काही समन्वय नव्हता. त्यात मी सतत ताण घेत असल्याने परिस्थिती अधिकच चिघळत होती. परिणामी, आजारी पडत होतो. मला हे आत्मभान उशिराच आलं; पण आलं हे फार बरं झालं कारण त्यामुळे मी माझ्या आयुष्याबद्दल चिंतन करू शकलो आणि या जगात जगण्याची पद्धत बदलू शकलो. अर्थातच हे एका रात्रीत झालं नाही. ती एक मोठी प्रक्रियाच होती. अखेर बारावीनंतर माझं मन स्थिर होण्यासाठी, बदल घडवून आणण्याकरता आठ वर्षे लागली! याच दरम्यान मला जाणवलं की, माझ्या रागाचा, दुःखाचा माझ्या पालकांवर ताण येतो. एकच व्यक्ती माझ्या आरडाओरडा करण्याला बळी पडली नाही ती म्हणजे माझी बहीण. मी वैतागलेला असलो की तिला त्रास द्यायचो, आम्ही सतत भांडायचो; पण ती मस्त सोबती होती. सीमा मला प्रत्येक गोष्टीकडे वेगळ्या दृष्टिकोनातून पाहायला लावायची आणि त्यामुळे मी काही वेळा शांत व्हायचो.

जीवनाबाबतच्या नव्या दृष्टिकोनामुळे मला शैक्षणिक कारकिर्दीवर लक्ष केंद्रित करण्यास मदत झाली आणि मॅनेजमेंट अकाउंटन्सी या विषयात मी शंभर टक्के गुण मिळवून पदवीधर झालो आणि कॉम्प्युटर शास्त्रातही चांगली कामगिरी केली; माझ्या भविष्यातील कारकिर्दीमध्ये हे दोन्हीही विषय अगदी अमूल्य ठरले.

आजवर केवळ माझ्या अपंगत्वावर लक्ष केंद्रित करणारे आणि गुणवत्तेकडे अजिबात लक्ष न देणाऱ्यांकडून मिळालेले सततचे नकार आणि त्यामुळे आलेला राग, नकाराचं दु:ख हे सारं सारं काही मला माझी पहिली नोकरी मिळाली तेव्हा एकदम गायब झालं.

सन २००५ मध्ये मी एबीएन ॲम्रो सेंट्रल एंटरप्रायजेस सर्व्हिस प्रायव्हेट लिमिटेडमध्ये मुलाखतीसाठी गेलो आणि आधीच्या सर्व नकारांमुळे मला तशीही कमीच आशा वाटत होती; पण मला यावेळी सुवर्णसंधीच मिळाली. नेहमीप्रमाणे मला अपेक्षित असलेला दुजाभाव आणि नकार न मिळता, माझी मुलाखत घेणाऱ्या पॅनेलने मला अखंडपणे, कुठेही न अडवता सलगपणे बोलू दिलं. मी माझ्याबद्दल, माझ्या मेहनतीबद्दल, शाळेतील यशाबद्दल, माझा संघर्ष आणि माझ्या आवडीनिवडी याविषयी बोललो. त्यांनी मला सलग ४५ मिनिटे बोलू दिलं, ज्याला पहिल्या काही मिनिटांमध्येच नकार दिला जायचा त्याच्यासाठी हा खूपच जास्त वेळ होता. त्या वेळी असं वाटतं होतं की, त्यांना मला भेटून, माझ्याबद्दल जाणून घेऊन आनंद झाला. मुलाखतीच्या शेवटी घरी येताना माझ्या हातात बँकेच्या क्रेडिट डिपार्टमेंटमध्ये शिकाऊ अधिकारी अशी नेमणूक झाल्याचं बँकेचं पत्र होतं. त्या एका क्षणामध्ये माझे मागच्या काही वर्षांतील अश्रू, सर्व दु:खं आणि अपुरेपणाची भावना सर्व काही नाहीसं झालं. मला संपूर्ण जग जिंकल्यासारखं वाटत होतं. मला खूपच अभिमान वाटत होता कारण हे असं काही होतं जे मी स्वत: कुणाच्याही शिफारशी अथवा मदतीशिवाय मिळवलं होतं.

माझ्या नवीन नोकरीमध्ये मला यश मिळत गेलं; मी पुढे पुढे वाटचाल करत राहिलो. सन २०१० मध्ये सर्टिफाइड डॉक्युमेंटरी क्रेडिट स्पेशालिस्ट म्हणून प्रमाणपत्र मिळवेपर्यंत ट्रेड फायनान्स आणि इतर अभ्यासक्रम पूर्ण केले. काही वर्षांनंतर मी ती नोकरी सोडली आणि आज मी इंडसइंड बँक लिमिटेडमध्ये मॅनेजर म्हणून नोकरी करतोय.

त्याचबरोबर मला संगणक आणि तंत्रज्ञानाचं अतिशय आकर्षण असल्याने मी सतत ऑनलाइन माहिती शोधण्यात गर्क असतो. मी मित्रांचा आणि समाजात मिसळण्यासाठी भुकेला असल्याने सोशल नेटवर्किंग साइटचा शोध घ्यायचो, इंटरनेटमार्फत लोकांशी संपर्क साधायचो आणि अखेर फेसबुकमुळे माझ्या आयुष्याला कलाटणी मिळाली. माझ्या मित्राने माझ्याबद्दलचा एक व्हिडिओ शेअर केला, तो

पाहून एक माणूस इतका प्रभावित झाला की, त्याने माझी प्रत्यक्ष भेट घेतली. त्या माणसासोबत भेटण्याची ही संधी माझ्या आयुष्याला कलाटणी देणारी ठरली; कारण तो माणूस चेन्नईच्या टेड-एक्सच्या आयोजकांपैकी एक होता. त्याला वाटत होतं की, टेड-एक्सच्या सन्माननीय व्यासपीठावरून मी माझी कथा, माझा प्रवास सर्वांसमोर उलगडावा.

तशी माझी भाषण देण्याची सुरुवात याआधीच माझ्या एका मित्राच्या शाळकरी मुलीने लिहिलेल्या पुस्तकाच्या प्रकाशन प्रसंगी झाली होती. त्याने तिथं मला विशेष अतिथी म्हणून बोलावलं होतं. त्या पुस्तकामध्ये एखाद्याने आपल्याकडे काय नाही याबद्दल रडत बसण्यापेक्षा काय आहे हे पाहावं, आपण किती भाग्यवान आहोत असा विचार करायला प्रेरित करणारं होतं. तिथं जेव्हा मी माझी गोष्ट सांगितली तेव्हा श्रोत्यांच्या डोळ्यांत अश्रू उभे राहिले. त्यानंतर माझा मित्र म्हणाला की, मी प्रभावी विचारवंत आणि प्रभावी श्रोत्यांशी नाळ जोडू शकणारा योग्य वक्ता आहे.

त्यानंतर एका महिन्याने मी टेड-एक्स चेन्नईच्या व्यासपीठावरून २५० श्रोत्यांना माझ्या जीवनातील चढ-उतारांबाबत आणि माझ्या परिस्थितीवर मी कशी मात केली याबद्दल सांगत होतो. माझं बोलणं झाल्यावर सर्व श्रोत्यांनी उभं राहून टाळ्यांचा कडकडाट केला. टेड-एक्समधलं ते भाषण माझ्या प्रेरक वक्ता या दिशेने सुरू झालेल्या प्रवासाचा पाया ठरलं. त्या पहिल्या भाषणानंतर मी गेल्या तीन वर्षांमध्ये विविध शैक्षणिक संस्था, औद्योगिक संस्था, मनुष्यबळ विकास व्यवस्थापकांचे संमेलन इत्यादी ठिकाणी शेकडो भाषणे केली. मला अशी भाषणे करायला आवडतं कारण इथं मी जसा आहे तसाच असू शकतो, स्वत:वरच हसता येतं आणि मी या जगाकडे कसं पाहतो तेही सांगता येतं.

माझ्या आयुष्यात मी जे काही मिळवलंय, त्याचं श्रेय ज्यांनी त्यांच्या प्रेमाने मला आमूलाग्र बदलत धीराने घ्यायला शिकवलं त्या माझ्या अम्मा, आप्पा आणि शिक्षकांना जातं. शाळा, कॉलेजमध्ये असताना अनेक वर्षे मी जगावर रुसून बसलो होतो आणि सर्वांचा राग आईवर काढत होतो; पण तिने कधी मला एका शब्दानेही दुखावलं नाही, माझं आयुष्य अधिकाधिक सुखकर कसं होईल यावरच तिचं सर्व लक्ष केंद्रित असायचं किंबहुना त्यासाठीच तिने तिचं आयुष्य वाहून घेतलं होतं. अनेक अर्थांनी असं म्हणता येईल की, आज मी जो कोणी आहे तो फक्त तिच्यामुळेच! तिच्या संयमाने मला अधिक संयमी व्हायला शिकवलं आणि जरी ते अगदी कठीण असलं तरी मी स्वत:लाच समजावलं की, मी माझं जीवन कसं जगतो ही संपूर्णत: माझी निवड आहे. मी त्याबद्दल रागावू शकतो आणि कुरकुर करू शकतो, दु:खी राहू शकतो किंवा स्वत:च्याच परिस्थितीचा स्वीकार करून त्यात आनंद शोधू शकतो. मी दुसरा पर्याय निवडला आणि गेल्या काही वर्षांत कधी मला

त्याचा पश्चात्ताप झालेला नाही.

माझ्या या प्रवासात मी जीवनातील काही अमूल्य धडे शिकलोय, ज्यामुळे मला समाधानी आयुष्य जगता येतंय. माझ्या पालकांनी मला शिकवलं की, आयुष्य जसं येईल तसं स्वीकारायचं. उद्या काय होईल याची चिंता करायची नाही. जे काही होईल ते आपण पाहून घ्यायचं, ते नेहमी असंच म्हणायचे. आपण सर्वांनी मिळून आतापर्यंत बऱ्याच वादळांना आणि संघर्षांना नमवलंय आणि आता आम्ही कशाचीही चिंता करत नाही. जीवन साधं, सरळ ठेवण्यातील फायदे मी शिकलोय, मी माझी शक्ती अथवा वेळ भविष्याची चिंता करण्यात खर्च करत नाही. कधीकधी हळूच चिंता माझ्या मनात शिरते; परंतु माझ्या पालकांचं भविष्याची फुका चिंता न करण्याचं तत्त्वज्ञान मला माझ्या चिंतेतून बाहेर काढतं.

विविध व्यासपीठांवरून बऱ्याचदा जेव्हा मी माझ्या आयुष्याबद्दल बोलतो, माझं मन सुरुवातीच्या संघर्षाच्या आठवणींकडे जातं आणि मला खचल्यासारखं वाटतं; पण सुदैवाने ते तात्पुरतं असतं. मी खुशाल मनाला भूतकाळात जाऊ देतो; पण काहीही विशेष प्रयत्न न करता ते वर्तमानात परत येतं. सकारात्मक जीवन जगायचं म्हणजे मनावर खूप नियंत्रण ठेवणं आवश्यक असतं आणि अत्यंत खडतर संघर्षानंतर मला ते शक्य झालंय.

मला नेहमीच उत्तमोत्तम कामगिरी करण्याचा ध्यास असतो आणि माझ्यापुरता याचा अर्थ जे काही करायचं ते पूर्णपणे मन लावून, केवळ करायचं म्हणून करायचं असं नाही तर ते केल्याने मला आणि माझ्या आजूबाजूच्या लोकांना आनंद मिळावा म्हणून करायचं. माझे आई-वडील क्वचितच माझं भाषणं ऐकायला येतात कारण माझ्या संघर्षाची कहाणी त्यांना हळवं करते; पण खरं तर जीवनाने मला कोणतीही संधी दिलेली नसतानाही आज मी अनेक क्षेत्रांत यशस्वी आहे, ही गोष्टच त्यांच्यासाठी सर्वाधिक आनंदाची आहे. याच दरम्यान, मी शिकलोय की, केवळ सर्वोत्तम असणं म्हणजेच सर्वकाही नाही तर जीवनात योग्य उद्देश आणि वृत्ती अंगी बाणवणं हेच सर्वकाही असतं. मला माहिती आहे, मी केव्हाच सर्वोत्तम होऊ शकत नाही की सर्वोत्तमातील एकही असू शकत नाही; पण मी सर्व गोष्टी पूर्णपणे मन लावून केल्या आहेत, हे मला माहीत असणं माझ्यासाठी सर्वांत महत्त्वाचं आहे.

माझ्या समस्या केवळ माझ्या एकट्याच्याच आहेत. त्याचा दोष इतरांना देणं अथवा कुणालाही त्यामुळे त्रास देणं हे मी करू शकत नाही, हेही मला जाणवलं आहे. सतत कुरकुरणाऱ्या किंवा रडगाणं गाणाऱ्या माणसासोबत राहायला कुणालाही आवडत नाही हेही मला उमगलंय आणि मी ही गोष्ट स्वीकारायचं ठरवलं असून, स्वत:साठी आनंदी वृत्तीच ठेवायचं ठरवलंय.

माझ्या पालकांकडे आणि विद्यासागरच्या शिक्षकांकडे मी माझ्या आयुष्याबद्दल

रडगाणं गाणं किंवा तक्रारी करणं थांबवलं, कारण मला त्यांना निराश करायचं नव्हतं की त्यांच्यावर ओझंही लादायचं नव्हतं. असं नव्हतं की, जगाकडून मिळणाऱ्या नकाराचा त्रास होत नव्हता, प्रत्येक दिवशी त्याचा त्रास होत होता; पण मी त्याचा स्वत:वर परिणाम होऊ द्यायचा नाही असं ठरवलं होतं.

बऱ्याचदा मला माझी स्वप्नं काय आहेत असं विचारलं जातं आणि मी सांगतो की, मी स्वप्नं पाहत नाही. माझ्या जीवनाने मला शिकवलंय की, स्वप्नं पाहायची नाहीत. मी येणारा प्रत्येक दिवस पुरेपूर जगतो आणि हेच स्वप्न आहे, होय ना? मागील तीन वर्षांपासून विविध ठिकाणच्या भाषणांनी मला उद्देश आणि अर्थपूर्णता दिलीय. दर दिवशी माझा वक्ता म्हणून अजून विकास होतोय. आजही मला माझ्या टेड-एक्समध्ये दिलेल्या भाषणानंतरचा दिवस आठवतोय; माझी गोष्ट हिंदू वर्तमानपत्राच्या पहिल्या पानावर होती आणि ही बाब प्रोत्साहित तसेच उत्तेजित करणारी होती. माझ्या आयुष्यातील सर्वांत चांगली गोष्ट कोणती असेल तर ती ही की, लोकांशी संवाद साधणं आणि कोणत्यातरी प्रकाराने त्यांना प्रोत्साहित करण्याची, प्रेरणा देण्याची क्षमता होय. ज्या माणसाला वयाच्या पंचविशीपर्यंत एकही मित्र नव्हता, आज मला मी मोजू शकत नाही इतके मित्र आहेत, मला फेसबुकवर १९०० मित्र आहेत आणि त्यामुळे मला नेहमीच आश्चर्य वाटत राहतं. ते सर्व चाहते व हितचिंतक आहेत. ज्यांना माझ्यासोबत जोडलेलं राहायचंय आणि ते माझ्या प्रवासाचा भाग बनले आहेत, या गोष्टीने मला फार बरं वाटतं. मी जेव्हा माझ्या बँकेच्या नोकरीत भराभर पुढे जात होतो, त्यावेळचे भारताचे राष्ट्रपती अब्दुल कलाम यांनी माझ्याबद्दल वर्तमानपत्रात वाचलं आणि चेन्नईत आल्यावर ते मला भेटायला आले. मागील काही वर्षांमध्ये काही पुरस्कार स्वीकारताना आणखी काही वेळा मला त्यांच्या भेटीचं भाग्य लाभलं; पण तेव्हा मला कधी जाणवलं नाही की, मी त्यांच्या मनावर काही ठसा उमटवलाय किंवा मी त्यांच्या लक्षात राहिलोय. काही दिवसांपूर्वी कलाम सरांनी मला श्रोत्यांमध्ये बसलेलं पाहिलं आणि त्यांनी श्रोत्यांना सांगितलं की, त्यांनी त्यांच्या चेन्नईतील बँकर मित्राला पाहिलं आणि मला तिथं पाहून त्यांना आनंद झाला! अलबत! तो माझ्यासाठी अगदी खास क्षण होता. नंतर मला सांगितलं गेलं की, व्यासपीठावरून प्रेरक भाषणं देताना त्यांनी अनेकदा माझा उल्लेख केला.

तीन वर्षांपूर्वी मी माझ्या बहिणीला आणि आईला म्हणालो होतो की, मला बाहेर जाऊन माझ्या आयुष्याबद्दल बोलायचंय, त्या दोघीही कचरल्या आणि त्यांनी मला विचारलं की, मी काय बोलण्याबद्दल विचार करतोय आणि मुख्य म्हणजे तुझं ऐकण्यासाठी कोण येणार आहे? आज त्या मला सेलिब्रेटी वक्ता म्हणून चिडवतात.

अधिकाधिक लोकांशी बोलण्याची माझी महत्त्वाकांक्षा मला सतत कार्यरत ठेवते. मला लोकांशी संवाद साधायला आवडतं आणि माझ्या बोलण्याने जितक्या

जास्त लोकांशी मी संपर्क साधतो, तितकं मला जास्त बरं वाटतं. माझं कामसुद्धा मला मनापासून आवडतं. मला माहिती आहे, विशेषत: सक्षम लोकांच्या बाबतीत लोक काय विचार करत असतात, मी ते पाहिलंय, अनुभवलंय आणि 'अपंग लोक काहीही करू शकत नाहीत' या लोकांच्या गृहीतकासोबत जगलोय. मी जेव्हा रोज कामावर जातो आणि माझ्या जबाबदाऱ्या पार पाडतो, मला माहीत असतं की, मी संस्थेच्या कार्यात सहभाग घेणारा सदस्य असून त्यामुळे मला काहीतरी साध्य केल्याचं समाधान मिळतं.

मी बाहेरच्या जगाचा जितका जास्त सामना करतो, मला जाणवतं की, जग मला समजून घेईल अशी अपेक्षा करण्याऐवजी प्रयत्नपूर्वक जग समजून घेणं सोप आहे. लोकांचं विश्लेषण करण्यात वेळ घालवायचा नाही हे मी शिकलोय. तसंही ते कोणत्याही प्रकाराने फायद्याचं नसतं. कधीही भविष्याची योजना आखण्यात वेळ दवडायचा नाही कारण ते अजिबात आपल्या नियंत्रणात नसतं.

माझ्या कामामुळे मला लोकांना भेटण्याची संधी मिळाली. असं काही याआधी मला शक्य नव्हतं, परंतु अखेर जेव्हा मला रोजच्या रोज लोकांना भेटण्याची संधी मिळाली तेव्हा विरोधाभास असा की, मी त्यासाठी तयार नव्हतो. मला लोकांना भेटायचं नव्हतं किंवा मित्र बनवायचे नव्हते कारण मला एकट्याने राहण्याची सवय झाली होती. स्वत:च्याच कोशात गुरफुटून राहण्याच्या माझ्या सवयीच्या विरुद्ध मला झगडावं लागलं; पण हळूहळू का होईना सहकाऱ्यांशी संवाद साधणं अगत्याचं असल्याने त्यातून अनपेक्षित मैत्रीचे बंधही निर्माण झाले.

सुरुवातीला ते सोपं नव्हतं आणि मला खूप धाडसाची आवश्यकता होती कारण माझ्या आजूबाजूला लोक असण्याची मला सवयच नव्हती. आज मला समजलंय, असेही चांगले लोक आहेत जे माझ्यासारख्यांना समजून घेण्यासाठी आणि आमच्यासारख्यांच्या आयुष्यात अर्थ आणण्यासाठी स्वत:च्याही पलीकडे पाहतात. मला माझ्या कारकिर्दीत पुढेपुढे जाण्यासाठी मदत करणाऱ्या चांगल्या लोकांच्या सोबतीचं वरदान मिळालंय, माझ्या मर्यादा लक्षात घेऊन माझ्यासाठी उत्तम संधी निर्माण करणारे लोक. विशेषत: सक्षम लोकांच्या बाबतीत जो पक्षपात केला जातो त्याच्या तणावामुळे आणि त्यांच्या क्षमतांबद्दल समाजातील लोकांच्या मनामध्ये असलेल्या अविश्वासाने मी कोसळणारच होतो; पण तिथं असेही पुष्कळ लोक होते ज्यांनी माझ्यावर आणि माझ्या क्षमतांवर विश्वास ठेवला आणि मला इतर कर्मचाऱ्यां-प्रमाणेच वागवलं; त्यामुळेच मी तग धरून राहिलो. माझ्या मते हे लोकच खरे नेते आहेत. अगदी आजही माझ्या जीवनाला हातभार लावणाऱ्या आणि माझ्या क्षमता सिद्ध करण्यासाठी संधी देणाऱ्या प्रत्येक व्यक्तीच्या मी संपर्कात आहे. आरबीएसच्या मुलाखत घेणाऱ्या पॅनेलला जेव्हा जाणवलं की, मी मानसिक काम करण्यात चांगला

आहे, त्यांनी मला ट्रेड फायनान्समध्ये नोकरी दिली; त्या कामासाठी तुमच्याकडे खूप जास्त विश्लेषण क्षमता असावी लागते. कागदपत्रं तपासायचं माझं काम आव्हानात्मक, समाधान देणारं आणि माझ्या सर्व क्षमतांचा पुरेपूर उपयोग करून घेणारं आहे.

एका शब्दात जर माझं वर्णन करायचं असेल तर तो शब्द 'योद्धा' हाच आहे. मी बाहेरून योद्धा असलो तरी आतून हळवा आहे. कोणतीही मानवी गोष्ट मला स्पर्शून जाते कारण माणूसच माणसापर्यंत पोहोचून मनाला भिडू शकतो आणि दुसऱ्या माणसाला सुसंगत वाटू शकतो. मी लोकांमधील खरेपणा शोधतो कारण खरेपणा अमूल्य गुण आहे. मी स्वतःला भाग्यवान समजतो की, माझ्या आयुष्यात अशी काही सच्ची माणसं मला भेटली ज्यांनी माझ्या जीवनाला स्पर्श केला.---

दोन वर्षांपूर्वी माझा एका विलक्षण महिलेशी विवाह झाला, आता ती माझी खूपच समजूतदार जोडीदार आहे. माझ्यासाठी ते पाहताक्षणी प्रेमात पडणं होतं. तिला माझ्या आयुष्याची जोडीदार म्हणून निवडणं हा माझ्या आयुष्यातील पहिला स्वतंत्रपणे घेतलेला निर्णय आहे. आता आम्ही एका लहानग्याचे पालक असल्याचा आम्हाला अभिमान असून मी तर इतका रोमांचित आहे की, प्रेम करण्यासाठी माझ्या आयुष्यात आणखी एक माणूस आलंय. तो जेव्हा घरभर दुडुदुडु धावत असतो, ते म्हणजे असं काही आहे जे मी कधीच करू शकलो नाही; पण मी त्याच्यामधून माझं बाल्य पुन्हा एकदा जगेन असा विचार करायला मला आवडतं.

मी कामावर नसेन किंवा कुठेही भाषण देत नसेन तर माझा वेळ मी आई आणि परिवारासोबत घालवतो. मला चांगलंच आठवतंय की, आईने कसं तिचं जीवन माझ्यासाठी वाहून घेतलं होतं आणि आता तेच मला तिच्यासाठी करायचंय. काही वर्षांपूर्वी माझ्या बहिणीचं लग्न झालं तेव्हा आईला फार एकटं एकटं वाटलं, तेव्हा मी जास्तीतजास्त वेळ घरी राहिलो, जरी मी दिवसभर लोळत पडलो तरी! मला वाटतं, तुमच्यावर प्रेम करणाऱ्या लोकांच्या फक्त जवळ असणं महत्त्वाचं असतं. आज मला माहीत आहे की, समस्या, अडीअडचणी तर आयुष्याचाच भाग आहेत; प्रत्येकालाच त्या असतात; पण आपण त्यांना कशा प्रकारे सामोरं जातो यावरच आपण कोण होणार हे ठरत असतं. माझ्यासाठी म्हणाल तर सर्वांत मोठं आव्हान मी जसा आहे तसाच मी स्वतःचा स्वीकार करणं हेच होतं, हा प्रवास लांब पल्ल्याचा आणि कष्टप्रद होता; पण मी तो पूर्ण केला.

आज मी स्वतःची कुणाशीही तुलना करत नाही, कारण माझ्या अनोखेपणासहित मी एकमेव आहे. इतर कुणासारखं तरी असावं असं वाटणं म्हणजे सिद्धार्थ असण्याच्या उद्देशाला हरवण्यासारखं होईल. मला इतर कुणीही नाही फक्त मीच असायला हवा आहे.

◆

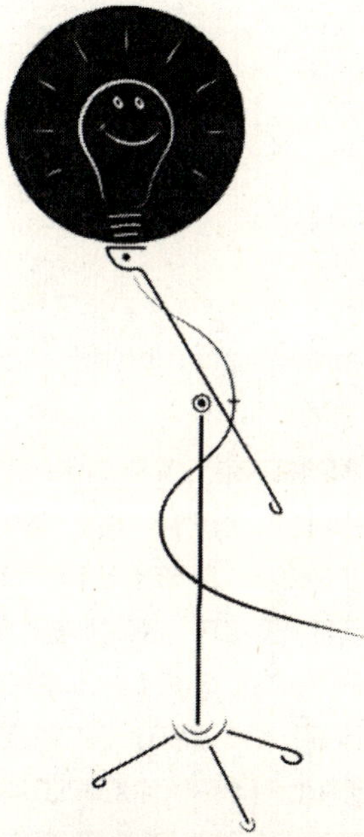

संदीप राव

एकंदरीत रेखाचित्र संदीप विनोदवीर (स्टॅन्ड-अप कॉमेडियन) असल्याचं दर्शवत आहे. यातला बल्ब म्हणजे हा व्यवसाय करण्याची कल्पना, त्याचप्रमाणे अंधारात उजेडाची गरज तर असतेच, तेही बल्बमधून दाखवलंय. बल्बची काळी पार्श्वभूमी संदीपचं मोठं होत असतानाच्या दुःखाचं, वेदनेचं प्रतीक आहे आणि सूक्ष्म पातळीवर त्याची दृष्टी अधू झाल्याचंही निदर्शनास आणून देतंय; परंतु अपंगत्वावर मात करून मिळवलेलं यशही बल्बच दाखवून देतोय. तसेच एखादी व्यक्ती रेखाचित्रातून संदीपला हाती मशाल घेऊन जाणारा पथदर्शक म्हणूनही पाहू शकते, ज्याच्याकडे स्वत:च्याच आयुष्यातील आव्हानांवर हसण्याची क्षमता असून, तो मुख्य प्रवाहातील समाजापुढे आरसा धरण्याचं काम करतोय.

जीवनातील समस्या, आव्हाने आणि अपूर्णता यांच्यावर हसण्याची असमर्थता म्हणजेच अपंगत्व होय.

संदीप राव काही अंशी आंधळा आहे; पण त्याची अपंगत्वाची व्याख्या पाहिली तर तो आपल्या सर्वांमध्ये सर्वाधिक तंदुरुस्त आहे, कारण आयुष्याने त्याच्याकडे भिरकावलेली आव्हाने आणि समस्या यांचाच उपयोग करून त्याने उपजीविकेचं साधन निर्माण केलंय. स्वत:च्या आवडीचं करिअर करण्याची दुर्लभ संधी संदीपला मिळालीय, तो विनोदवीर (स्टॅन्ड-अप कॉमेडियन) आहे.

जन्मत:च अंध असणं काही सोपं नसतं; पण हळूहळू तुमची दृष्टी कमीकमी होत जाणं आणखी भयंकर असतं. सुदैवाने त्याही परिस्थितीमध्ये बोगद्याच्या दुसऱ्या टोकाला प्रकाश पाहावा तसा संदीप आशावादी राहिला आणि त्याने ठरवलं की, केवळ त्याला दिसत नाही म्हणून काही तो रंगमंचाच्या मागील अंधारात गडप होणार नाही. तो गोल्फ, क्रिकेट आणि बास्केटबॉल यांसारखे खेळ खेळला आहे. त्याने रेडिओसाठी जिंगल (छोट्या कविता) केल्या आहेत, मूर्खासारखा भरपूर प्यायलादेखील आहे; पण हे सर्व करून झाल्यावर त्याने अधू दृष्टीसहित मोठं होत असतानाच्या जगण्याच्या अनुभवांचा उपयोग इतर लोकांच्या आयुष्यात हास्य फुलवण्यासाठी करण्याचं ठरवलं.

जेव्हा हा उमदा तरुण कानात डूल घालून, झोकात रंगमंचावर अवतरतो तेव्हा प्रेक्षकांचा श्वास रोखला जातो. त्यांना कल्पना येते की, संध्याकाळ संपेपर्यंत त्यांच्यापैकी बरेचसे त्याच्या कुशाग्र बुद्धिमत्तेने मारलेल्या कोपरखळ्यांचे धनी होतील आणि हसून हसून त्यांची पुरती वाट लागेल.

गेल्या काही वर्षांमध्ये संदीपने दीडशेहून अधिक विनोदाचे कार्यक्रम सादर केलेत. अजूनही प्रेक्षकांना त्याच्या पोतडीतील सर्वच कला पाहायला मिळालेल्या नाहीत. त्याला भेटणं हा एक दुर्मीळ योग होता आणि त्याच्या सोबत असताना मला माझ्या बऱ्याचशा डेडलाइन आणि यादीतील कामांचाच विसर पडला. रेस्टॉरंटमधील

टेबलवर मी निश्चिंत बसून आतडी गोळा होईतोवर हसत होते आणि तो त्याच्या जीवनातील अंध स्टॅन्ड-अप कॉमेडियन म्हणूनचे व इतर अनुभवांचे एकेक ओळींचे विनोद सांगत होता.

सन २०१३, बेंगळुरुमधील चौदिह मेमोरिअल हॉलच्या विविध घटनांनी भरलेल्या संध्याकाळपासून माझा आत्मशोधाचा प्रवास सुरू झाला. खरं तर त्याच्या आधीही मी बऱ्याचदा आईसोबत तिथं गेलो होतो, अनेक संगीताचे कार्यक्रम आणि नाटके पाहिली होती; पण हे वेगळं होतं. त्या संध्याकाळी मी आणि माझे मित्र मिळून विनोदी कार्यक्रम सादर करणार होतो; या कार्यक्रमावर माझं सर्वस्व अवलंबून होतं, माझं घडणं-बिघडणं अवलंबून होतं. 'द पॉलिश्ड बॉटम', माझ्या ग्रूपच्या नावापासून सर्वकाही अपारंपरिक होतं. तरीही चौदिहची १००० पैकी ७०० तिकिटं आम्ही खपवली होती आणि याच गोष्टीचं मला प्रचंड दडपणही आलं होतं. जर हा कार्यक्रम फसला तर मला कुठंही तोंड दाखवायला जागा राहणार नाही.

कार्यक्रमाची सुरुवात माझे सोबती प्रवीण कुमार, संजय मनक्टाला आणि शाम भट करणार होते आणि मला स्पष्ट दिसत होतं (खरं म्हणजे काहीही नाही) की, सुरुवात तर लोकांना आवडतेय. नाट्याचा शेवट करण्यासाठी मी रंगमंचावर चालत गेलो. माझे पाय लटपटत होते, माझ्या हृदयाच्या ठोक्यांचा आवाज कानात घुमत होता. जेव्हा ते सारं संपलं तेव्हा प्रेक्षकांच्या टाळ्यांच्या कडकडाटाचं संगीत कानाला मधुर वाटत होतं; जेव्हा प्रेक्षकांनी उभं राहून अभिवादन केलं तो क्षण म्हणजे माझ्या आयुष्यातलं खूप जपून ठेवलेलं स्वप्न पूर्ण झाल्याचा क्षण होता.

मी गमत्या असल्याचं मला माहीत होतं; गेल्या दोन वर्षांपासून मी लोकांना हसवत होतो, तेही हसत होते. साधारण चांगल्या ठिकाणी पन्नास कार्यक्रम तरी केले होते. यातच कॉमेडी स्टोअर लाफ फॅक्टरीचाही समावेश आहे. त्याच बरोबर औद्योगिक क्षेत्रात सुमारे तीस कार्यक्रम केले होते; पण हे त्या सर्वांहून थोडं वेगळं होतं. मला नेहमीच चौदिहमधल्या कार्यक्रमाचं दडपण वाटतं होतं, तिथेच जबरदस्त ७०० प्रेक्षक टाळ्यांचा कडकडाट करत होते. अखेर मला माझं स्थान मिळालं अन् मी ख्यातनाम विनोदवीर झालो. आता लोक मला हसण्याऐवजी माझ्या सोबत हसणार होते. मी रंगमंचावरून खाली उतरलो तेव्हा माझ्या डोळ्यांमध्ये अश्रू उभे

राहिले होते. मी खूपच आनंदी होतो आणि मला वाटत होतं की, जणू काही मी माझ्या पहिल्या अपत्याला जन्म दिलाय!

तुम्हाला कदाचित कल्पना येणार नाही; पण हसवणं हा अगदी गंभीर व्यवसाय आहे आणि माझ्यासाठी माझा चौदिहपर्यंतचा प्रवास दगड-धोंड्यांतूनच झाला होता. कधी ऐकलं तरी आहे का, एक आंधळा विनोदवीर? तो मी होतो आणि माझ्या जीवनाला असं काही वळण लागेल असं कधी वाटलंही नव्हतं. असंही नव्हतं की माझ्या परिस्थितीमुळे नवीन काही करण्यास मी कचरत होतो.

वयाच्या ८-९ व्या वर्षी जेव्हा ज्युवेनाइल मॅक्युलर डिजनरेशनमुळे (डोळ्यांच्या रंगपटलाच्या मध्यभागाची दृष्टी कमी होणे) माझी दृष्टी हळूहळू कमजोर व्हायला लागली, शक्यतो हा आजार वृद्धांना होत असतो; मी जीवनावर प्रचंड चिडलो. तो सर्व राग मी माझ्या पालकांवर काढला. मी खूपच आरडाओरडा करायचो. मी एक बंडखोर मुलगा झालो. माझ्या दुर्दैवाचा दोष मी त्यांना देत होतो. माझी आई माझ्यासाठी बळीचा बकरा होती कारण सरळ आहे, तीच सतत माझ्या आजूबाजूला असायची. ती जराही हू की चू नाही करायची. तिचा पवित्रा एकदम सरळ होता. मी तिचं बाळ होतो आणि काहीही झालं तरी ती कायम माझ्या बाजूने उभी राहणार होती.

परंतु कालांतराने माझा राग शांत झाला आणि मी पुन्हा एकदा पूर्वीसारखा आनंदी, खोडकर मुलगा झालो. माझ्या आईने मला अगदी सुरुवातीलाच सांगितलं होतं की, मी दुःखी राहू शकतो आणि काहीही न करता बसू शकतो किंवा मला हवं तसं आयुष्य जगू शकतो. मी सर्वसाधारण शाळेत जाऊ शकेन, माझ्या वयाच्या इतर मुलांप्रमाणे सर्व काही करू शकेन याची काळजी तिने घेतली. मी १०० मीटर, २०० मीटर आणि ४०० मीटर धावण्याच्या शर्यतींमध्ये भाग घ्यायचो. अभ्यास करणं कठीण होतं, कारण मला विशेष वाचता येत नव्हतं; फक्त बाहेरचं दिसत होतं अन् तेसुद्धा पूर्ण दिसत नव्हतं. आईने मला अभ्यासात मदत केली, ती शांतपणे टिपणं काढायची आणि मला वाचून दाखवायची.

आईने मला इतर गोष्टी शिकण्यासाठीही प्रोत्साहन दिलं, उदाहरणार्थ- पियानो. अगदी आजही काही ताणतणाव जाणवला किंवा जिवाला निवांत करावसं वाटल्यास मी ज्या गोष्टी करतो त्यांपैकीच एक पियानो वाजवणं हीदेखील आहे. टेनिस, क्रिकेट, व्हॉलिबॉल आणि बास्केटबॉल हे सर्व खेळ मी खेळलोय. कधीकधी बॉल थेट चेहऱ्यावर आपटायचा; पण कशानेही मी मागे हटलो नाही. पाच वर्षे मी गोल्फ शिकलो. वयाच्या १४ व्या वर्षी मला वाटलं की, मी बऱ्यापैकी खेळू शकतो म्हणून मी स्पर्धेत नाव नोंदवलं. मी स्पर्धेत सर्वांत शेवट आलो याचं कुणालाही नवल वाटलं नाही; पण मला सर्वाधिक टाळ्या मिळाल्या कारण दृष्टी अधू असूनही मी तिथं भाग घेण्याचं धाडस दाखवलं याचंच त्यांना कौतुक वाटत होतं. मला आजही खेळाबद्दल

प्रेम वाटतं अन् जिममध्ये वेळ घालवण्यापेक्षा टेनिस खेळायला मला जास्त आवडतं.

मला असा विश्वास वाटतो की, कधीकधी आपल्यासोबत घडणाऱ्या घटना अगदी खोलवर परिणाम करून जातात, आपला जगाबद्दलचा दृष्टिकोन बदलून टाकतात आणि दीर्घकाळ आठवत राहतात. वयाच्या १६ व्या वर्षी म्हणजे दहावीत असताना शाळेमध्ये क्रीडाप्रमुखाची अगदी चुरशीची निवडणूक मी जिंकलो. मला अत्यानंद झाला; पण शिक्षकांनी जाहीर केलं की, आंधळा असल्याने मी क्रीडाप्रमुख होऊ शकत नाही; मला मिळालेल्या मतांना काही अर्थच राहिला नाही. मी भयंकर निराश झालो आणि माझ्या मनात वारंवार 'का?' असा विचार येत होता. हाच तो क्षण होता जेव्हा मी ठरवलं की, यापुढे मुख्य प्रवाहातील कोणत्याही स्पर्धांमध्ये किंवा उपक्रमांमध्ये भागच घ्यायचा नाही, कारण मी कितीही पात्र असलो तरी अधिकाऱ्यांपैकी कुणीतरी माझं अपंगत्व पाहील आणि मी त्यापैकी काहीही करण्यास सक्षम नाही असं म्हणेल.

कदाचित मनाच्या सुप्त पातळीवरील याच गोष्टीने मला अपारंपरिक ध्येय आणि करिअरच्या दिशेने पुढं ढकललं असावं. मला ते नक्की सांगता येणार नाही.

माझ्या किशोरावस्थेतील ही आठवण जरी वाईट असली तरी माझ्याकडे खूप चांगल्या आठवणीही आहेत. माझ्या सभोवतालचं जग हळूहळू अंधूक होत होतं आणि मी दयाळूपणाने वेढला जात होतो. त्या दिवसांमध्ये सारखं दवाखान्यात जाणं हेच माझं आयुष्य बनलं होतं. तपासण्या, सी टी स्कॅन, सर्व प्रकारचे शिकाऊ डॉक्टर माझ्या डोळ्यांमध्ये काहीतरी करत होते, जेणे करून माझ्या डोळ्यांमध्ये काय झालंय ते शोधता येईल. एके दिवशी माझे पालक मला मद्रासमधील संकरा नेत्रालयामध्ये घेऊन गेले. तिथं मला डॉक्टर बद्रिनाथ भेटले, एक अत्यंत दयाळू माणूस; ते मला म्हणाले, 'मुला इकडे ये, सगळं काही ठीक होईल, तू चांगला मुलगा आहेस' त्यांनी असं म्हणून माझं हृदय जिंकून घेतलं. इतरांना कदाचित हे साधे शब्द वाटतील; पण त्या निराशेच्या काळामध्ये, जेव्हा माझ्या भोवतालचे सर्वजण अगदी दबक्या आवाजात माझ्या स्थितीबद्दल बोलायचे तेव्हा त्यांच्या या शब्दांनी मला एक आशा वाटली. मी एक नऊ वर्षांचा भेदरलेला मुलगा होतो आणि माझ्या त्या काळ्या कालखंडात डॉ. बद्रिनाथ या एकमेव व्यक्तीने मला प्रोत्साहन दिलं.

मी अठरा वर्षांचा झालो आणि पहिल्यांदाच मला खचल्यासारखं वाटलं. त्या वेळी माझे सर्व मित्र चालक परवाना मिळवण्याची खटपट करत होते. बाइक किंवा गाड्या घेण्याचं ठरवत होते. मला एकदम जाणवलं की, मला कधीच गाडी चालवता येणार नाही तेव्हा मी खूपच खचलो आणि रडण्याचं एक मोठं सेशन केलं. माझ्या दुर्दैवावर रडलो, माझ्या आंधळेपणाला शिव्याशाप दिले. त्या क्षणी बाबांनी माझ्यासाठी गो-कार्ट घेण्याचा प्रस्ताव मांडला व खरोखर त्यांनी गो-कार्ट

बनवणाऱ्या उत्पादकाला फोनही लावला आणि चौकशी केली की त्यांना त्यांच्या आंधळ्या मुलासाठी गो-कार्ट घेता येईल का? अर्थातच आम्ही कधी ती घेतली नाही; पण त्यांना माझ्यासाठी ती घ्यावीशी वाटली या गोष्टीचंच मला फार बरं वाटलं आणि त्यासाठी मला ते आवडतात. कालांतराने मी कारदेखील चालवली; पण जेव्हा एका रात्री मी उभ्या असलेल्या जीपला ठोकलं तेव्हा तेसुद्धा थांबलं.

आज चांगली गोष्ट ही आहे की, मला माझी दृष्टी चांगली होती ते दिवसच आठवत नाहीत. खरं म्हणजे मी माझ्या आयुष्यात घडणाऱ्या घटनांसोबत शांततेचा करारच करून टाकलाय. म्हणून मी माझ्याच आंधळेपणाविषयी बोलू शकतो, स्वत:चीच गंमत करू शकतो. मी माझ्या 'आउट ऑफ साइट' या एकपात्री कार्यक्रमामधून असंच तर करत असतो.

या प्रयोगाची गोष्ट दोन वर्षांपूर्वी सुरू झाली. मी माझ्या आयुष्याबद्दल फारच कंटाळलो होतो. या कंटाळ्याचं श्रेय जातं लागोपाठ मिळणाऱ्या कामांना! अशी काम मिळत होती ज्यामुळे मनोबल आणि बँकेतील शिल्लक कशालाही हातभार लागत नव्हता. मी जाहिरात एजन्सीमध्ये जिंगल लिहीत होतो, इंटरनेट रेडिओवरच्या शोमध्ये काम करत होतो. मला वाटलं होतं की, रेडिओवर मला स्वत:चा असा कार्यक्रम करता येईल; पण मला भयंकर जाहिरातीच कराव्या लागल्या आणि हो! मी एका आयटी संस्थेमध्ये इंटर्नल कम्युनिकेशन डिपार्टमेंटमध्ये (अंतर्गत सुसंवाद विभाग) काम करत होतो; पण यापैकी कशातही माझं मन काही रमलं नाही.

दरम्यान, माझ्या एका मित्राने मला विनोदवीर वीर दास आणि त्याच्या 'हमातेअर नाइट'बद्दल सांगितलं. तिथं कुणालाही दोन मिनिटांचं सादरीकरण करता येत होतं. जायचं, माइक हातात घ्यायचा व सुरू करायचं. माझा मित्र म्हणाला, 'तू दोन मिनिटांचं सादरीकरण का करत नाहीस?' कारण मित्र मंडळींमध्ये मीच गमत्या होतो. मी खूप कॉमेडी शो पाहायचो; जसे की, जॉर्ज कार्लिन, मिच हेडबर्ग, इडी आयझार्ड वगैरे. जेव्हा मला संधी दिसली तेव्हा मला वाटलं, प्रयत्न करून पाहायला काय हरकत आहे? गंमत म्हणून करून पाहिलं, पुढे जाऊन हेच माझं करिअर आणि आवडीचं क्षेत्र होईल असं त्या वेळी कुठे माहीत होतं?

विनोद करण्याचा माझा पहिला प्रयत्न अगदी भयंकर दु:स्वप्नासारखा होता. खूप उत्साहाने मी दोन मिनिटांचं स्कीट लिहिलं आणि अगदी जीव ओतून सादर केलं; दु:खद बाब म्हणजे प्रेक्षकांपैकी कुणालाही त्यात विनोद दिसलाच नाही. दुसऱ्यांदा आणि अगदी तिसऱ्यांदाही हेच झालं. माझ्या छोट्याशा स्कीटमध्ये मी जे संदर्भ घेत होतो ते कुणालाही समजत नव्हते. चौथ्यांदा जेव्हा मी व्यासपीठावर गेलो तेव्हा बेंगळुरुच्या रस्त्यांच्या दुर्दशेबद्दल बोललो आणि दारुड्याचे सामान्य जोक केले. अचानक प्रेक्षक माना डोलवायला व हसायला लागले. मला जमलं! माझ्या

मनातली सर्व भीती नाहीशी झाली आणि मला जाणवलं की, लोकांचं लक्ष वेधून घ्यायला मला आवडतं. मी एक-दोन मिनिटांचं सादरीकरण नेहमी करायचो; पण आता मला त्यापेक्षा जास्त वेळ व्यासपीठावर राहावसं वाटू लागलं.

मला २०१० मध्ये संधी मिळाली, मी नेहमी ज्या रेस्टॉरंटमध्ये जायचो त्याच्या मालकाने मला विचारलं की, त्या रेस्टॉरंटमध्ये कॉमेडी शो करणार का? तोपर्यंत मी केवळ छोटी छोटी सादरीकरणंच केली असल्याने पूर्ण शो करण्याच्या विचारानेच माझी घाबरगुंडी उडाली. योगायोगाने माझी गाठ संजय मनक्टालाशी पडली. तो तेव्हा नुकताच अमेरिकेतून काही कामानिमित्त त्याच्या कंपनीसह इथे आलेला होता. आम्ही अशाच एका रेस्टॉरंटमध्ये भेटलो जिथं सदैव माइक उपलब्ध असायचा; तिथं आम्हा दोघांनाही जाणवलं की, आम्हाला स्नॅप कॉमेडी करण्यात रुची आहे. पहिल्या भेटीचा परिणाम पहिल्या स्नॅप नाइटमध्ये झाला. तेव्हा 'बच्चूज'मध्ये मी २३ मिनिटांचं सादरीकरण केलं. आमच्या पहिल्या कार्यक्रमासाठी आम्ही अगदी सर्व काही गांभीर्याने केलं; आम्ही आमच्यासाठी मजेशीर नावं निवडली, पोस्टर लावले, मित्रांना आणि कुटुंबीयांना फर्मान सोडलं, जागा पूर्ण भरलेली असेल याची आणि आम्ही खरोखरच एकदम कुल कॉमेडियन असू याचीही काळजी घेतली.

ती एक छोटीशी सुरुवात होती; पण त्या रात्रीच्या यशानंतर मला वाटलं की, मी हे करू शकेन तसेच कॉमेडी नाइटचं अधिक वेळ सूत्रसंचालन करू शकेन. ही तीन वर्षांपूर्वीची गोष्ट आहे. आता यावर विश्वास ठेवता येत नाही; पण खूप दिवस माझ्या प्रेक्षकांना माझी दृष्टी अधू आहे हे समजू दिलं नव्हतं. त्या वेळी मला वाटायचं की कुणीही माझ्यावर दया दाखवू नये किंवा आंधळा कॉमेडियन असा शिक्काही बसू नये. मला एक गोष्ट पक्की माहीत होती ती म्हणजे मी आंधळा असो किंवा नसो पण गमत्या आहेच! मागच्या तीन वर्षांमध्ये मी सर्व प्रकारचे विनोद केले; पण त्यामध्ये माझ्या दृष्टीशी संबंधित काहीही नव्हतं.

सुरुवातीला तेच अगदी भीतिदायक होतं. जवळजवळ पूर्ण वर्षभर मी इतकी तालीम करायचो की, मला माझ्या सादरीकरणाची सर्व संहिता अगदी शब्दन्‌शब्द पाठ असायची; त्याचबरोबर रंगमंचाच्या मध्यमागी येण्यासाठी किती पावलं टाकायची, मला लागणारं साहित्य नेमकं कुठं ठेवलंय, माझ्यासमोर किती महिला आणि पुरुष बसले आहेत. खरं म्हणजे ते भीतिदायक होतं कारण कितीतरी गोष्टी चुकण्याची शक्यता होती. मी ते सर्व सांभाळून घेतलं; पण त्याचा दुसरा परिणाम असा झाला की, माझं काम फारच पुस्तकी वाटायचं आणि प्रेक्षक कोणतेही असले तरी माझे विनोद बदलायचे नाहीत; पण जसजसा मी रंगमंचावर अधिक आत्मविश्वासाने वावरायला लागलो तसं मला जाणवलं की, काही वेळा तुम्ही काही गोष्टींची भर घालणं, संधी घेऊन पाहणं असं करायला पाहिजे. त्याचबरोबर आजवर कधीही केलं

नाही अशा गोष्टीदेखील करून पाहायचा प्रयत्न करायला हवा. तुमची देहबोली आणि विनोद सांगण्याची पद्धत बदलून पाहायला हवी. अशा प्रकारची जोखीम घेणं अर्थपूर्ण होतं आणि आज माझी भूमिका आधीपासून अगदी व्यवस्थित काटेकोरपणे लिहिलेली नसली तरी मी आत्मविश्वासाने ती सादर करतो.

मागच्या वर्षी मला कधीतरी जाणवलं की, आता मी प्रेक्षकांशी माझ्या अंधत्वाबद्दल बोलायला तयार आहे. त्यानंतर माझा 'आउट ऑफ साइट' हा एकपात्री प्रयोग यायला खूपच वेळ लागला. यामध्ये दृष्टीने अधू म्हणून जगतानाचे माझे सर्व बरेवाईट अनुभव, धडपड असं सर्व काही आहे; माझ्यासाठी हा प्रयोग करणं म्हणजे विनोदवीर म्हणून वयात येण्यासारखं आहे.

अनेक वर्षे मी कुणाचीही मदत न घेता प्रवास केलाय; पण आता मी विमानात बसण्यासाठी विमानतळावर जातो तेव्हा मदत मागण्यास कचरत नाही. त्यानंतर जे काही होतं ते म्हणजे धम्माल असते. त्या दिवशी मी बेंगळुरु विमानतळावरील महिलेला सांगितलं की, मी अंध असून विमानात बसण्यासाठी मला मदत लागेल. तिने लगेच व्हीलचेअर देऊ केली. 'भारतात लोकांना दृष्टी अधू असणं म्हणजे काय तेच कळत नाही.' तुम्ही जर अंध आहात तर त्यांना तुमची काठी पाहायला हवी असते. मी या सर्व गोष्टींकडे विनोदबुद्धीने पाहायला शिकलोय. मला जेव्हा ते विचारतात, 'मी अंध आहे असं दाखवणारी काठी माझ्याकडे का नाही?' मी उत्तरतो, 'माझ्याकडे नाही कारण मला ती मिळत नाही!'

एका अर्थाने माझ्याच आंधळेपणाविषयी बोलण्याने मला मोकळं वाटतंय आणि हे असं करणं उपचारात्मक आहे असंही जाणवतंय. आता मी कशाविषयीही बोलू शकतो, अगदी आंधळ्याने डेटवर जाण्यातील धोक्यांविषयीसुद्धा! कधीकधी मी भलत्याच व्यक्तीला भेटलोय, लांबसडक केसांच्या सुंदर मुलीऐवजी लांब केसांच्या पुरुषाला!

मला वाटतं की, स्टॅन्ड अप कॉमेडी माझं बचावाचं साधन बनून माझ्याकडे आलीय, कारण मला जाणवलंय की, परिस्थिती कितीही गंभीर असली तरी वातावरण हलकं करण्याचा विनोद हा अगदी सोपा मार्ग आहे. समजा, कुणी तुमची खोडी काढली, जिव्हारी लागेल असं बोललं किंवा तुम्हाला कमी लेखलं तर त्या माणसाला ठोकून काढण्यापेक्षा परिस्थिती सौम्य करण्यासाठी फक्त विनोदाचा वापर केला तरी पुरेसं होतं.

पूर्वी मी फारच आक्रमक, सदा लढण्याच्या तयारीतच असायचो. जरा कुणी काही मत्सराने, टोचून बोलला तर मी भांडायचो; पण आता मला जाणवलंय की, अशा परिस्थितीत विनोद करणं खूप सोपं असतं. अगदी भिकार विनोद असला तरी चालतं कारण त्याने कुणाला दुखापत तर होत नाही. विनोदवीर म्हणून स्थिरस्थावर होण्याच्या आधीच्या अस्थिरतेच्या, अस्वस्थतेच्या काळात सोमरसपान हाच माझा

विरंगुळा होता. माझ्या लक्षात आलं की, एका विशिष्ट मर्यादेनंतर ते शरीराला फारच अपायकारक असतं. मी प्यायचो आणि कोणत्याही रंगमंचावर चढायचो; ते काराओकेचं ठिकाण असो वा नुसता माइक; मला फरक पडायचा नाही आणि मी स्वत:चं हसू करून घ्यायचो. एके दिवशी मला प्रकर्षाने जाणीव झाली की, मी हे काय करतोय? मला रंगमंचावर जायचं असलं तरी दारुड्या विदूषक म्हणून नक्कीच नाही. दरम्यान, विनोदवीर म्हणून सुरू झालेली कारकीर्द माझ्यासाठी जीवनदायिनी ठरली आहे. आज मी जेव्हा विनोदी कार्यक्रम करतो तेव्हा मी काही विदूषक नसतो तर मी जे काही सादर करतो त्याबद्दल खरोखरच माझा आदर केला जातो. मी जेव्हा रंगमंचावर जाऊन समाजातील मला अस्वस्थ करणाऱ्या गोष्टींबद्दल बोलत असतो त्या वेळी प्रेक्षक त्यातल्या विनोदाला जरी हसत असले तरीही त्याच वेळी ते माझ्या म्हणण्याशी सहमत असतात; कारण त्यांनाही त्या गोष्टींचा त्रास होतच असतो. विनोदाचं हेच तर महत्त्वाचं मर्म आहे, कुणाच्याही दुर्दैवावर किंवा दिसण्यावर हसणं हा काही विनोद नाही.

आपल्यापैकी प्रत्येकाच्याच आयुष्यात कधी ना कधी कलाटणी देणारा क्षण येतो आणि आधीचं सर्व काही बदलून टाकतो. माझ्यासाठी असं दोनदा झालं. माझ्या उच्च शिक्षणासाठी मी परदेशात गेलो ती वेळ. मी अमेरिका आणि इंग्लंडमध्ये गेलो तेव्हा ती माझ्या आयुष्यातील सर्वाधिक आनंदाची अवस्था होती. मला नाही माहिती की, अमेरिकेत जाऊन मी समाजशास्त्राचा नेमका किती अभ्यास केला; पण घरच्या सुरक्षित वातावरणाला सोडून एकट्यानेच मी स्वत:ला सांभाळायला शिकलो. अमेरिकेतलं शिक्षण भारतासारखं नाही, ते विश्लेषणात्मक आहे. सुरुवातीला जे अभ्यासलं ते सादर करणं, तर्कसंगतपणे मांडणं, स्पष्ट करणं आणि त्या विषयातलं मला काय समजलं यावरून स्वत:ची अशी बाजू मांडणं जरा जड गेलं. आपल्याकडील घोकंपट्टीपेक्षा ते फार वेगळं होतं. माझ्यासाठी माझ्या आयुष्यातला तो एक अद्‌भुत अनुभव होता कारण त्यामुळे मी स्वतंत्र व संवेदनशील व्यक्ती बनलो. जो स्वत:ची बाजू आत्मविश्वासाने मांडू शकतो.

प्रत्येक पालकांना आपल्या मुलांना सुरक्षित ठेवायचं असतं; पण आज मागे वळून पाहताना माझ्या अनुभवावरून तरी मला वाटतं की, तुमच्या मुलांना सुरक्षित ठेवायचा सर्वोत्तम मार्ग म्हणजे त्यांना जगाचा सामना करण्यासाठी तुम्हाला जसं पाठवता येईल तसं पाठवा. कारण जर तुम्ही तुमच्या मुलाला कायमचं स्वत:जवळ ठेवलंत तर ते गोगलगायीसारखं होईल, स्वत:च्याच शंखात अडकून बसेल; कधीही स्वतंत्रपणे कोणतीही बाब हाताळू शकणार नाही. मी शिकलोय की, जग काही तुमची वाट पाहत बसून राहत नाही; ते तर पुढे पुढे जातंच असतं कारण त्यांना त्यांच्या इतर गोष्टीही करायच्या असतात.

माझं जीवन बदलणारी दुसरी गोष्ट म्हणजे बोलकी पुस्तकं (ऑडिओ बुक),

काही वर्षांपूर्वी पहिल्यांदा मला कुणीतरी एक-दोन बोलकी पुस्तकं भेट म्हणून दिली होती आणि मला ते आवडलं, कारण त्यात मला केवळ छान छान गोष्टीच ऐकायला मिळाल्या नाहीत तर गोष्ट वाचून दाखवणारी व्यक्ती तिच्या आवाजाच्या चढ-उतारांचा उपयोग करून आपल्यासमोर प्रसंग कसा उभा करते, त्यातून मला बरंच काही शिकायला मिळालं. या गोष्टींचा उपयोग मी माझ्या विनोदाच्या कार्यक्रमामध्ये करतो. वयाच्या विसाव्या वर्षापासून मला बोलक्या पुस्तकांचा लळा लागला आहे. आज आठ वर्षांनंतरची स्थिती अशी आहे की, मी महिन्याला किमान चार तरी पुस्तकं ऐकतो. समजा, मला जर कधी दृष्टी लाभलीच तर मला बोलकी पुस्तकं तयार करण्याचं काम करायला आवडेल.

असेन मी मोठा विनोदवीर; पण म्हणून काही माझ्या आयुष्यात नेहमीच आनंदीआनंद असतो असं नाही; अशाही वेळा आहेत जेव्हा मी सरळ भुईसपाट होतो, तेव्हा मला कुणीतरी आधार देऊन परत माझ्या पायावर उभं करतं. माझी आई तर नेहमीच माझ्यासाठी उभी असते. नि:स्वार्थी जीव, केवळ मला सरळ रेषेत लिहिता यावं म्हणून दिवसच्या दिवस कोऱ्या कागदांवर पेन्सिलने ओळी आखत बसायची. तिने माझे धडे टेप केले जेणे करून ते ऐकून मी अभ्यास करू शकेन. माझे इतिहासातील प्रकल्प अधिक बिनचूक व्हावेत म्हणून वस्तूसंग्रहालये व इतर संबंधित ठिकाणं पालथी घातली. माझी मोठी बहीण तर माझ्यासाठी अखंडपणे वाहणारा सामर्थ्याचा स्रोत आहे आणि एक पूर्णत: आंधळी मुलगी आहे, जी पियानोवादनाच्या आठव्या श्रेणीचा अभ्यास तर करतेच आहे पण सोबतच ट्रिपल मेजरसुद्धा करतेय. ती अतिशय प्रेरणादायक, विनम्र आणि कायम उल्हसित, ऊर्जेने भरपूर असते. तिने अनेकदा मला निराशेच्या गर्तेतून बाहेर काढलं आहे.

आज मी अशा ठिकाणी आहे की, मला माझंच आयुष्य प्रेरक वाटायला लागलंय. तरी अशाही काही वेळा असतात की, मी इतर विनोदवीरांकडे पाहतो; जे अधिक यशस्वी आहेत, ज्यांना माझ्यापेक्षा अधिक कॉर्पोरेट शो करायला मिळतात, अधिक मानमरातब मिळतो, त्यांच्याकडे पाहून मला निराश व्हायला होतं. मग मी स्वत:लाच विचारतो, पाच वर्षांपूर्वी तू कुठे होतास? तू खूप जास्त प्यायला लागला होतास, बंडखोरी करत होतास आणि फक्त चारच वर्षांपूर्वी तू पहिल्यांदाच रंगमंचावर पाऊल टाकलंस आणि दोन मिनिटांचा कार्यक्रम करायलाही घाबरत होतास. २०१० मध्ये पहिल्यांदा तू स्वतंत्रपणे कॉमेडी नाइटचा कार्यक्रम सुरू केलास आणि आज तू तुझा एकपात्री प्रयोगही करतोस; संपूर्ण तासभर तुझ्या आयुष्याबद्दल बोलतोस आणि अनोळखी लोकांसमोर एक अपंग म्हणून तुला आलेले अनुभव व तुझ्यातील उणिवा अगदी सहजच सांगतोस.

मी आज आहे त्यापेक्षा खूपच वेगळा माणूस होतो. मी सुरुवातीला जेव्हा दोन-

दोन मिनिटांचे कार्यक्रम सुरू केले तेव्हा माझ्या पालकांना वाटलं होतं की, मी असाच टाइमपास करतोय; पण एके दिवशी संध्याकाळी जेव्हा त्यांनी माझा कार्यक्रम बघितला तेव्हा त्यांना जाणवलं, मी काही अगदीच वाईट विनोदवीर नाही. आज मला पाठिंबा देणाऱ्यांमध्ये ते अग्रेसर आहेत.

अगदी आजही काही दिवस असे असतात की, मी उठतो, मला काहीच मजेशीर वाटत नसतं. काही वेळा तर मी कसातरीच कार्यक्रम सादर करतो, एकही प्रेक्षक हसत नाही. मला अगदी खात्री असते की, इथे हशा येईलच, तिथंही ते हसत नाहीत आणि मग माझ्या मनात विचार येतो की, माझा विनोदवीर होण्याचा निर्णय चुकला तर नाही ना? पण लगेच माझ्याच हृदयाच्या आतून, खोलवरून एक कप्पा मला सांगतो की, विनोदानेच मला स्वतःला शोधायला मदत केली आहे.

आधी मी आंधळा आहे म्हणजे काहीतरी चूक केलीय किंवा मला कायमचं लोकांना खूश करायचं असायचं; त्यामुळे मला सतत अपराधी वाटत राहायचं, मी कायम 'मला क्षमा करा' म्हणत राहायचो. कहर म्हणजे अगदी दुसऱ्याचा पाय मध्ये आल्यामुळे मी पडलो तरी मीच दिलगीर असायचो. तसं पाहिलं तर मी अंध असल्यामुळे दुसऱ्या माणसानं दिलगीर असलं पाहिजे; पण मीच कायम सर्व बाबतींत दिलगिरी व्यक्त करत राहायचो. समजा, आज अगदी तसाच प्रसंग घडला तर शक्यतो मी म्हणेन, 'एक्सक्यूज मी, तुमचा पाय रस्त्यात आहे आणि माझ्यासारखी आंधळी व्यक्ती इथं आहे!' मी थोडा कमी दिलगीर असेन. मला लोकांना खूश करण्यातही तशी विशेष रुची नसेल. आता मला अधिक आत्मभान आलंय. विनोदवीराच्या कारकिर्दीने मला मी कोण आहे याचा शोध घेण्यासाठी खरोखरच फारच मदत केलीय.

आज मला स्वतःचं असं मत आहे, स्वतःची किंमत आहे. काही लोक माझ्यासारखे असू शकतात आणि बाकीचे नसू शकतात, ही गोष्ट मी स्वीकारली आहे. मित्रांच्या घोळक्यात मी कायमच विनोदी, गमत्या असलं पाहिजे असं काही नाही कारण आता काही लोकांचं कायमच माझ्याकडे लक्ष असायला हवं याकरता मी हपापलेला नाही. रंगमंचावर असताना मला ते खूप मिळतं. आजूबाजूला घडणाऱ्या घटनांबद्दल खरी आणि मजेशीर मतं असणारी व्यक्ती म्हणून मला मान आहे; पण खरं सांगायचं तर विनादाने नाही तर अंधत्वाने मला अधिक चांगला माणूस बनवलंय. कधीतरी चिडचिड करत असेन, कधी निराश व हतबल होत असेन, कधी आक्रस्ताळेपणा करत असेन; पण त्याचबरोबर मी विनम्र आणि संवेदनशील होण्यासही शिकलोय.

आत्ता या क्षणी मी माझं स्वप्नच जगतोय; अगदी निराशाजनक स्वप्न, दुःखद स्वप्न. कधीकधी भयंकर दुःस्वप्न; पण तरीही मला उठावं असं वाटत नाही कारण ते माझं स्वप्न आहे अन् मला त्यातला विनोद आवडतो.

◆

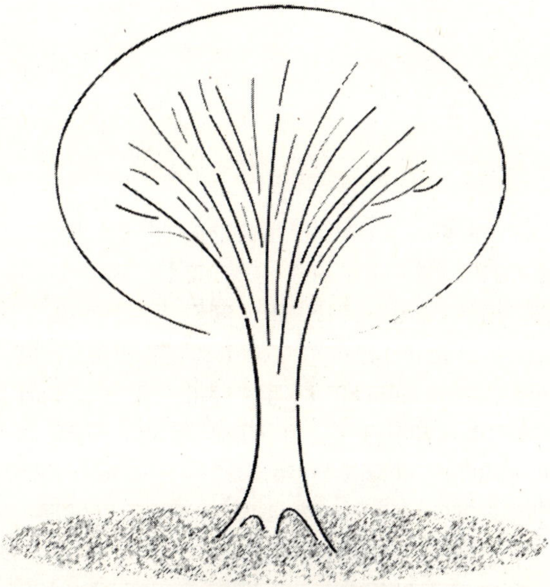

सुनील देसाई

सुनील यांचं व्यक्तित्व झाडाच्या काळ्या रेषांनी दाखवलंय. फांद्या, हलकी पानगळ आणि खालची गहिरी सावली! फांद्या दाखवणाऱ्या या अनेक रेषा शुष्क जीवनविरहित अचल आणि स्थिर उभ्या आहेत असं वाटतं. सुनीलच्या पक्षाघाताने निश्चल पडलेल्या शरीराप्रमाणे, तरीही झाडाचा पर्णसंभार पहिल्याच दृष्टिक्षेपात नजरेत भरल्याशिवाय राहत नाही. (हा पर्णसंभार सुनीलच्या जगण्याच्या उमेदीचं प्रतीक आहे) आणि सुरक्षात्मक सावली सुनीलने सुरू केलेला प्रेम आणि काळजी घेण्याचा केअर टेकर्स हा सामाजिक उपक्रम दाखवून देत आहे.

बडोद्यातील करेलीबाग परिसरातील गजबजलेल्या गल्ली-बोळांत सुनील देसाई हे चिरपरिचित व्यक्तिमत्त्व आहे. बऱ्याचदा तिथल्या बाजारात ते त्यांच्या चारचाकीवरून येतात, सर्वांत जास्त ताजी भाजी निवडण्यासाठी निवांत वेळ घेतात, सोबतच भाजीवाल्यांसोबत गप्पा मारतात; इथल्या भाजीवाल्यांना तर त्यांच्या घरच्यांना कोणत्या भाज्या आवडतात हेसुद्धा माहिती आहे, साहजिकच आहे कारण साधारण गेल्या दहा वर्षांपासून तरी ते त्यांचे एकनिष्ठ ग्राहक आहेत. देसाई जवळपासच्या किराणावाल्याकडून त्यांची पत्नी- दर्शनासाठी बाजारहाट करून आणतात आणि सायंकाळी घरी परतण्याआधी ते जवळपास राहणाऱ्या अर्ध्या डझन तरी मित्रांना भेटून, त्यांची ख्यालीखुशाली विचारतात. घरी येत असताना समजा, रस्त्यामध्ये वाहतूक हवालदार जागेवर नसल्यामुळे वाहतूक कोंडी झाली असेल तर ते संबंधित वाहतूक कार्यालयात फोन करून, वाहतूक कोंडी सोडवण्याची विनंती करतात. अपघातामुळे संबंध शरीर लुळं पडलेल्या व्यक्तीसाठी, आता वीस वर्षांपासून लुळ्या-पांगळ्याचं जीवन जगणाऱ्यासाठी हा नित्यक्रम काही वाईट नाही. ते पूर्णतः बॅटरीवर चालणाऱ्या व्हीलचेअरवर अवलंबून आहे; या व्हीलचेअरनेच त्यांना नवीन पंख आणि जीवन दिलंय.

वयाच्या ३४ व्या वर्षी मी यशाच्या शिखरावर होतो. एका नामांकित इलेक्ट्रॉनिक्स कंपनीत एरिया सेल्स मॅनेजर (क्षेत्रीय विपणन व्यवस्थापक) होतो. माझ्याकडे एक प्रेमळ परिवार, स्वत:च्या मालकीचं घर आणि कामाच्या ठिकाणी प्रगतीच्या अनेक शक्यता होत्या. मला वाटायचं, याहून चांगलं आयुष्य ते काय असेल. सन १९९४ च्या त्या दुर्दैवी दिवशी मी राजकोटला महत्त्वाच्या बैठकीला जाण्यासाठी बसमध्ये बसलो. मला यत्किंचितही कल्पना नव्हती की, त्या दिवशी मला तोपर्यंत माहिती असलेलं माझं आयुष्य संपुष्टात येईल आणि एका नव्या प्रवासाची सुरुवात होईल. जो सुरुवातीला तर एकदम खडतर असेल; पण कालांतराने मला सुख-समाधान देणारा ठरेल.

तसा प्रवास लांब पल्ल्याचा असल्यामुळे मला जरा सोयीची जागा हवी होती. बसमध्ये चढल्याबरोबर मी माझी सीट बदलून मागितली; पाय लांब करून बसता यावं म्हणून मला बसमधलं अगदी पुढचं सीट हवं होतं. मला अजिबात कल्पना नव्हती की, त्या एका निर्णयाने माझ्या भविष्यात जबरदस्त उलथापालथ होऊन जाईल. काही तासांनंतरच लिमडी-बागडोरा हायवेवरील निर्जन पट्ट्यामध्ये राजकोटजवळ आमच्या बसची आणि ट्रॅंकरची समोरासमोर धडक झाली. ही टक्कर इतकी जबरदस्त होती की, बसमधले अनेक लोक जागीच ठार झाले; त्यात माझ्या शेजारी बसलेलासुद्धा होता. मी जेमतेम जिवंत होतो; बसच्या सांगाड्यात माझे पाय अडकले होते आणि माझं जीवन कायमस्वरूपी बदललं होतं.

बसमधील प्रवाशांना वाचवण्यासाठी जवळपासच्या लोकांचं मदतकार्य सुरू होतं. एकच गलका सुरू होता आणि त्या सर्व गोंधळात मला जाणवलं की, मला काहीतरी गंभीर इजा झाली आहे. मला माझी मान सोडली तर शरीराच्या कोणत्याही अवयवामध्ये संवेदना जाणवत नव्हत्या. मला समजलं की, माझं बाकीचं सर्व शरीर मेल्यासारखं जड झालंय; मला ते हलवतासुद्धा येत नव्हतं. मला तिथल्या दवाखान्यात नेलं. तिथल्या डॉक्टरांनी सांगितलं की, मज्जासंस्था आणि मेरूदंडावर जबरदस्त

आघात झाला असून, मला राजकोटमधील मोठ्या रुग्णालयात हलवणं अत्यावश्यक आहे. मी डॉक्टरांना सांगितलं की, मला माझा परिवार असलेल्या ठिकाणी म्हणजे वडोदऱ्याला हलवा; पण डॉक्टरांचं म्हणणं होतं की, तातडीने उपचार झाले नाहीत तर मी २४ ते ७२ तासांपेक्षा अधिक जगू शकणार नाही; पण मी हट्टच धरल्याने मला त्यांनी एक टेम्पो बघून दिला, ज्यामधून मला अहमदाबाद इथं नेण्यात आलं. तिथल्या रुग्णालयामध्ये दाखल केलं आणि अनेक शस्त्रक्रियांची शृंखलाच सुरू झाली. डॉक्टरांनी खूप प्रयत्न केले; पण अखेर त्यांनी जे निदान केलं त्यानं माझ्या सर्व आशा-आकांक्षांचा अगदी चुराडा झाला. यापुढील आयुष्यात मी अजिबात हलू शकणार नव्हतो. ताठ मानेने स्वच्छंद आकाशात विहार करणारं माझं आयुष्य असं जमिनीवर आपटून क्रूरपणे चिरडलं गेलं होतं. वैद्यकीय भाषेत क्वाड्रिप्लेजिक म्हणजेच लुळापांगळा झालो होतो आणि माझं उर्वरित जीवन व्हीलचेअरवरच जाणार होतं.

तो माझ्या आयुष्यातील एकटेपणाचा तर कुटुंबीयांसाठी भयंकर आघात होता. मला दोन छोट्या मुली होत्या. त्यांचे शिक्षण तसेच लग्ने करायची होती. वडील म्हातारे होते, त्यांना माझ्या आधाराची गरज होती, पत्नी तर– तिच्या कुटुंबाचा प्रमुखच त्याच्या सर्व गरजांसाठी कुटुंबीयांवर अवलंबून असल्यामुळे– सैरभैर झाली होती; पण आता जर कोणाला वाटत असेल की, माझ्या पत्नीच्या खांद्यावर अकस्मात पडलेल्या या जबाबदारीच्या ओझ्यामुळे ती कोलमडून पडली असेल तर ते चुकीचे ठरतील. पुढची काही वर्षे तिने तिच्या क्षमतेचा आणि इच्छाशक्तीचा प्रत्येक अंश मला माझं जीवन परत मिळवून देण्याकरता कारणी लावला. आम्ही अगणित रुग्णालयांमध्ये गेलो आणि सर्व उपलब्ध वैकल्पिक पद्धतींनी माझ्या मृतपाय शरीरात जीव येईल या आशेने उपचार केले. या सर्वांसाठी १५ लाख रुपये खर्ची पडल्यावर आम्हाला जाणवलं की, आमचे सर्व प्रयत्न निष्फळ ठरलेत आणि मी कधीच चालू शकणार नाही.

अपघातानंतर सुरुवातीचे काही महिने म्हणजे माझ्यासाठी केवळ दिवसांची मालिका होती, मी पलंगावर पडून होतो आणि माझ्या आजूबाजूचे सर्व लोक माझ्याच तब्येतीबाबत दबक्या आवाजात चर्चा करायचे; पण त्यात एक समाधान होतं की त्यादरम्यान माझे मित्र व कुटुंबीय मला पाहायला तरी मिळत होते, ते येऊन माझ्या सोबत वेळ घालवायचे आणि मला प्रसन्न ठेवण्याचा प्रयत्न करायचे. आता मी अपंग आहे या गोष्टीचा विचार करत राहू नये म्हणून मला गुंतवून ठेवायचे; पण हळूहळू भेटायला येणाऱ्यांचं प्रमाण रोडावत गेलं आणि एके दिवशी माझ्या लक्षात आलं की, आज कुणीही भेटायला आलं नाही. अचानक मला जाणवलं की, आयुष्यभर असं एकाकी पलंगावर पडून राहणं किती भयावह आहे. काही दिवस मी

निराश होऊन आरडाओरडा करायचो तर कधीकधी माझा परिवार त्यांच्या नित्यक्रमात अडकलेला असायचा तेव्हा एकटाच अंथरुणामध्ये पडून रडायचो आणि हळूहळू मी निराशेच्या खोल डोहात बुडू लागलो. नंतर एके दिवशी माझी जुनी उमेद जागी झाली आणि मी ठरवलं की, माझ्या मृतपाय शरीरात प्राण फुंकण्याचं सामर्थ्य केवळ माझ्यातच आहे. मी ठरवलं की, यापुढे परावलंबी आणि असहाय राहायचं नाही, कारण असं झालं तर जग मला विसरून जाईल आणि इतक्यात काही मी जीवनाबद्दलची आस सोडायला तयार नव्हतो. मी स्वत:लाच बजावलं की, भूतकाळात जगणं आता बास झालं, पुरे झालं. कारण अशाने मी माझा वर्तमान तसेच भविष्यकाळही नष्ट करत होतो. अत्यंत कठोरपणे मी स्वत:ला सांगितलं की, स्वत:च्या आयुष्याची सूत्रं स्वत:च्या हातात घेण्याची वेळ आली आहे. वास्तवाला सामोरं जाऊन आहे ते स्वीकारण्याची वेळ आलीय. देवाने मला अनेक चांगल्या देणग्या दिलेल्या आहेत आणि त्या अधिक मोठ्या उद्दिष्टांसाठी वापरायला मी तयार आहे. मी स्वत:ला सांगितलं की, जरी माझं भौतिक शरीर अपंग झालेलं असलं तरीही माझं मन चैतन्याने भरलेलं आणि मुक्त आहे. त्याचाच उपयोग मी माझं उर्वरित आयुष्य यशस्वीपणे जगण्यासाठी करणार आहे.

अपघातानंतर तीन महिन्यांनी मी माझं पहिलं धाडस केलं. मी सर्व्हिस इंजिनिअरची मदत घेऊन एअर कंडिशनर, टीव्ही आणि फ्रिज दुरुस्तीचा व्यवसाय सुरू केला. याच क्षेत्रात मी आतापर्यंतची इतकी वर्षे घालवली होती; त्याचा उपयोग झाला कारण मला या उद्योगाची इत्थंभूत माहिती होती. यामध्ये खूप पैसा नव्हता, मी ७० टक्के शुल्क इंजिनिअरला देत होतो आणि ३० टक्के मला ठेवत होतो; पण ही सुरुवात होती. पुढील दोन वर्षे मी हा व्यवसाय सुरू ठेवला पण कालांतराने सोडून दिला कारण एका मोठ्या ग्राहकोपयोगी इलेक्ट्रॉनिक्स कंपनीने स्वत:च सेवा देण्याचं जाळं निर्माण केलं आणि त्यामुळे लोकांनी एकट्यादुकट्या सेवा पुरवणाऱ्याऐवजी त्यांच्याकडून सेवा घ्यायला सुरुवात केली.

पुन्हा एकदा मी वाईट कालखंडातून गेलो; यावेळी तो सहा वर्षांचा होता. पुन्हा मला मी निरुपयोगी असून ओझं वाटायला लागलो. माझं मन मी ज्या दु:खात अडकून पडलो होतो तिथून सुटण्याचा मार्ग शोधण्यासाठी धडपडत होतं. तासन्तास मनातल्या मनात संवाद सुरू असायचा आणि त्यातूनच एक कल्पना सुचली, ती ताबडतोब प्रत्यक्षात आणणं आवश्यक होतं. मला जाणवलं की, परावलंबी व्यक्तीच्या मदतीसाठी योग्य व्यवस्था किंवा काळजी घेणारी व्यक्ती नसेल तर ती व्यक्ती किती असहाय आणि निराश होऊ शकते. माझा परिवार प्रत्येक क्षणी माझ्यासोबत उभा होता, त्यांनी प्रत्येक बाबतीत माझी मदत केली, माझं आयुष्य हे सांघिक प्रयत्नांचं फळ आहे; अगदी माझे वयस्कर वडीलदेखील माझा प्रत्येक दिवस चांगला

करण्यास हातभार लावतात. माझ्या विविध शस्त्रक्रियांवर प्रचंड पैसा खर्च झाल्याने माझ्यासाठी पूर्ण वेळ मदतनीस ठेवण्यासाठी आमच्याकडे पैसा शिल्लक नव्हता, म्हणून माझ्या परिवारातील सर्वांनी आळीपाळीने स्वत:च ते काम करण्याचं ठरवलं. माझ्या मनात माझ्यासारखी मदत न मिळू शकणाऱ्या हजारो लोकांचा विचार आला आणि माझं मन माझ्याही पुढे धावू लागलं. कारण माझ्या उर्वरित आयुष्यात मी काय करायचं हे मला उमगलं होतं. मला माझ्यासारख्याच परावलंबी लोकांचं आयुष्य अधिक आनंदी आणि आरामदायक करायचं होतं. मला ज्येष्ठ नागरिक, आजारी आणि असहाय व्यक्तींसाठी मदत आणि काळजी घेणारी संस्था सुरू करायची होती.

माझा बदलेला नूर पाहून माझ्या घरचे खूपच खूश झाले. त्यांनीच माझा राग, चिडचिड, निराशा आणि त्यामुळे बदलणारी माझी मन:स्थिती यांचे बरेवाईट परिणाम भोगले आहेत; परंतु माझ्या पत्नीने, वयस्कर वडिलांनी आणि माझ्या मुलींनी मी स्वत:च्या दैवाला दोष देत रडत असताना मला कधी एका शब्दानेही दुखावलं नाही.

'शंभर टक्के दुसऱ्यांवर अवलंबून असणाऱ्या व्यक्तींसाठी' ही कल्पना अवास्तवच होती; पण माझे घरचे आणि माझे मित्र मला चांगलेच ओळखत होते; अपघातापूर्वीच्या चांगल्या दिवसांतील माझं चिरंतन झऱ्यासारखं उत्साही रूप त्यांनी पाहिलं होतं; त्यामुळेच ते या कल्पनेने भारावले. ते माझं परावलंबनाचं दु:खही जाणून होते आणि अशा असहाय अवस्थेत अडकून पडलेल्यांच्या मनात नेमकं काय चाललेलं असतं ते त्यांना पक्कं ठाऊक होतं.

नऊ वर्षांपूर्वी माझ्या स्वत:च्या असहायतेतून जन्माला आलेली केअर टेकर (मदतनीस) ही संकल्पना आज गुजराथ राज्य तसेच संपूर्ण देशांमध्ये शेकडो लोकांना मदत करतेय आणि आशा देतेय. या संस्थेची सुरुवात मी वर्तमानपत्रामध्ये दिलेल्या छोट्याशा जाहिरातीने झाली. माझ्या वडिलांच्या वाढदिवसाच्या मुहूर्तावर, केअर टेकर म्हणून ज्यांना प्रशिक्षण हवं असेल त्यांनी संपर्क साधावा, असं आवाहन केलं होतं आणि प्रशिक्षणानंतर लगेचच काम मिळेल असंही लिहिलं होतं. इथं मला कबूल करावं लागेल की, जेवढ्यांचे अर्ज आले आणि जेवढे माझ्या घरी मुलाखतीसाठी आले, त्यातले सर्वच काही मला हवे तसे किंवा हव्या त्या प्रकारचे होते असं नाही. मी निवडलेल्या पहिल्या बॅचमधील महिला आणि पुरुषांमध्ये मला हवा तो सहानुभूती हा गुण होता. मला माझ्या स्वत:च्या अनुभवावरून माहीत होतं की, अपंग व्यक्तीच्या भावनांबद्दल, गरजांबद्दल संवेदनशील नसलेल्या व्यक्तीने त्यांची देखभाल करण्याइतकी दुसरी वाईट गोष्ट कोणतीही नाही. आमच्या जखमांच्या दु:खापेक्षा आपण आपल्या प्रेमाच्या माणसांवर ओझं आहोत या भावनेने जास्त दु:ख होतं.

माझ्या मित्रांनी दिलेल्या तुटपुंज्या भांडवलाच्या आधाराने मी पुन्हा एकदा व्यवसायामध्ये उतरलो होतो. रोजगार हवा असलेल्या आणि त्यासाठी मेहनत

करण्यास तयार असलेल्या डझनभर महिला आणि पुरुषांना कामावर ठेवलं होतं. माझी व्हीलचेअर म्हणजेच माझं कामाचं टेबल बनलं; मोबाइल फोनच्या मदतीने, हेडफोन आणि इअरप्लग यामुळे आलेले फोन घेणं शक्य झालं. मी माझ्या पुढच्या कारकिर्दीची सुरुवात करण्यास तयार होतो. यावेळी माझी पत्नी आणि वडील माझे कार्यकारी सहायक होते. मुलाखती घेण्यास मला मदत करत होते तसेच बाकी सर्व व्यवस्था पाहत होते. नवीन नेमणूक झालेल्या बॅचला प्रशिक्षण देत होते. मला वाटतं की, काळजी घेणारे प्रेमळ, सहानुभूती आणि सहसंवेदना समजणारे असायला हवेत. नवनियुक्त लोकांना हे गुण अंगी बाणवण्याचे महत्त्व समजावे म्हणून मी त्यांच्या सोबत सातत्याने खूप वेळ चर्चा करायचो, विचारविनिमय करायचो; जेणे करून त्यांना या गोष्टीचं महत्त्व पटेल आणि ते हे गुण अंगीकारतील. अपंगांना कसं उचलायचं, अंघोळ कशी घालायची आणि त्याला/तिला कसं भरवायचं, त्याच बरोबरीने वेदना कमी करण्यासाठी किंवा चमक भरल्यास फिजिओथेरपी आणि ॲक्युप्रेशर कसं करायचं हे सारं शिकून ते तयार झाले की, आम्ही त्यांना रुग्णांची काळजी घेण्यासाठी पाठवायचो.

जेव्हा माझी खात्री झाली की, माझ्या कर्मचाऱ्यांची पहिली बॅच सर्व आवश्यक कौशल्यासहित तयार आहे तेव्हा मी वर्तमानपत्रात दुसरी जाहिरात दिली. यावेळी आम्ही अपंग आणि मुलांसाठी सेवा देणाऱ्या उद्योगामध्ये आहोत असं सांगितलं. मला कबूल केलंच पाहिजे की, प्रतिसादाकरता मीदेखील तयार नव्हतो. जाहिरात आल्यानंतर आमच्यावर फोन कॉल्सचा अक्षरशः पाऊस पडला, त्यामध्ये अमेरिकेमध्ये स्थायिक असलेल्या आणि ज्यांचे वृद्ध आई-वडील इथे असलेल्या लोकांचेही थेट अमेरिकेतून फोन आले, हे सर्व हाताळताना माझ्या पत्नीची दमछाक झाली. हे लोक असे होते की, ज्यांच्याकडे उत्तम नोकऱ्या होत्या आणि प्रचंड पैसा होता; परंतु भारतात येऊन म्हाताऱ्या आई-वडिलांची काळजी घेता येत नाही या अपराधीपणाच्या भावनेसह जगत होते. माझी ही सेवा अशा लोकांसाठी वरदान ठरली.

जेव्हा माझ्या सुरुवातीच्या ग्राहकांना समजलं की, मी स्वतः अपंग आहे तेव्हा त्यांना आमची सेवा कितपत कार्यक्षम असेल याबाबत शंका होती; परंतु जेव्हा मी त्यांना दाखवून दिलं की, मी स्वतः अपंग असल्यामुळेच मला त्यांच्या नेमक्या गरजा कळतात तेव्हा त्यांना ते पटलं. खरं पाहिलं तर या वास्तवामुळेच अशी सेवा पुरवणाऱ्या इतर संस्थांपेक्षा आम्ही वेगळे ठरतो. या अनेक वर्षांमध्ये एकाकडून दुसऱ्याला कळत गेल्याने झालेल्या प्रचारामुळे केअर टेकर खूप मोठं झालं आहे. एका समाधानी ग्राहकाने त्याच्या नातेवाईक अथवा मित्रमंडळीमध्ये कुणाला आपल्या घरातील अपंग किंवा मुलांची काळजी घेण्यासाठी कुणी हवं असेल तर आमच्याविषयी सांगणं साहजिक होतं. आज माझ्याकडे २५० काळजीवाहक असून, ते तेवढ्याच

अपंग, वृद्ध वा मुलांची काळजी घेत आहेत. माझ्याकडील काळजीवाहकांची बँक मोठी होत आहे आणि आवश्यकतेप्रमाणे केव्हाही काळजी घेण्यास ती तयार आहे.

माझ्या अपघातानंतर जे काही घडलं त्यामुळे माझं आयुष्य आता संपलंय आणि मला कायमच परावलंबी व दु:खी जीवन जगावं लागणार असा विचार मी करत होतो, तर मग आताची ही काही वर्षे म्हणजे चमत्कारापेक्षा कमी नाहीत. माझ्या प्रेमळ कुटुंबीयांच्या सामर्थ्याने आणि एक-दोन व्हीलचेअरच्या मदतीने– ज्यातील एक माझ्या शरीराच्या आवश्यकतेनुसार बनवून घेतली आहे– मी नव्याने स्वत:चा शोध घेतला आणि माझ्या अस्तित्वाला नवीन अर्थ दिला. जर माझं अपघातापूर्वीचं आयुष्य केवळ स्वत:साठीच, स्वत:चीच सेवा करण्यासाठी होतं तर आत्ताचं आयुष्य खूप वेगळं आहे. माझ्या स्वत:च्या दु:खामुळे माझे डोळे उघडले आणि मला जगातील इतरांचंही दु:ख दिसू लागलं. आज मला कळून चुकलंय की, सर्वांत महत्त्वाची, अमूल्य गोष्ट कोणती असेल तर तुमच्या जिवलगांची साथ आणि सोबत. तुमच्या प्रगतीच्या किंवा अधोगतीच्या काळात कुणीही सोबत नसेल तर पैशाला काही अर्थ राहत नाही. बऱ्याचदा मला अशा लोकांचे फोन येतात, ज्यांच्याकडे अमाप पैसा व संपत्ती आहे, ते आयुष्यभर जरी खर्च करत राहिले तरी संपवू शकणार नाहीत; पण त्यांच्याकडे वेळप्रसंगी हाक मारायला किंवा मन मोकळं करण्यासाठी कुणीही सोबत नाही. आज मला माझ्या ग्राहकांपर्यंत प्रत्यक्ष पोहोचल्याने समाधान मिळतं, मी ठरलेल्या दिवशी त्यांच्याशी गप्पा मारायला त्यांना भेटतो आणि त्यांचा कंटाळवाणा दिवस एकदम कसा बदलून जातो ते तुम्हाला सांगता येणार नाही. मी त्यांच्यासाठी आणि त्यांच्या परिवाराकरता फोनवर तर सतत उपलब्ध असतो. अपंग व्यक्तीची काळजी घेणं शारीरिक तसेच मानसिकदृष्ट्या थकवणारं असतं म्हणूनच मी त्यांच्या कुटुंबीयांशी बोलतो आणि रुग्णाची काळजी घेण्याच्या विविध पैलूंबद्दल त्यांचं समुपदेशन करतो.

कधीकधी माझ्या मनात विचार येतो की, अपघात होणं आणि त्यानंतरचं अपंगत्व या गोष्टी एक प्रकारे माझ्यासाठी अप्रत्यक्ष वरदानच ठरल्या; त्यामुळे एका स्वार्थी माणसाचं एका सहृदय माणसामध्ये परिवर्तन झालं. केअर टेकर स्थापन करण्यामुळे माझ्या स्वत:च्या आयुष्याला दिशा आणि जीवनाला हेतू मिळाला आहे. आज मी नाजूक परिस्थितीतील, अपंग, वृद्ध तसेच मुलांच्या आयुष्यात थोडा आराम आणू शकतो आणि त्यांची दु:खापासून सुटका करून देऊ शकतो. माझे बरेचसे ग्राहक मला माझ्या घरी येऊन भेटतात. येतात तेव्हा ते त्यांच्याच परिस्थितीवर नाराज असतात; पण जेव्हा ते माझी अवस्था बघतात आणि तरीही मी आनंदी असल्याचं बघतात तेव्हा ते माझ्यापेक्षा किती चांगल्या परिस्थितीमध्ये आहेत याबद्दल विचार करू लागतात. खरं म्हणजे मला भेटून ते जेव्हा परत जातात

तेव्हाचा त्यांचा उत्साह आणि आत्मविश्वास तुम्ही पाहायला हवा. त्याच बरोबर आज एवढ्या लोकांना रोजगार मिळवून दिल्याचं समाधानही मला मिळालं आहे.

जीवनाबद्दलच्या माझ्या सकारात्मक वृत्तीमुळे मी नेहमीच चांगल्या स्थितीत राहिलोय. मी पहिल्यापासूनच समाजात मिळून मिसळून राहणारा माणूस आहे. मला लोकांसोबत संवाद साधायला आवडतं, अगदी अनोळखी लोकांसोबतसुद्धा मी बोलतो. माझ्या आधीच्या नोकरीनिमित्ताने फिरायचो तेव्हा बस स्टॅन्ड, विमानतळ किंवा रेल्वेप्रवासात मी नेहमीच अनोळखी लोकांशी बोलायचो आणि या सहज मारलेल्या गप्पांमधून मला बरेच चांगले मित्र लाभले आहेत, आमची मैत्री दीर्घकाळ टिकून आहे आणि चांगले ऋणानुबंध तयार झालेत. आज मला त्याच संबंधांची आणि संपर्काची नवीन उद्योग सुरू करताना मदत झालीय. देवदयेने माझ्या या शहरात माझं असं एक स्थान निर्माण झालं असून कुठे काही गरज वाटली किंवा एखादी गोष्ट अमलात आणायची असेल तर मी प्रभावशाली व्यक्तींना फोन करून ते काम करवून घेऊ शकतो. अशा प्रकारे माझ्या संपर्कात असलेले लोक कधीकधी माझे ग्राहकही होतात. ज्यांची काळजी घ्यावी लागेल असे वृद्ध किंवा अपंग नातलग कुणाला नाहीत?

आज मागे वळून बघताना असं जाणवतं की, माझ्या सकारात्मक वृत्तीने मला जिवंत ठेवलंय आणि अपघातानंतरची दहा वर्षे लढत ठेवलं. अपघात झाला तेव्हा सर्व डॉक्टरांनी सांगून टाकलं होतं की, मी ७२ तासांपेक्षा अधिक जगू शकणार नाही. तेव्हा मी स्वत:लाच सांगितलं होतं की, मी या सर्वांना खोटं ठरवणार, पाहा आज मी अजूनही जिवंत आहे आणि समाधानाने आयुष्य जगतोय, अपघातानंतर वीस वर्ष होऊन गेल्यावरही!

मी कधी कल्पनासुद्धा केली नव्हती की, केवळ स्वत:वर विश्वास ठेवण्याच्या साध्या छोट्याशा कृतीमुळे अशी काही खूप मोठी आणि आनंददायक निष्पत्ती होईल. लोक मला सांगतात की, मी इतरांसाठी प्रेरणेचा स्रोत आहे. बऱ्याचदा मी शाळा-महाविद्यालयांमधून व्याख्याने देतो; मी माझ्या श्रोत्यांना सांगतो की, समाधानी आयुष्य जगण्याचा एकमेव मार्ग म्हणजे स्वत:च्या वास्तवाचा स्वीकार करणं आणि पुढे जाण्याकरता वास्तवासह काम करण्याचा मार्ग शोधून काढणं. जीवन जगण्याचा हाच मार्ग आहे. सन २०१० मध्ये रोटरी क्लब ऑफ बरोडा कॉस्मॉपॉलिटनने मला 'सर्व्हिस अबाव्ह सेल्फ अॅवॉर्ड' दिलं तो क्षण म्हणजे जर आपण आपलं मन सकारात्मक जीवन जगण्याकडे लावलं तर आपण नेहमीच आयुष्यात पुढे जाण्याचा मार्ग शोधू शकतो या माझ्या विश्वासाच्या पुन:प्रत्ययाचा होता.

मी कोणत्याही प्रकारे माझ्या अपंगत्वाला माझा वेग कमी करू देणार नाही. मी नेहमीच माझ्या कुटुंबीयांसमवेत देश पाहण्यासाठी अधूनमधून सहलीला जातो. मी

राजस्थान, गुजरात आणि देशाच्या इतर भागांत प्रवास केला आहे. माझ्या मुलींची लग्ने झाली आणि त्यांनाही मुलं झाल्यावर मी त्यांच्या परिवारासोबत महाराष्ट्रातील शिर्डीला प्रार्थना करण्यासाठी गेलो होतो.

दोन दशकांपासून व्हीलचेअरवर खिळलेला असल्याने माझ्या हाडांमध्ये कॅल्शिअम जमा होऊन त्याचे खडे झाले असून (कॅल्सिफिकेशन) त्याचं प्रमाण १०० टक्के एवढं झालं आहे; पण या गोष्टीनेही मी माझ्या आयुष्याला मर्यादा पडू देणार नाही. मला माहीत आहे की, मी पुन्हा कधीही चालू शकणार नाही की शरीराचा कोणताही अवयव हलवू शकणार नाही. माझं देवाकडे इतकंच मागणं आहे की, देवा, मी जसा आहे तसाच मला राहू दे. मी ज्या स्थितीमध्ये आहे त्यातच सुखी, आनंदी आहे. मला अधिक काही गुंतागुंत किंवा शस्त्रक्रिया कराव्या लागू नयेत.

मला अजून बरीच स्वप्ने साकार करायची आहेत. आपल्या देशातील वृद्ध आणि अपंगांची स्थिती जवळून पाहिल्यानंतर अशा वृद्धांचं त्यांच्या पडत्या काळात स्वागत करेल असं वृद्धाश्रम बांधण्याचं स्वप्न आहे. हे काम आव्हानात्मक असून ते करण्यास खूप निधीची गरज पडेल; पण मला वाटतं की, अगदी थोडा आधार मिळाला तरी मी अशी व्यवस्था करू शकेन, जिथं निराधार वृद्ध येऊन आनंदाने राहू शकतील. ती अशी जागा असेल जिथं प्रत्येकजण दुसऱ्याला मदत करेल आणि आधार देऊन एकमेकांची सुख-दुःखं वाटून घेईल. तिथं राहणारी प्रत्येक व्यक्ती संस्था चालवणारी स्वयंसेवक असेल. कारण मला माहिती आहे की, समाजाला हातभार लावण्यामुळे आपल्यापैकी प्रत्येकाला काहीतरी मिळवल्याची भावना लाभते. कुणास ठाऊक कदाचित माझं हे स्वप्नदेखील सत्यात उतरलेलं असेल.

◆

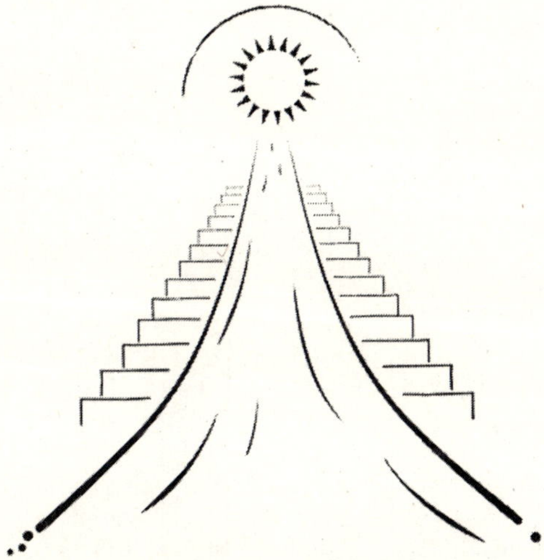

सुरेश अडवाणी

या कलाकृतीमध्ये केवळ तीनच गोष्टींचा समावेश केला आहे– रॅम्प, जिना आणि सूर्याची किरणे. त्यातील प्रत्येकाचा प्रतीकात्मक अर्थ व त्यांच्या आपापसातील संबंधांनुसार त्याचे अनेक अर्थ लावता येतील.

रॅम्प मध्यवर्ती असून लक्ष वेधून घेत आहे; याचा अर्थ या रॅम्पवरून डॉ. सुरेश अडवाणी झरकन पुढे जाऊन (शब्दश: अगदी तसंच झालंय) पद्मश्री पुरस्काराच्या वैभवापर्यंत पोहोचलेत. रॅम्पमुळे सुगमतेची समस्याही मांडली जाते आहे आणि पार्श्वभूमीवरील जिना पारंपरिक मार्गाचं निदर्शक आहे. मुख्य प्रवाह आणि त्यातील लोकांच्या दृष्टिकोनामुळे निर्माण झालेल्या अडी-अडचणी व समस्याही जिन्यामार्फतच दाखवल्या आहेत.

सूर्याची किरणे म्हणजे गौरवाची किरणे. डॉक्टर नेहमीच त्यांच्या रुग्णांना आशा देतात; त्या आशेची व प्रेरणेची किरणे आहेत. यासाठीच सूर्य रिकामा दाखवलाय आणि भोवतीने किरणे दाखवलीत.

मी मुंबईच्या हिंदुजा रुग्णालयातील दहाव्या मजल्यावरच्या प्रतीक्षालयात बसून वाट पाहतेय; तिथं कर्करुग्णशास्त्र विभाग असून दाटीवाटीने ठेवलेल्या स्टीलच्या खुर्च्यांच्या रांगांच्या रांगा रुग्ण आणि त्यांच्या नातलगांनी भरलेल्या आहेत. तिथलं वातावरण हजारो अव्यक्त भावभावनांनी- भीती, निराशा, चिंता, काळजी, दुःख, आशा इत्यादींनी कुंद झालंय. सर्व काही एकदम शांत असून ही शातंताच असह्य झालीय. जेव्हा विशीतील एखादी तरुणी येते तेव्हा तिच्याकडे पाहण्याचा मोह टाळता येत नाही; तिच्या सौंदर्यामुळे नाही तर टकलामुळे (केमोथेरपीने तिचे केस गळालेत) ती साडीच्या पदराने ते झाकण्याचा निष्फळ प्रयत्न करतेय, तिच्या सोबतच्या तरुणाचे खांदे झुकलेले असून त्याने निग्रहाने सारं दुःख डोळ्यांतच रोखून धरलंय, त्याच्याकडे न पाहणं केवळ अशक्य!

मी लिफ्टसमोरच्या रांगेतील खुर्चीत बसलेय. लिफ्ट सातत्याने रुग्णांना आणतेय, ते लगेचच जवळपासच्या खुर्च्यांवर बसताना आपापल्या डॉक्टरांची वाट पाहत बसलेल्या इतर रुग्णांशी नजरानजर करण्याचं टाळताहेत.

लिफ्टच्या अनंत फेऱ्यांपैकी एका फेरीला लिफ्टचं दार उघडल्याबरोबर मी वर पाहिलं, एक हसतमुख माणूस त्याच्या रुग्णांना हात करत, त्यांचा नमस्कार स्वीकारत अगदी सहजच त्याच्या खोलीत गेला तेव्हा त्यांच्या येण्याने वातावरण एकदम बदलून गेलं. वातावरणाला त्याच्या प्रसन्नतेची लागण झाली. तो गेल्यानंतर मला दोन गोष्टींची जाणीव झाली, आत्ताच जो गृहस्थ सूर्याची सोनेरी किरणं पसरवत गेला, तेच प्रसिद्ध डॉक्टर एस. एच. अडवाणी, आपल्या देशातील बोनमॅरो ट्रॅन्सप्लान्ट शस्त्रक्रियेचे जनक आहेत. दुसरी म्हणजे डॉक्टर स्वत: व्हीलचेअरवर असूनही माझ्यासहित इतर कुणाच्याही लक्षात ही गोष्ट आली नाही.

मी जेव्हा प्रत्यक्षात त्यांच्या रूममध्ये गेले तेव्हा खिडकीतून दिसणाऱ्या चकाकणाऱ्या अरबी समुद्राच्या पार्श्वभूमीवर टेबलामागे बसलेले असताना त्यांचं अपंगत्व दिसणं, समजणं आणखी कठीण होतं. त्यांनी माझं स्वागत केलं. ते

शालीन असले तरी त्यांनी माझ्याकडे मर्यादित वेळ असल्याची मला ठामपणे जाणीव करून दिली कारण त्यांना त्यांचे रुग्ण तपासायचे होते. संध्याकाळचे साडेपाच झाले असले तरी त्यांचा दिवस काही संपायच्या जवळपासही नव्हता; त्यांचा दिवस साधारण मध्यरात्री संपतो. त्याआधी त्यांना अजून एका रुग्णालयात जाऊन काही रुग्ण तपासायचे होते.

माझी अगदी सुरुवातीची आठवण म्हणजे मुंबईतील घाटकोपर या उपनगरामध्ये मध्यमवर्गीय कुटुंबात मी, माझ्या तीन बहिणी आणि एका भावासोबत मोठा होत होतो. आमचं छोटसं बैठं घर इतर घरांसारखंच होतं. त्या उपनगरातील ती एक वसाहत होती. इतर सिंधी कुटुंबांप्रमाणेच माझे वडील कामासाठी बाहेर जायचे आणि माझी आई घरी राहून सर्वांची काळजी घ्यायची. जीवन अगदी साधं आणि आनंदी होतं. मी अभ्यासात चांगला होतो; उरलेल्या वेळात मी मित्रांसोबत आमच्या संकुलात खेळायचो. आमच्या तिथं सर्वजण एकमेकांना ओळखायचे आणि तिथं कुणीही एक क्षणदेखील एकाकी नसायचं.

मी जेव्हा आठ वर्षांचा होतो, मला ताप आला आणि तो काही जायचं नाव घेत नव्हता. माझे पालक मला दवाखान्यात घेऊन गेले; पण तोपर्यंत फार उशीर झाला होता. मला पोलिओची लागण झाली होती आणि माझे पाय निकामी झाले होते. आज मागे वळून बघताना जाणवतंय की, माझ्या आई-वडिलांसाठी तो काळ खूपच कठीण असेल. मी तीन-चार महिने बी. जे. वाडिया रुग्णालयात होतो. त्या वेळी मुंबईतील लहान मुलांसाठीचं ते एकमेव चांगलं रुग्णालय होतं; परंतु मी दवाखान्यात असताना माझ्या आई-वडिलांनी एकदाही त्यांचं नैराश्य किंवा चिंता मला जाणवू दिल्याचं आठवत नाही. मी दवाखान्यात होतो तेव्हाचं मला फक्त इतकंच आठवतंय की, माझ्या पलंगाजवळ सातत्याने डॉक्टर आणि परिचारिकांचा ओघ सुरू असायचा. मला कोणत्याही प्रकारच्या वेदना होऊ नयेत किंवा माझी गैरसोय होऊ नये याची ते काळजी घेत होते. त्याच बरोबर माझे पालक माझ्या सोबत होते आणि डॉक्टर तसेच परिचारिकांचा माझ्यावर जीव होता; रुग्णालयातील त्या तेवढ्या वास्तव्यात मला कशाचाही त्रास वाटला नाही. मी घरी जाण्याइतपत बरा होईपर्यंत दवाखान्यातील सर्व मुलांची प्रेमाने काळजी घेणाऱ्या डॉक्टरांसारखं आपणही डॉक्टरच व्हायचं हा विचार मनात रुजला होता. दवाखान्यात पलंगावर पडलेला असतानाच सेवाभाव माझ्या मनात रुजला आणि आजपर्यंत तोच माझ्याकडून काम करवून घेतोय.

रुग्णालयातून घरी आल्यावर काही प्रमाणातच बरं होण्याचा प्रश्न होता; माझ्या पायांचा पुन्हा वापर करता येण्याची शक्यता नव्हतीच; पण सुदैवाने ती गोष्ट काही माझ्या आयुष्यात कधीच समस्या ठरली नाही. मला माहीत नाही, काही लोकांसोबत असं का होतं; पण मला माझं अपंगत्व कधी जाणवलंच नाही. आजारी पडण्यापूर्वीच आणि नंतरचा मी काहीही फरक नव्हता. आयुष्य आधीसारखंच सुरू झालं आणि मी आधीसारखाच माझ्या मित्रांसमवेत जात होतो; त्यांनी कधी मला वेगळी वागणूक दिली नाही, त्यांच्यासाठी मी आधीसारखाच मुलगा होतो. माझी भावंडं जशी शाळेत जायची तसा मीही जायचो. पूर्वीइतकं नियमित जाता येत नसलं तरी सर्व परीक्षांमध्ये चांगले गुण मिळाल्याने मला आनंद झाला. मी सुदैवी होतो, मला असे शिक्षक लाभले होते जे घरी येऊन शिकवायचे. सोबतच प्रामाणिकपणा आणि प्रेमाच्या अतिरिक्त डोसासहित माझ्या अभ्यासात मदत करणारे मित्रही मला लाभले होते. ज्यावेळी माध्यमिक शालान्त परीक्षेचा (एसएससी) निकाल लागला, त्या वेळी मी आमच्या बॅचमधून पहिला आल्याचं कुणालाही आश्चर्य वाटलं नाही. इतकं मला सर्वसामान्य म्हणून पाहिलं जायचं!

मला पोलिओ झाल्यावर इतकाच फरक पडला की, आधी मी खूप धावायचो पण नंतर मी व्हीलचेअरवरून धावायला लागलो; परंतु यामुळे मी कधीच माझ्या आयुष्याला किंवा वेगाला ब्रेक लागू दिले नाहीत.

मी जेव्हा उत्तम गुणांनी बारावीची परीक्षा पास झालो आणि माझ्या भविष्याचा विचार करण्याची वेळ येऊन ठेपली, मला फक्त वैद्यकीय क्षेत्रातच शिक्षण घ्यायचं होतं. इतक्या वर्षांनंतरही माझी रुग्णालयातील वास्तव्याची आठवण ताजी होती आणि माझ्यावर इतक्या प्रेमाने व काळजीने उपचार करणाऱ्या डॉक्टरांबद्दलच मी विचार करत राहायचो. मीसुद्धा ठरवलं की, डॉक्टर होऊन लोकांची सेवा करायची.

जरी मला चांगले गुण मिळाले होते आणि निवड झालेल्या पहिल्या दहा विद्यार्थ्यांमध्ये माझा सहावा क्रमांक होता तरीही जेव्हा ग्रांट वैद्यकीय महाविद्यालयाने माझ्या अपंगत्वामुळे प्रवेश नाकारला तेव्हा मला पहिल्यांदाच अपंगत्वामुळे अडखळल्यासारखं झालं. त्या काळात आजच्यासारख्या मध्यवर्ती प्रवेश परीक्षा होत नव्हत्या. आम्हाला मुंबई सर्कलमध्ये अर्ज करावा लागायचा.

मी प्रवेश प्रक्रियेदरम्यानच्या मुलाखतीसाठी गेलो; पण माझे चांगले गुण आणि चांगल्या कामगिरीनंतरही मला प्रवेश नाकारल्याने निराश झालो. मला आठवतंय की, मी दुखावला गेलो होतो, नंतर मी गणित विषय घ्यायचा ठरवलं. मला कधी डॉक्टर होता येणारच नाही या वास्तवाने मी बेचैन, अस्वस्थ झालो होतो म्हणून एकदा मी थेट देशाचे पंतप्रधान, राष्ट्रपती व राज्याचे आरोग्यमंत्री यांना पत्र लिहून माझे काय हाल होत आहेत आणि माझ्यावर झालेला अन्याय त्यांच्या निदर्शनास

आणून दिला.

त्याचबरोबर मुंबईतील वैद्यकीय महाविद्यालयाच्या कुलगुरूंसोबतही माझं बोलणं सुरू होतं. मला आठवतं की, मी कुलगुरू डॉ. डी. व्ही. वीरकर यांना भेटलो होतो आणि त्यांना सांगितलं की, त्यांनी माझी उमेदवारी नाकारली; त्यामुळे माझी निराशा झाली. त्यांच्या उत्तराने मला अधिकच खचल्यासारखं झालं. त्यांनी सांगितलं की, त्यांना स्वत:ला मला प्रवेश द्यायचा होता; परंतु मुलाखतीसाठी डॉक्टरांचं जे पॅनेल होतं त्यांना वाटत होतं की, मी अभ्यासक्रमाला न्याय देऊ शकणार नाही. पॅनेलच्या निर्णयामुळे डॉ. वीरकरांना माझी उमेदवारी नाकारावी लागली.

सुदैवाने आणखी कुणाचंतरी माझ्यावर लक्ष होतं. एके दिवशी डॉ. वीरकरांना राज्याच्या आरोग्य मंत्रालयातून फोन आला की, मला एमबीबीएसकरता (माझ्या स्वत:च्या जोखमीवर) प्रवेश देण्यात यावा. त्यानंतर त्यांनी मला फोन करून सांगितलं की, तुझं वैद्यकीय अभ्यासक्रमात स्वागत असो.

माझा गणिताचा अभ्यासक्रम सुरू करून एक महिना होऊन गेला होता; पण मी माझं स्वप्न पूर्ण करण्यासाठी आनंदाने ते सोडायला तयार होतो. ते १९६५ साल होतं, मी अठरा वर्षांचा होतो. मला वाटतं, तिथूनच स्वप्न सत्यात उतरेपर्यंत त्याचा पाठपुरावा करत राहायचं, यावर माझा विश्वास दृढ व्हायला सुरुवात झाली.

या अनेक वर्षांमध्ये लोक मला नेहमी विचारतात की, एवढ्या लहान वयात थेट देशाच्या पंतप्रधानांना पत्र लिहिण्याचं धाडस माझ्यात कुठून आलं. यावर माझं नेहमी एकच उत्तर असतं ते म्हणजे माझ्यावर अन्याय झाला होता. माझ्याकडे आवश्यक गुण होते आणि अभ्यासक्रमाला मी लायक होतो आणि तरीही मला नकार देण्यासाठी त्यांच्याकडे त्यांचं कारण होतं; तेव्हा माझी बाजू मांडणं फक्त माझ्या हातात होतं.

माझी वैद्यकीय महाविद्यालयातील वर्षे माझ्यासाठी खूप आनंदाची होती. मी महाविद्यालयात गेलो आणि माझ्या वर्गमित्रांसारखंच आयुष्य जगलो, फरक फक्त इतकाच होता की, माझ्या वडिलांनी मला व्हीलचेअरमधून सर्वत्र फिरता यावं म्हणून एक मदतनीस दिला होता. माझे वर्गमित्र जिथं जिथं गेले तिथं तिथं मी गेलो आणि वैद्यकीय अभ्यासक्रमात समाविष्ट असणाऱ्या डिसेक्शन, ऑपरेशन व इतर सर्व गोष्टी केल्या. दिवसअखेर मी घाटकोपरला घरी जाण्यासाठी टॅक्सी घ्यायचो आणि दुसऱ्या दिवशी सकाळी परत ते सर्व पुन्हा करण्यासाठी तयार असायचो. कधीच थकलो नाही की हे सर्व सोडून द्यावं असंही वाटलं नाही. मला वाटतं, कोणत्याही परिस्थितीमध्ये हार न पत्करण्याचा निर्धार असाच पक्का होत गेला. निर्धार पक्का करण्यासाठी मला कधीच विशेष अशी मेहनत घ्यावी लागली नाही.

एमबीबीएसच्या शेवटच्या वर्षाला माझ्या मार्गात पुन्हा एक अडथळा आला.

जेव्हा वैद्यकीय अधिकाऱ्यांनी मला हाउस जॉब (प्रत्येक एमबीबीएसच्या विद्यार्थ्याला शेवटच्या वर्षी वरिष्ठ डॉक्टरांच्या देखरेखीखाली प्रत्यक्ष दवाखान्यात काम करावे लागते) नाकारला. महाविद्यालयामधील सहापैकी एकाही विभागाला अपंग व्यक्ती कामासाठी नको होती. त्यांनी कधीच विश्वास ठेवला नाही की इतकं कष्टाचं काम मी करू शकेन आणि त्यांना वाटतं होतं की, अपंग व्यक्तीला कामावर ठेवणं म्हणजे त्याला सांभाळण्याची जास्तीची जबाबदारी घेणं. पुन्हा एकदा वरिष्ठांनी मध्ये पडून माझं रक्षण केलं. वैद्यकशास्त्राचे प्रोफेसर डॉ.आर.डी.लेले यांनी आनंदाने मला हाउस जॉब दिला आणि तोही डॉ.व्ही.आर.जोशी यांच्या प्रेमळ देखरेखीखाली! मी जनरल मेडिसिनमध्ये एम.डी. केलं. त्या दोन्हीही सद्‌गृस्थांनी मला मेहनत करताना पाहिलं होतं आणि माझी कामाप्रती असलेली बांधिलकीही समजून घेतली होती, अशी गोष्ट जी इतर विभागांच्या लोकांनी लक्षातही घेतली नव्हती. एक क्षण असाही होता की, माझे सर्व सहकारी मला पॅथॉलॉजी करण्याचा सल्ला देत होते कारण माझं अपंगत्व पाहता मला जास्त त्रास सहन होणार नाही असं त्यांना वाटतं होतं; परंतु दिवसभर प्रयोगशाळेत मायक्रोस्कोपखाली बघत जगापासून अलिप्त राहणं माझ्या मनाला काही पटणार नव्हतं; मला असं विभक्त - अलग राहायचं नव्हतं आणि जनरल मेडिसिन करायला मिळणं खरोखरच महान गोष्ट होती.

माझ्या एमडीच्या अभ्यासक्रमामध्येच मला हेमेटॉलॉजी आणि ऑन्कालॉजीमध्ये (कर्करोगशास्त्र) रुची उत्पन्न झाली. अभ्यासक्रम पूर्ण झाल्याबरोबर मी मुंबईतील टाटा मेमोरिअल रुग्णालयामध्ये कर्करोगशास्त्र विभागात काम करायला सुरुवात केली. त्या वेळी डॉक्टरांसाठी कर्करोगशास्त्र ही काही चांगली शाखा मानली जात नसे, कारण या क्षेत्रात पाश्चिमात्य देशांत जे उपचार उपलब्ध होते आणि भारतातील डॉक्टर व रुग्णांना जे उपचार उपलब्ध होते यात खूपच फरक होता.

परंतु या विषयाच्या ज्ञानाची मला भूक होती आणि या क्षेत्रामध्ये जगात जी काही प्रगती होत होती, त्याबद्दल जाणून घेण्याची इच्छा होती. मी फेलोशिपसाठी अर्ज करायला सुरुवात केली, त्या वेळी एखाद्या विद्यार्थ्याला किंवा डॉक्टरला परदेशात जाऊन शिक्षण घ्यायचं असेल तर फेलोशिप हा एकमेव मार्ग परवडण्यासारखा होता. सन १९७६ मध्ये लंडनमधील रॉयल मार्सडेन हॉस्पिटलमध्ये राहून प्रशिक्षण घेण्याची सुवर्णसंधी मला मिळाली.

व्यावसायिकदृष्ट्या ही माझ्यासाठी खूप मोठी झेप होती आणि वैयक्तिक जीवनात मैलाचा दगड! तोपर्यंत मी कधीच परदेशात प्रवास केला नव्हता आणि अनोळखी देशात सहा महिने राहणं, तेही सगळं स्वत:चं स्वत:च पाहावं लागणार होतं; मला कससंच होत होतं. मी तिथं उतरल्यावर आणखी एक गोष्ट एकदम प्रकर्षाने जाणवली ती म्हणजे मला व्हीलचेअरवर पाहून कोणाही व्यक्तीने काहीही

टिप्पणी केली नाही! ते सहा महिने आत्मतृप्तीचे होते, मी अनुभवांसाठी भुकेला होतो आणि मला अधाशासारखं सर्वच शिकून घ्यायचं होतं. भारतात कधीही न मिळालेली समानतेची वागणूक मला इथे मिळत होती आणि टीममधील इतरांप्रमाणेच मीसुद्धा सर्व गोष्टींत सहभाग घ्यावा, अशी अपेक्षा केली जात होती. खरं तर तेव्हा अगदी पहिल्यादांच मी अगदी एकटा होतो; पण त्यामुळे मला अजिबात घाबरल्यासारखं वाटलं नाही. तिथं शिकण्यासारखं खूप काही होतं आणि माझ्यासाठी कोणतीही गोष्ट शिकणं म्हणजे नेहमीच आवडीचं होतं.

परदेशातील त्या वास्तव्याने मला पूर्ण बदलून टाकलं. अचानक मला जाणवलं की, मी जगात कुठेही जाऊ शकतो, अगदी आजवर कधीही गेलो नाही अशा ठिकाणीसुद्धा! माझ्यासाठी शक्यतांचं जग खुलं झालं. अगदी आजपर्यंत माझी प्रवासाची भूक भागलेली नाही.

भारतात परतल्यावर टाटा मेमोरिअल रुग्णालयामध्ये मी रॉयल मार्सडेनमध्ये घेतलेल्या ज्ञानाचा उपयोग करायला सुरुवात केली. काम आव्हानात्मक आणि उत्तेजनात्मक होतं. मला अजिबात कल्पना नव्हती की, माझं वैयक्तिक आयुष्यही लवकरच उत्तेजक होणार होतं. एक दिवस दवाखान्यात राउंड घेत असताना मला एक सुंदर, मनमोहक तरुणी भेटली. ती परिचारिका म्हणून कामाला होती. मी एक उमदा तरुण होतो आणि माझ्या कारकिर्दीला नुकतीच सुरुवात झाली होती; त्यामुळे मला खूप वेळ वॉर्डमध्येच राहावं लागायचं आणि आम्ही वारंवार भेटू लागलो. रोजाम्मा (लग्नानंतर तिने तिचं नाव बदलून गीता असं ठेवून घेतलं) आणि मी लवकरच आमचा जास्तीतजास्त मोकळा वेळ एकत्र घालवू लागलो. एके दिवशी आम्ही ठरवलं की, आम्हाला कायम एकत्र राहायचंय. आम्ही १९८० मध्ये विवाहबद्ध झालो आणि लगेचच मला पुढची मोठी संधी मिळाली. अमेरिकेतील सीटलमधील प्रतिष्ठित फ्रेड हचिन्सन कॅन्सर रिसर्च सेंटरमध्ये प्रशिक्षण आणि संशोधनाची संधी मिळाली. माझ्यासाठी हे जणू स्वप्न सत्यात उतरण्यासारखंच होतं. ती नेमणूक आठ महिन्यांसाठी होती आणि त्याकरता मी व माझी पत्नी सीटलला पोहोचलो. तिथे गेल्यावर समजलं की, बोन मॅरो ट्रॉन्सप्लान्टचे जनक डॉ. ई डॉन्नेल थॉमस यांच्यासोबत काम करण्याची संधी मिळणाऱ्या सुदैवी डॉक्टरांपैकी मी एक होतो. ते एक महान व्यक्तिमत्त्व होतं. त्यांना १९९० मध्ये वैद्यकशास्त्रातील त्यांच्या कामगिरीकरता नोबेल पारितोषिक बहाल करण्यात आले. केंद्रामध्ये मधमाश्यांच्या पोळ्यामध्ये असते तशी सतत कामाची लगबग सुरू असायची आणि लवकरच मी बोन मॅरो ट्रान्सप्लान्टच्या प्रकल्पामध्ये पूर्णत: गुंतलो. दररोज आमचा डॉक्टरांचा गट विविध प्रकरणांवर चर्चा करायचा आणि डॉ. थॉमस कसं काम करतात याचं निरीक्षण करायचा. तिथल्या सांघिक भावनेच्या चैतन्याने मी प्रभावित झालो होतो. संघातील

सर्वच म्हणजे अगदी सर्वोच्च सदस्यापासून अगदी नवीन आलेल्या सर्वांत छोट्या सदस्यापर्यंत सर्वचजण एकदिलाने काम करायचे. ते जे करतात ते सर्व मी अगदी पहिल्या दिवसापासून करायला सुरुवात केली या गोष्टीचं त्यांनाही विशेष कौतुक वाटत होतं.

मी केंद्रातील माझ्या वेळेचा जास्तीतजास्त उपयोग करून घेतला. या अद्‌भुत शाखेविषयी जितकी जास्त माहिती करून घेणं शक्य होतं तितकी मी करून घेत होतो कारण यामुळे माझ्या देशातील अनेकांचे प्राण वाचवता येणं शक्य होतं. अमेरिकेतील ते वास्तव्य अजूनही माझ्या जीवनातला सर्वांत संस्मरणीय टप्पा आहे.

जरी मी कर्करोगशास्त्रामध्ये अधिकाधिक गुंतत होतो तरी अनेक हितचिंतक मला सांगत होते की, भारतामध्ये या क्षेत्रात काहीही संधी नाही; पण मला आधीपासूनच माहीत होतं की, भारतात या क्षेत्रात उपलब्ध असलेल्या उपचारांमध्ये कमतरता आहे आणि बरेचसे कर्करुग्ण या उपचारांची मागणी करतील. सीटलमधील वास्तव्य माझ्या आयुष्यातील संक्रमणाची अवस्था होती. खूपच चांगली संधी मिळाली होती. मला वाटलं, मी भारतात असताना माझ्याकडे जेवढं ज्ञान होतं त्यापेक्षा खूप जास्त मला मिळालंय. १९८० मध्ये भारतात बोन मॅरो ट्रान्सप्लान्ट ही संकल्पनाच ऐकण्यात नव्हती. त्या दिवसांमध्ये कर्करोगशास्त्रामध्ये खूप काही नवीन गोष्टी होत होत्या आणि आता त्या मी शिकलो होतो. म्हणूनच परतल्यावर मी पुन्हा एकदा टाटा मेमोरिअल रुग्णालयामध्ये रुजू झालो. इतर कोणत्याही गोष्टींपेक्षा मला एका गोष्टीचं आकर्षण होतं ते म्हणजे या शाखेची भारतामध्ये आवश्यकता आहे आणि मी या क्षेत्रात नवीन काही करू शकेन. मला अधिक मागणी असेल या गोष्टीचंही मला आकर्षण होतं.

टाटा रुग्णालयात परतल्यावर जेमतेम काही महिनेच झाले असतील, मी जे शिकून आलो होतो ते करण्याची संधी मला मिळाली. जेव्हा एक निवृत्त सैनिक त्याच्या आठ वर्षांच्या मुलीच्या उपचारांसाठी मला येऊन भेटला. तिला मायोलाइड ल्युकेमिया (रक्ताचा कर्करोग) झाला होता आणि जगण्याची शक्यता फारच थोडी होती. मला वाटत होतं की, तिला जगण्याची दुसरी संधी मिळायला हवी म्हणून मी तिच्या वडिलांना बोन मॅरो ट्रान्सप्लान्टच्या भारतातील पहिल्या वहिल्या प्रयोगात भाग घेण्यासाठी ते तयार आहेत का? असं विचारलं. यापूर्वी भारतात असं कधीच केलेलं नाही हे ऐकून मला वाटलं होतं की, ते नाही म्हणतील; पण जेव्हा मी त्यांना सांगितलं, या शस्त्रक्रियेमुळे त्यांची मुलगी जगण्याची शक्यता आहे, त्यांचे डोळे आशेने चमकले. त्यांच्या या आशेमुळे मला व माझ्या टीमला कामाची प्रेरणा मिळाली आणि आम्ही पटापट त्या मोठ्या दिवसाच्या तयारीला लागलो. ट्रान्सप्लान्टसाठी लागणारा बोन मॅरो त्या मुलीच्या भावाकडून येणार होता, तरीही ही प्रक्रिया अत्यंत

महागडी होती आणि ते कुटुंब खूपच सर्वसामान्य होतं म्हणून आम्ही कामाला लागलो; देणग्या गोळा करायला आणि उसनवारी करायला सुरुवात केली, जेणे करून आम्ही लवकरात लवकर ही प्रक्रिया करू शकू. त्या मुलीसाठी टीममधील सर्व सदस्यांनी संपूर्ण प्रक्रिया विनामूल्य करण्याचं मान्य केलं.

मी वयाच्या ३० व्या वर्षी कर्करोगाच्या उपचारामध्ये काहीतरी अद्वितीय करण्याचा प्रयत्न करत होतो. खरं म्हणजे ते भीतिदायक होतं; पण मनातून मी अगदी शांत होतो, मला पूर्ण आत्मविश्वास होता. सीटलमध्ये जे जे म्हणून शिकणं शक्य होतं ते ते मी शिकून घेतलं होतं आणि मला केवळ त्या मुलीला अमूल्य जीवन द्यायचं होतं. जेव्हा आम्ही ऑपरेशन थिएटरच्या बाहेर आलो आणि बोन मॅरो ट्रान्सप्लान्ट यशस्वीरीत्या केलं असं सांगितलं तेव्हा त्या कुटुंबासाठी तर ते चमत्कारासमान होतं. आता आम्हाला पुढचे तीन महिने फक्त वाट पाहायची होती की तिचं शरीर ते स्वीकारतं की नाही. मुलीच्या कुटुंबीयांनी आशा सोडून दिली होती; परंतु शस्त्रक्रियेनंतर तीन महिन्यांनी त्यांना जाणवलं की, या नवीन डॉक्टरांच्या टीमने चमत्कार केला आहे, त्यांच्या छोट्याशा मुलीला नवीन जीवन दिलंय.

या केसमुळे भारतात बोन मॅरो ट्रान्सप्लान्टचे दरवाजे खुले झाले. या नवीन बिनधास्त उपचार पद्धतीने आम्ही यशस्वी झालो होतो. अनेक डॉक्टर ती शिकण्यासाठी पुढे आले. आज संपूर्ण भारतात बोन मॅरो ट्रान्सप्लान्ट यशस्वीरीत्या केलं जातं आणि मी त्याच्याकरता रस्ता तयार करू शकलो ही बाब मला खूप समाधान देते.

माझ्यासाठी पहिल्या ट्रान्सप्लान्टने सर्व परिवारच जणू नव्याने जिवंत झाला. त्या मुलीचे वडील मला नियमितपणे येऊन भेटायचे आणि त्यांच्या परिवाराबद्दल सांगायचे. अगदी काही वर्षांपूर्वी ते गेले, तोपर्यंत ते येत होते. ती छोटी मुलगी मोठी झाली, परिचारिका बनली आणि ती आजही माझ्या संपर्कात आहे.

माझ्या कारकिर्दीला सुरुवात होऊन अनेक दशके झालीत आणि या दरम्यान कर्करोगशास्त्रात लक्षणीय प्रगती झाली आहे. आज मी पाहतो की, कित्येक असाध्य कर्करोग बरे होऊ शकतात, त्यावर उपचार आहेत. मी वैद्यकशास्त्राची ही शाखा निवडल्याचं मला समाधान आहे. आज जेव्हा मी पाहतो की, कर्करोग झालेल्यांपैकी ७५ टक्के बालके बरी होऊ शकतात आणि पुढे सर्वांग सुंदर जीवन जगू शकतात या प्रक्रियेला हातभार लावणाऱ्या लोकांपैकी मी एक आहे, या गोष्टीने अगदी कृतकृत्य झाल्यासारखं वाटतं.

लोक मला विचारतात की, मी अपंग असल्याने लोक माझ्याकडे वेगळ्या दृष्टीने बघतात किंवा वेगळी वागणूक देतात का? मला नाही वाटत माझ्यासोबत असं काही होतं. माझा अनुभव तर असा आहे की, बऱ्याचशा लोकांना इतर कुणाच्या कोणत्याही बाबीकडे लक्ष द्यायला वेळच नसतो. अशा प्रकारचे अडथळे

आणि विचार तुमच्या स्वतःच्या मनाची निर्मिती असते.

बऱ्याचदा केमोथेरपीमध्ये केस गेले म्हणून दुःखी असलेले रुग्ण माझ्याकडे येतात. मी त्यांना सांगतो की, कुणीही खरंतर पाहत नाही; समजा, त्यांनी पाहिलंच तर काय? जसं मी त्यांना असं सांगतो त्यांना ते पटतं आणि ते आनंदाने घरी जातात.

जेव्हा माझ्याकडे नवीन रुग्ण तपासणीसाठी येतो तेव्हा मी व्हीलचेअरवर असल्याने त्याला काहीही फरक पडत नाही. कधीकधी तर रुग्ण येतात, तपासून झाल्यावर परत जातात तेव्हा म्हणतात, 'ओह, तुम्ही व्हीलचेअरवर आहात? माझ्या लक्षातच आलं नाही.'

आपण सर्वच या जगात अगदी थोडक्यात जगतो आणि मला लोकांना सांगायचंय की, गोष्टीकडे निराळ्या दृष्टीने पाहायला हवं, कमजोरीवर लक्ष केंद्रित करण्याऐवजी सामर्थ्यांकडे पाहणं केव्हाही उत्तम असतं. तुम्ही काय करत नाही याचा विचार करून रडत बसण्यापेक्षा तुम्ही जे करू शकता ते शक्य तितक्या उत्तम प्रकारे करणं केव्हाही चांगलंच! मला माहिती आहे की, मी व्हीलचेअरवर आहे तेव्हा हिमालय चढण्याची इच्छा ठेवण्यात काय अर्थ आहे?

प्रत्येकजण सर्व काही करू शकत नाही. एकदा तुम्ही हे वास्तव स्वीकारलं की, जीवन तुमच्यासाठी आणि तुमच्या सभोवतीच्या लोकांसाठी अधिक सोपं होतं. तुम्हाला जे चांगलं येतं ते करा आणि दुसरा कुणी तुम्हाला करता येत नाही अशी गोष्ट करत असेल तेव्हा त्याबद्दल निराश होऊ नका किंवा त्याचा मत्सर करू नका. मी माझ्या रुग्णांना सांगतो की, सकारात्मक वृत्तीने तुम्हाला अत्यंत वाईट परिस्थितीतील ही उजळ बाजू बघता येईल. सर्व काही मनातच असतं; एकदा का तुम्ही मन जिंकलं की बाकी सर्व खूप सोपं होऊन जाईल.

माझं स्वतःचं आयुष्य माझ्या एका ध्यासामुळे चालतं ते म्हणजे काम. जीवन वाचवू शकणं, कुटुंबाला बरं करणं आणि हे सर्व संपूर्ण बांधिलकीने करणं माझ्यासाठी अत्यंत महत्त्वाचं आहे; त्यामुळेच माझा दिवस सकाळी सहा वाजता सुरू होतो आणि ज्यावेळी मी तो संपवतो तेव्हा मध्यरात्र उलटून दुसरा दिवस सुरू झालेला असतो. सर्वसाधारणपणे मी दिवसाला ८० रुग्ण तपासतो. जे मुंबईतील तीन वेगवेगळ्या ठिकाणी अगदी शांतपणे माझी वाट पाहत बसलेले असतात. मला लोकांमध्ये राहायला आणि त्यांच्या जीवनाबद्दल जाणून घ्यायला आवडतं. अगदी काही वर्षांपूर्वीपर्यंत मी दिल्ली, कलकत्ता आणि जयपूर यांसारख्या शहरांतील रुग्णालयांत जाऊन समुपदेशनाचं काम करायचो आणि तिथल्या लोकांना भेटण्याचा अनुभवही मला आवडत होता. त्याने मला प्रेरणा आणि उत्साह मिळायचा.

असं म्हणतात की, तुम्ही तुमच्या स्वतःच्या आयुष्यात ज्या अनुभवांमधून जाता

त्यातून तुम्ही तुमचे सर्वोत्तम धडे घेता. माझं स्वत:चं आयुष्य मी आठ वर्षांचा असताना पोलिओशी झगडत रुग्णालयात पडून होतो तेव्हापासून बदललं.

तीन वर्षांपूर्वी मला अगदी जग्गजेता असल्यासारखं वाटायचं आणि तेव्हा माझं आयुष्य पुन्हा एकदा पूर्णपणे बदलून गेलं. जेव्हा माझी २३ वर्षांची मुलगी अपघातामध्ये अचानक गेली. ती तरुण होती आणि तिने नुकतंच एमबीबीएसचं शिक्षण पूर्ण केलं होतं; तिला माझ्याच पावलावर पाऊल ठेवून कर्करोगशास्त्राचा अभ्यास करायचा होता, मी तिचा हीरो होतो.

तिच्या मृत्यूने मला आत्मपरीक्षण करायला भाग पाडलं. मला वाटलं, वेड्यासारखं कामाच्या मागे न लागता मी काही वेळ घरी तिच्या सोबत घालवला असता तर बरं झालं असतं; किमान मला तिच्या सहवासाचा आनंद तरी मिळाला असता. मी माझ्या कामातच इतका व्यग्र होतो की, मला कधी जाणवलंच नाही की, मी घरी अजिबात वेळच दिला नाही. गीताने एकटीनेच आमची मुलं वाढवली आणि घर सांभाळलं, जेणे करून मी माझ्या कारकिर्दीमध्ये पुढच्या पायऱ्या चढू शकेन. तिने कधीही याबाबत आकांडतांडव केलं नाही. माझ्या मुलीच्या मृत्यूने मला बऱ्याच बाबतींत बदललं. मी शिकलो की, आपण बऱ्याचशा गोष्टी गृहीत धरून चालायला नको. देवावरील श्रद्धेकरता अधिक वेळ द्यायला हवा; त्यामुळेच तुम्हाला तुमच्या निवडलेल्या मार्गावर पुढे पुढे जाण्याचं सामर्थ्य मिळतं. भूतकाळ मागे टाकणं आवश्यक असलं तरी माझ्या तरुण मुलीची स्वप्नं विसरणं माझ्यासाठी फार कठीण होतं. त्याही परिस्थितीमध्ये पुढे जाणं आवश्यकच होतं आणि या सर्वांमुळे माझा देवावरील विश्वास पूर्वीपेक्षा अधिकच दृढ झाला. आज मी विविध शहरांमध्ये कामासाठी जात नाही, त्याऐवजी जर थोडा मोकळा वेळ मिळाला की, तो माझ्या पत्नी आणि मुलासोबत घालवतो. माझ्या मुलाने त्याचं स्वतंत्र क्षेत्र निवडलं आहे. गीताने 'हेल्पिंग हॅन्ड' नावाची स्वयंसेवी संस्था सुरू केली आहे. ज्यामार्फत महिलांमधील कर्करोगाचे लवकर निदान होतं तसंच कर्करुग्ण आणि त्यांच्या पुनर्वसनासंबंधित काम केलं जातं.

मी नेहमीच देवावर विश्वास ठेवतो, असं कुणी किंवा काहीतरी जे तुमच्या अडचणीच्या प्रसंगी तुम्हाला मदत करतं. माझ्या मुलीच्या मृत्यूने तो विश्वास अधिक दृढ झाला आहे. मी कोणत्या देवाची प्रार्थना करतो याबद्दल कधीच चिंता करत नाही. मी मंदिर, गुरुद्वारा किंवा चर्च कुठे प्रार्थना करतो ते महत्त्वाचं नाही. तुमचा विश्वास, श्रद्धा जागृत ठेवणं महत्त्वाचं आहे.

माझ्या जीवनाचं तत्त्वज्ञान 'सेवा' आहे. तुम्ही तुमच्या परीने सर्वोत्कृष्ट काम करा आणि त्याचं कौतुक होईलच. जेव्हा बरे झालेले रुग्ण माझे आभार मानण्यासाठी येतात की, मी त्यांना बरं केलं. मला फार आनंद होतो. कधीकधी २५ वर्षांनंतर ते

त्यांच्या प्रियजनांना घेऊन येतात आणि म्हणतात, माझ्यावर त्यांचा विश्वास आहे, यातून मला समाधान मिळतं.

अनोळखी शहरांच्या विमानतळावर कुणीतरी माझ्याकडे येतं आणि मला नमस्कार करून म्हणतं, 'मी तुमच्या लक्षात आहे का?' जेव्हा मला काहीही आठवत नाही ते म्हणतात, 'डॉक्टर, तुम्ही अमुक वर्षांपूर्वी माझ्यावर उपचार करून मला बरं केलंत आणि आता मी अगदी बरा आहे.' यामुळे मला समाधान मिळतं कारण मला माहिती असतं की, मी कुणासाठी तरी आणि त्याच्या कुटुंबीयांसाठी काहीतरी केलं आहे.

माझं कामच माझा ध्यास असल्यामुळे निवृत्तीचा विचारसुद्धा माझ्या मनात येत नाही. कदाचित मी क्लिनिकमधून काम करणं बंद करेन; पण माझ्या ज्ञानाला नेहमीच मागणी असेल. मला एक वैद्यकीय शिक्षण संस्था किंवा मल्टिस्पेशालिटी रुग्णालय स्थापन करून माझ्या ज्ञानाचा चांगला उपयोग करून घ्यायचा आहे, ज्यामुळे समाजाला मदत होईल. ते स्वप्न याआधीच आकार घेतंय; केरळमधील ज्या गावात माझी पत्नी लहानाची मोठी झाली, त्या गावात २५० खाटांचं मल्टिस्पेशालिटी रुग्णालय बांधतोय. हे बोलणं थोडं आधीच होतंय पण मला वाटतं की, ते रुग्णालय त्या क्षेत्रातील पहिलं मल्टिस्पेशालिटी रुग्णालय असेल. त्याच्या जवळपासच वृद्धाश्रम बांधण्याचं स्वप्नही आम्ही पाहतोय. कल्पना असं काही करण्याची आहे की, जेणे करून मनुष्यप्राण्यांचा त्रास थोडा कमी करता होईल. केवळ तेव्हाच तुम्ही मिळवलेल्या ज्ञानाचा शक्य तेवढ्या सर्वोत्तम रितीने उपयोग झाल्यासारखं होईल आणि ते तसंच अविरत सुरू राहील.

◆